விவேகானந்தம்
(மொழிபெயர்ப்பு நாவல்)

ஆசிரியர்: எஸ்.சுஜாதன்
மொழிபெயர்ப்பாசிரியர்: முனைவர் ப.விமலா

காவ்யா

விவேகானந்தம் (நாவல்)

மூலம்: எஸ்.சுஜாதன்

©(தமிழில்) முனைவர் ப.விமலா

முதல் பதிப்பு : 2021

வெளியீடு: காவ்யா

16, இரண்டாம் குறுக்குத் தெரு, டிரஸ்ட்புரம்,
கோடம்பாக்கம், சென்னை -600024

போன்: 044-23726882 / 9840480232

அச்சாக்கம் : ஸ்ரீசாய் எண்டர்பிரைசஸ், சென்னை - 14.

பக்கங்கள் : X+310 = 320

விலை : ரூ.350/-

VIVEKANANTHAM (Novel)

(Translater) S.Sujathan

©Dr. P. Vimala

First Edition :2021

Published by **KAAVYA**

16, 2nd Cross Street, Trustpuram,
Kodambakkam, Chennai - 600 024.

Phone: 044 - 23726882 / 9840480232

e-mail : kaavyabooks@gmail.com.

Website : www.kaavyaa.com.

Printed at : Sai Sri Enterprises, Chennai -14.

Pages: X+310 = *320*

Price : ₹ 350

ISBN: 978-81-952884-9-6

ஆசிரியர் குறிப்பு

கதையாசிரியர், நாவலாசிரியர், பயண இலக்கிய ஆசிரியர், மொழிபெயர்ப்பாசிரியர் என்ற பன்முகத்தன்மை கொண்டவர் இந்நூலாசிரியர். இவர் திருவனந்தபுரத்திலுள்ள உழமலய்க்கல் எனும் ஊரில் கெ. சதாசிவன், சுசீலா ஆகியோருக்கு மகனாகப் பிறந்தார்.

பருத்திக்குழி அரசு தொடக்கப் பள்ளி, உழமலய்க்கல் எஸ். என். உயர்நிலைப் பள்ளி, நெடுமங்காடு டெக்னிக்கல் உயர்நிலைப் பள்ளி, திருச்சூர் தியாகராஜன் பாலிடெக்னிக் கல்லூரி, திருவனந்தபுரம் அரசு பொறியியல் கல்லூரி ஆகிய இடங்களில் பள்ளிக் கல்வியையும் பட்டப்படிப்பையும் முடித்துள்ளார். சிவில் இஞ்சினியரிங்கில் பி. டெக் பட்டத்தையும் பெற்றுள்ளார்.

சில காலம் கோவாவில், பொதுப்பணித் துறையில் பொறியியலாளராகப் பணியாற்றியுள்ளார். பின் கேரள நெடுஞ்சாலை ஆராய்ச்சி நிறுவனத்தின் துணை இயக்குநராகப் பணியாற்றி ஓய்வுப்பெற்றுள்ளார்.

இவரது முதல் கதை 1979இல் 'குங்குமம்' இதழில் வெளிவந்துள்ளது. 1982இல் இளம் இலக்கியப் படைப்பாளர்களுக்கான கேரள சாகித்திய அகாதமியின் சான்றிதழையும், இளம் கதையாசிரியர்களுக்கான கேரள சாகித்திய பரிஷத்தின் சான்றிதழையும் பெற்றுள்ளார்.

பூங்கா (சிறுகதைத் தொகுப்பு), கனவு அங்காடியில் பெண் (சிறுகதைத் தொகுப்பு), சமஸ்கிருதப் பூமியின் தெய்வீகக் காட்சிகள் (இமாலய பயண அனுபவம்), ஹிமகிரியில் புண்ணிய தரிசனம் (பயணக் குறிப்புகள்), விவேகானந்தம் (புதினம்), ஆகியவையும் ஆனந்த லஹரி - ஸ்ரீ ஸ்ரீ ரவிசங்கர் என்ற மொழிபெயர்ப்பும் இவரது இலக்கியப் பணிகளாக உள்ளன.

IV

மனைவி: ஷீலா, குழந்தைகள்: போபிஷா மனுவ், அத்வைத். முகவரி: பத்மகிரி, பி- 84, ராதாகிருஷ்ணா தெரு, பேரூர்கடை அஞ்சல், திருவனந்தபுரம் - 695005, போண் - 9446063177, மின்னஞ்சல்: sujathansadasivan@yahoo.com

மொழிபெயர்ப்பாசிரியர் குறிப்பு

மொழிபெயர்ப்பாசிரியர் முனைவர் ப. விமலா கன்னியாகுமரி மாவட்டத்தைச் சார்ந்தவர். அண்ணாமலை பல்கலைக்கழகத்தில் முதுகலைப் பட்டத்தையும் புதுதில்லி ஜவஹர்லால் நேரு பல்கலைக்கழகத்தில் இளமுனைவர், முனைவர் பட்டங்களையும் பெற்றுள்ளார்.

தமிழ், மலையாளம் ஆகிய இருமொழி அறிவு கொண்ட இவர், 'தொல்காப்பிய மலையாள மொழிபெயர்ப்புகள்' என்னும் தலைப்பில் முனைவர்பட்ட ஆய்வினை ஜவஹர்லால் நேரு பல்கலைக்கழகத்தில் 2019இல் முடித்துள்ளார்.

இவரது "மலையாளம் - தமிழ் இலக்கிய மொழிபெயர்ப்புகள்" என்னும் முதல் நூல் காவ்யா பதிப்பகத்தின்வழி 2016இல் வெளிந்துள்ளது. தமிழ் - மலையாள இலக்கண, இலக்கிய ஒப்பாய்வுகள் தொடர்பான சில கட்டுரைகளையும் எழுதியுள்ளார். 'விவேகானந்தம்' என்னும் இப்புதினம் இவரது முதல் மொழிபெயர்ப்பு நூலாகும்.

தமிழ்நாடு முற்போக்கு கலை இலக்கிய மேடை (தேனி) இவரது இலக்கியப் பணிக்காக ஜி. நாகராஜன் நினைவு இலக்கியச் சிற்பி விருதினை (2020) வழங்கிச் சிறப்பித்துள்ளது. தற்போது கே. எஸ். ரங்கசாமி கலை மற்றும் அறிவியல் கல்லூரியில் தமிழ் உதவிப் பேராசிரியராகப் பணியாற்றி வருகிறார்.

மின்னஞ்சல்: vimalavai@gmail.com

மலையாள இரண்டாம் பதிப்பின் முன்னுரை

பாரதப் பண்பாட்டினுடைய வேத ஞானத்தின் ஒளிக்கோபுரம் என்று எக்காலத்திலும் எல்லோராலும் அழைக்கப்படும் அபூர்வ ஆளுமையான சுவாமி விவேகானந்தர், முப்பத்தொன்பது வயதும் ஐந்து மாதங்களும் இருபத்தி மூன்று நாட்களும்தான் இந்தப் பூமியில் வாழ்ந்திருந்தார். உலகம் அவ்வளவு வேகமாக இயங்காத பத்தொன்பதாம் நூற்றாண்டின் இறுதிக் காலத்தில், மிக அபாயகரமான வழிகளினூடாகச் சுவாமி விவேகானந்தர் பாரதம் முழுவதும் பயணித்ததோடு பல வெளிநாடுகளுக்கும் பயணித்துள்ளார். பாரதச் சிந்தனைகளின் உள்ளார்ந்த தத்துவங்களைச் சிகாகோவில் நடைபெற்ற பல்சமய மாநாட்டிற்கு எடுத்துக்கொண்டுச் செல்வதற்கும், அதீத கவனத்தோடு அவற்றை எடுத்துச் சொல்வதற்கும் அவரால் முடிந்தது.

அப்பாவான விஸ்வநாத தத்தனின் பகுத்தறிவுச் சிந்தனையும் அறிவுக் கூர்மையும், தாத்தாவான துர்க்கா சரணனின் ஆன்மிக ஞானமும் நரேந்திரனின் ஆளுமைக் குணத்தை மேன்மையடையச் செய்வதற்குத் தூண்டுதலாக இருந்திருக்க வேண்டும். இளம்பருவத்தில் பகுத்தறிவையும், உண்மையைத் தேடிக்கண்டடைய வேண்டுமென்ற ஆர்வத்தையும் வெளிக்காட்டிய நரேந்திரனின் அறிவுக்கு அப்பாற்பட்டுத் திகழ்கின்ற ஆன்மிக அனுபூதியை அனுபவமாக்கிக் கொடுக்க, குருநாதரான ஸ்ரீராமகிருஷ்ண பரமஹம்சரால் முடிந்திருந்தது. தன்னுடைய சிஷ்யனின் பகுத்தறிவுச் சிந்தனையை இயன்ற அளவு விரிவடையச் செய்து, அறிவுக்கு அப்பால் அவனை அழைத்துச்செல்ல வேண்டியிருக்கிறது என்று குருவுக்குத் தெரிந்திருக்கலாம்.

சாதி, மத, தேச வேறுபாடுகளின்றிப் பாரத மக்கள் சுவாமி விவேகானந்தரை ஏற்றுக்கொள்கிறார்கள் என்றாலும், தியாகத்தில் நிறைந்த அந்த மகத்தான வாழ்க்கையையும்,

VII

பயணங்களையும் ஆழமாகத் தெரிந்துகொள்ள பெரும்பான்மையான வாசகர்களும் முன்வரவில்லை. சுவாமியின் வாழ்க்கைப்பாதை மிகவும் துன்பங்கள் நிறைந்தது. பட்டினியும் வறுமையும் நோய்களும் கஷ்டங்களும் நிறைந்த அந்த வாழ்க்கையில் ஏராளமான வேதனைகளை அனுபவிக்க நேரிட்டது. ஆனால், ஆத்ம பலம் என்ற ஒன்றைக் கொண்டு மட்டும் சுவாமி எல்லாவற்றையும் எதிர்கொண்டு முன்னேறினார். தன்னைச் சுற்றியுள்ள மனிதர்களின் கவலைகளைப் பார்த்ததோடு, தெய்வத்தைச் சரணடைவது மட்டுமே இந்த உலகத்தில் உண்மை என்பதை அவர் அறிந்துகொண்டார்.

அந்த மகத்தான வாழ்க்கையையும் பயணங்களையும் நாவல் வடிவத்திற்குக் கொண்டு வரவேண்டுமென்பது மிகவும் கடினமான பணியாக இருந்தது. ஆனாலும் நாவல் வாசிப்பு இரசனையின் வழியே சுவாமி விவேகானந்தரின் வாழ்க்கையும் உபதேசங்களும் வாசகர்களைச் சென்று சேரும் என்ற சிந்தனையில் இருந்துதான் இந்த நாவல் பிறவி எடுத்தது. ஆனால், மிகவும் மகிழ்ச்சியடையச் செய்தது எதுவெனில், முதல் பதிப்பு வெளிவந்த உடனே கேரளத்தில் ஸ்ரீராமகிருஷ்ண மடங்களும் ஸ்ரீசாராதா மடங்களும் அங்குள்ள சந்நியாசி - சந்நியாசினி சமூகமும் விவேகானந்தா இயக்கங்களும் இந்தப் புத்தகத்தை அன்போடு ஏற்றுக்கொண்டார்கள் என்பதுதான்; அதுமட்டுமல்ல ஏராளமான பிற வாசகர்களும் இதனை ஏற்றுக்கொண்டனர். அதற்கான நன்றியை நான் இங்கே தெரியப்படுத்துகிறேன். 2018இல் சிறந்த பத்துப் புத்தகங்களில் ஒன்றாக 'விவேகானந்த'த்தை தேர்ந்தெடுத்த 'ஆகாசவாணி'க்கும், எம். கெ. ஹரிகுமார் அவர்களுக்கும் நன்றியைத் தெரிவித்துக்கொள்கிறேன்.

பெருமதிப்பிற்குரிய வாசகர்களின் முன்னால் 'விவேகானந்த'த்தின் இரண்டாம் பதிப்பைப் பணிவோடு சமர்ப்பிக்கிறேன்.

எஸ். சுஜாதன்

மொழிபெயர்ப்பாசிரியர் முன்னுரை

விவேகானந்தரின் வாழ்க்கை வரலாறு, எஸ். சுஜாதன் அவர்களால் 'விவேகானந்தம்' என்னும் புதினமாகப் புனையப்பெற்றுள்ளது.

ஒரு முழுமையான சந்நியாச வாழ்க்கையைத் தேர்ந்தெடுத்துப் பயணிக்கும் விவேகானந்தர், ஸ்ரீராமகிருஷ்ண பரமஹம்சரின் சீடராகி அத்வைதச் சிந்தனையில் மூழ்கித் தன் குரு மறைந்த பிறகு, அவரின் வாக்கிற்காக இந்து மதத்தைப் புதுப்பிக்கும், பரப்பும் நோக்கோடு கயாவில் இருந்து தனது சுற்றுப்பயணத்தைத் தொடங்குகிறார்.

பாரதம் மட்டுமன்றி உலகமெல்லாம் பயணித்து, பல்வேறு மக்களையும் அவர்களது வாழ்க்கை முறைகளையும் கண்ட விவேகானந்தரது உள்ளத்தில் 'பாரத' மண்ணின் மீதான மதிப்பும் ஆதரவும் எப்பொழுதும் உயர்ந்த நிலையிலேயே இருந்தது; அவ்வாறே பாரத மக்களின் மீதான அன்பும்.

தனது சிந்தனையில் நிலைகொண்டிருக்கும் பாரதத்தைக் குறித்த பிம்பத்தை மீட்டெடுக்க, தான் பயணித்த வழிகளிலெல்லாம் விதைகளைத் தூவிச்சென்றார். பாரதத்தின் மீதான மேலைநாட்டவர்களின் சிந்தனைகளில் சிறிதளவாவது மாற்றத்தை ஏற்படுத்த முயன்றார்; பாரதத்தின் அடையாளமாக மேலைநாடுகளில் ஒளிர்ந்து நின்றார்.

விவேகானந்தர், இந்து மதத்தின் அடையாளமாக, சனாதனப் பண்பாட்டின் அடையாளமாக இப்புதினத்தில் இருக்கிறார். அதேசமயம் சனாதனப் பண்பாட்டில் உள்ள சாதிய வேறுபாடுகளைக் களைய வேண்டும் என்ற விவேகானந்தரின் உரத்த குரலும் இப்புதினத்தில் கேட்கிறது. சாதியப் பாகுபாடற்ற இந்தியச் சமூகத்தை, ஆன்மிகத்தை, மதங்களுக்கு இடையிலான சமத்துவத்தை விரும்பும் ஆன்மிக வாதியான விவேகானந்தரின் வாழ்க்கை வரலாற்றினைப் புதின வடிவில் இலக்கிய வாசிப்பு உலகிற்குள் கொண்டுவந்த எஸ். சுஜாதனின் எழுத்துப் பணி வரவேற்கத்தக்கதாகும். அவ்வகையில், அவரது எழுத்துக்களின்

ஆன்மா சிறிதும் குறைவுபடாமல் தமிழ் இலக்கிய வாசகத் தளத்திற்கு இப்புதினத்தைக் கொண்டுவர முயற்சித்துள்ளேன்.

இந்த மொழிபெயர்ப்பில் எனக்குத் துணைநின்ற மொழிபெயர்ப்பாசிரியர் குளச்சல் யூசுப், 'பெயல்' ஆய்விதழின் முதன்மை ஆசிரியர் மோ. செந்தில்குமார் (தமிழ் உதவிப்பேராசிரியர், அரசு கலைக்கல்லூரி, கோயம்புத்தூர்) ஆகிய இருவருக்கும் நன்றி கூறக் கடமைப்பட்டுள்ளேன். இந்நூலை வெளியிட்ட காவ்யா பதிப்பகத்திற்கும் நன்றி.

முனைவர் ப. விமலா

பதிப்புரை

விவேகானந்தர் ஓர் ஆன்மீக வழிகாட்டி. இந்து மதத்தின் அர்த்தங்களையும் ஆழங்களையும் இந்தியா மட்டுமன்று உலகமே அறியும்படிச் செய்தவர். அத்துடன் அதன் அழுக்கையும் வெளுக்க முனைந்தவர். இவரது வாழ்க்கை அனைவர்க்கும் ஒரு பாடம். அதனைப் படமாகத் (நாவலாக) தீட்டியுள்ளார் திரு. சுஜாதன். அதனைச் சிறப்பாகத் தமிழாக்கம் செய்துள்ளார் முனைவர் ப.விமலா.

விவேகானந்தருக்கும் தமிழுக்கும் நிறைய தொடர்புண்டு. அவரை மதுரைத் தமிழ்ச் சங்கம் வைத்த தமிழ்ச் சேதுபதி பாண்டித்துரை தேவர்தான் அமெரிக்காவிற்கு அனுப்பி வைத்தார். மகாத்மாவிற்கு பின்னர் இவருக்குத்தான் குமரி முனையில் மண்டபம் அமைக்கப்பட்டது. இப்போது இவர் நாவலாக தமிழுக்குள் வருகிறார். வரவேற்போம்.

விவேகத்துடனும் ஆனந்தத்துடனும்
காவ்யா சண்முகசுந்தரம்

ஒன்று

கங்கை நதி அமைதியாக ஓடிக்கொண்டிருக்கிறது. நதிக்கரையிலுள்ள பேலூர் கிராமத்தின் பூங்காவனத்தில் அமர்ந்து கொண்டு, கங்கையின் அதிஅற்புதமான அழகைக் கண்குளிரக் காணமுடிகிறது. புண்ணிய நதியின் அன்பையும் காதலையும் நுகர்ந்துகொண்டு தாய்மடியைப் போன்று பூங்காவனம் மேற்குக் கரையில் பச்சை விரித்துக் கிடக்கிறது. நதியின் மிக அமைதியான இக்கரையில் எனது ஓய்வுக் காலத்தின் மணி முழங்கிக் கொண்டிருக்கிறது.

மடத்தை ஆலம்பஸாரிலிருந்து கங்கைக்கரைக்கு மாற்றி அதிக நாட்களாகவில்லை. முதல்முறையாக இங்கிலாந்திலும் அமெரிக்காவிலும் சுற்றித் திரிந்துவிட்டுத் திரும்பி வந்தபோது மடம் ஆலம்பஸாரில்தான் இருந்தது. கல்கத்தா நகரம் தந்த எழுச்சி நிறைந்த அன்பு வரவேற்பினை ஏற்றுக் கொண்டு அன்று நேராகச் சென்றது ஆலம்பஸாருக்குத்தான்.

காலத்தின் கூர்மையான பற்களினால் இயலாமையை அனுபவிக்கும் ஒரு ஓட்டுக் கட்டிடத்தில்தான் மடத்தின் செயல்பாடுகள் நடந்துகொண்டிருந்தன. ஆங்காங்கே வெடித்துள்ள சுவர்களில், இருட்டின் சிறிதும் பெரிதுமான விரிசல்களை நன்கு காணமுடிந்தது. கறுத்து, நீண்ட முடியிழைகளைப் போன்று அவை கண்களுக்கு அசௌகரியத்தை ஏற்படுத்திக் கொண்டிருந்தன.

பெயரத் தொடங்கியிருந்த மண்தரையோடுகளின் மீது, கால்பாதங்கள் பதிந்தபோது அவை துடித்துக்கொண்டே வழுக்கிச் சென்றன. கரையான் தின்றுகொண்டிருந்த ஜன்னல்களும் வாயில்களும் எந்த நிமிடமும் சுவரில் இருந்து கழன்றுவிடும் என்று தோன்றியது.

ஆலம்பஸாரின் அந்தக் கட்டிடத்தில் பேய்த் தொந்தரவுகள் உண்டென்று சிலர் சொல்லிக் கொண்டிருந்தனர். அங்கு தங்கியிருந்தவர்கள் பலரும் அதை நம்பியிருந்தனர். அவர்கள் ஓரளவு பயத்துடன்தான் தொடக்க காலங்களில் அங்கு இரவைக் கழித்திருந்தனர்.

நடுஇரவின் ஏகாந்த யாமங்களில் சில அசரீரிகளையும் மணியோசைகளையும் அவர்கள் கேட்டிருக்கிறார்களாம்! ஆயினும், கொஞ்ச நாள் கழிந்தபோது அது கேட்காமல் போனது. சந்நியாசிகளின் தொடர்ச்சியான பஜனைகளையும் தியான அதிர்வலைகளையும் பெற்ற பேய் இல்லம் தாமதியாமல் குருநாதர் பெயரிலுள்ள புனிதத்தலமாக மாறிப்போனது.

ஆலம்பஸாரில் வாழ்ந்துகொண்டிருக்கும்போது ஒரு பக்த குழுவினர், காசிபுரத்திலிருந்து அங்கு வருவார்கள்.

“சுவாமிஜி, காசிபுரத்திலுள்ள பூங்காவனத்தை நமக்கு ஒரு புனிதப் பயணத் தலமாக ஆக்க வேண்டும்” விக்ரம் பட்டாசாரியா சொன்னார்.

அவர்தான் காசிபுரத்திலுள்ள ஸ்ரீராமகிருஷ்ண பக்தர்களின் தலைவர். அவரின் தலைமையில் அங்கு நிறுவ எண்ணியது கம்பீரமான ஒரு பூங்காவன பங்களா. மனோகரமான அந்தப் பங்களாவில் மடத்திற்கு வேண்டிய எல்லா முன்னேற்பாடுகளையும் அவர்கள் செய்திருந்தனர். மடத்தைப் பூங்காவன பங்களாவிற்கு மாற்றவேண்டும் என்று தொடர்ச்சியாக அவர்கள் கட்டாயப்படுத்திக் கொண்டிருந்தனர்.

மடத்தை மாற்றி நிறுவுவதன் முன்னோட்டமாக, ஆலம்பஸாரிலிருந்து காசிபுரத்திற்கு அவர்கள் இடையிடையே பயணம் மேற்கொள்வர். விக்ரமும் குழுவும் மனதிற்கிதமான

சூழலைப் பூங்காவன பங்களாவில் உருவாக்கியிருந்தார்கள். இருந்தாலும் மடத்தின் தலைமையகமாக ஆலம்பஸார்தான் தொடர்ந்து கொண்டிருந்தது.

பூங்காவன பங்களாவில் சாயுங்கால வேளைகளில் பக்தர்களோடு சேர்ந்து பஜனைகளில் மூழ்குவது எல்லாருக்கும் புத்துணர்ச்சியை அளித்தது. உரையாடல்களும் சிறிய சொற்பொழிவுகளுமாகப் பங்களாவில் நல்ல மனிதர்களைக் கொண்ட தார்மீகமான சூழல் உருவாகியது. பக்தரின் முகங்களில் சந்தோசம் நிறைந்திருப்பதைக் காணும்போது குருநாதரின் முகம் மனதில் தோன்றும்.

பூங்காவனத்திற்கு மடத்தை முழுமையாக மாற்றி நிறுவியது என்ன ஆனாலும் காலத்திற்குப் பொருத்தமானதாகவே அமைந்திருந்தது. பிரச்சாரச் செயல்பாட்டு நிகழ்வுகளைச் சிஷ்யர்களிடம் ஒப்படைத்து முடித்தபோதுதான், ஒரு பெரிய சுமையை இறக்கி வைத்ததுபோல மனது ஆசுவாசத்தில் மூழ்குவது தெரிந்தது.

குருநாதர் ஓய்வெடுக்கும் பஞ்சவடியில் இனியுள்ள நாட்களைச் செலவிட மனது எண்ணுகிறது. கங்கை நதியின் குளிர்காற்றைப் பெற்றுக்கொண்டே பஞ்சவடிக்கு முன்பிருந்து ஆழ்ந்த தியானத்தில் மூழ்க வேண்டும்!

என்னுடைய தனிமைக்கு இடையூறு ஏற்படுத்துவதற்காகச் சிஷ்யர்கள் யாரும் இப்போது அருகில் வராமலிருக்க வேண்டும் என்று எண்ணிக்கொண்டே கங்கை நீர்ப்பரப்பினூடே கண்களைச் செலுத்தினேன். கிழக்குக் கரையைத் தாண்டி மரங்களுக்கு இடையினூடாகச் சூரியனின் சிவந்த கதிர்கள் எட்டிப் பார்த்தன. ஒவ்வொரு சின்னசின்னக் காரியங்களுக்காகவும் ஆலோசனைகள், அபிப்ராயங்கள், அனுமதி என சிஷ்யர்கள் யாராவது தொடர்ந்து வந்துகொண்டே இருந்தார்கள்.

எதற்கும், யாவற்றிற்கும் அவர்களுக்கு என்னுடைய அபிப்ராயங்களும் அனுமதியும் வேண்டும். உலகமெல்லாம் சுற்றித்திரிந்ததன் களைப்பு உடம்பில் நிறையவே உண்டு;

மனதிலோ எல்லாவற்றினோடும் ஓர் அலட்சிய உணர்வும். திரும்பத் திரும்பச் செய்யப்பெறுவதால் வரவேற்புகளும் சனக்கூட்டங்களும் சலிப்பை உண்டாக்கத் தொடங்கியிருக்கின்றன.

மேற்கத்திய நாடுகளில் உள்ள சுற்றுப்பயணத்தைப் பூர்த்தியாக்கி, கொழும்பு வழி மதராஸ் (சென்னை) நகரத்திற்கு வந்தபோது மக்களின் உணர்ச்சியும் வரவேற்புக் கூட்டநெரிசலும் மோசமான நெருக்கடியைத் தந்தன. மதராஸ் நகரத்திலிருந்து கல்கத்தாவிற்கான பயணத்தைக் கப்பலிற்கு மாற்றியது நல்லதாயிற்று. இரயிலிலாக இருந்திருந்தால் ஒவ்வொரு ஸ்டேசனில் வரும்போதும், ஆட்களின் உணர்ச்சிக்கொந்தளிப்பிற்கு இரையாக நின்று கொடுத்திருக்க வேண்டும். அவர்களுக்கு அதொரு உற்சாகமும் கொண்டாட்டமுமாக இருக்கும். ஆனால், எனக்கு அதிலொன்றும் ஆர்வம் இல்லாமலாகியிருக்கிறது.

"சுவாமிஜி, நான் உங்களைத் தேடி பூங்காவனத்தின் கடைசிவரை சென்றிருந்தேன். ஆனால், இங்கே கங்கைக்கரையில் இருப்பீர்கள் என்று நினைக்கவில்லை"

சிஷ்யகோடிகளில் ஒருவர் எதிர்பாராது முன்னால் வந்தார்: நித்யானந்தா; ஒப்புநோக்கின் சுறுசுறுப்பான சிஷ்யன். இனிச் சந்தேகங்களின் கங்கைப்பெருவெள்ளம்தான்!

கங்கையில் அலைகள் தவழுவதைப் பார்த்து வெறுமனே புன்னகைத்தேன். அது அவனுக்கான பதிலாக இருந்தது.

இரண்டு

சிஷ்யனின் முகத்தில் மகிழ்ச்சியின் பிரகாசத்தைக் கவனித்தேன். அவனுக்கு என்னை இடையிடையே வந்து பார்க்கவேண்டும் என்பது பிடிவாதமாக இருந்தது. மடத்தின் முன்னேற்றத்துக்கான செயல்பாடுகளைக் குறித்த ஆவலும் அக்கறையும் உற்சாகமும் அவனிடம்தான் அதிகமாக இருந்தன.

மெதுவாக மணல்பரப்பிலிருந்து எழுந்தேன். சிஷ்யனையும் கூட்டிக்கொண்டு கங்கைக்கரையினூடாகப் பூங்காவனத்தின் தெற்குப் பகுதியை நோக்கி நடக்கத் தொடங்கினேன். ஏராளமான மரங்கள் நிறைந்த சோலையாக இருந்தது பூங்காவனம். கோங்கும் வாகையும் பெருங்கள்ளியும் அவற்றிலுண்டு. வேம்பும் சரக்கொன்றையும் பூமருதும் மேற்குப் பாகத்தில் தலை நிமிர்ந்து நிற்கின்றன. ஆனால், மரங்களில் பலவற்றையும் வெட்ட நேரிடுமே என்று எண்ணும்போது மனதில் வேதனை முளைவிட்டது.

சிஷ்யனிடம் கனிவாகக் கேட்டேன்:

"கல்விச்சாலையின் பணி எந்த அளவிற்கு முடிந்துள்ளது?"

பதில் உடனே வந்தது:

"நடந்து கொண்டிருக்கிறது சுவாமிஜி. அடுத்த ஆண்டு நிறைவு செய்துவிட முடியும்"

கட்டுமானங்களுடைய முழுப் பொறுப்பும் அவனுக்குத்தான். ஒவ்வொன்றையும் நேர்த்தியாகக் கணக்கிட்டு வைத்திருக்கிறான். புரோகிரஸ் சார்ட் அடங்கிய ஒரு பெரிய டயரி எப்போதும் அவன் கையில் இருக்கும்.

"கல்விச்சாலையில், தத்துவச் சாஸ்திரங்களும் தர்ம சாஸ்திரங்களும் பக்தி சாஸ்திரங்களும் காவியங்களும் எல்லாம் சொல்லித் தரவேண்டும். கூடவே ஆங்கில மொழியில் மாணவர்களுக்குச் சிறந்த பயிற்சியையும் அளிக்க வேண்டும். பண்டைக் காலத்தின் உண்டுஉறைவிடப் பள்ளிக்கூடத்தைப் பற்றி நீ கேள்விப்படவில்லையா? அவ்வாறு இருக்கட்டும்."

சிஷ்யன் அவசரமாகத் திரும்பி என்னுடைய முகத்தைப் பார்த்தான். உண்டுஉறைவிடப் பள்ளிக்கூடம் என்று கேட்டபோது அவனிடம் சந்தேகத்தின் அலைகள் எழும்பியிருக்கலாம். அதுதான் அந்தப் பார்வையின் பொருள்.

அதைக் கவனித்ததை வெளியே காட்டாமல் தொடர்ந்தேன்:

"பிரம்மச்சரிகளான மாணவர்கள் அங்கு தங்கிப் படிக்கட்டும். அவர்களுக்கு வேண்டியதெல்லாம் மடத்திலிருந்து கொடுப்போம்"

ஒரு நிமிடம் கங்கையை நோக்கி மீண்டும் கண்களைத் திருப்பினேன். நதியில் அலைகள் தியானம் செய்வதாகத் தோன்றியது. அந்தளவிற்கு அமைதியாக இருந்தது கங்கை. என்னுடைய ஒவ்வொரு வார்த்தைக்காகவும் சிஷ்யன் காது கொடுத்து நிற்பதை அறிந்தேன். அவனுடைய சந்தேகத்தைத் தீர்ப்பதற்காக ஒவ்வொன்றையும் சொல்லிக்கொண்டே நடந்தேன்.

"குழந்தைகளின் மனது உண்மையை எளிதில் ஏற்றுக்கொள்ளும். அவர்களுடைய மனதில் காலம் கொண்டுவந்து தள்ளுகின்ற அழுக்கும் களங்கமும் இல்லை. அதனால் சரியான கல்விப் பயனும் அவர்களுக்குக் கிடைக்கும். வளர்ந்த பின் உரமிட்டு எந்தப் பயனும் உண்டாவதில்லை!

சிஷ்யன் தலையாட்டுகிறான். என்னோடு சேர்ந்து நடப்பதும் பேசிக்கொண்டிருப்பதும் அவனுக்கு மிகுந்த மகிழ்ச்சியைத் தருகிறது.

"ஐந்து வருடக் கல்விக்குப் பிறகு இந்தப் பிரம்மச்சரிகள் விரும்பினால் அவர்கள் தங்களது வீடுகளுக்குத் திரும்பிப் போகலாம். இங்கேயே தொடர வேண்டுமெனில் மடத்தின் அனுமதியோடு சந்நியாசத்தையும் மேற்கொள்ளலாம். நற்குணங்கள் இல்லாதவர்களை வெளியேற்ற மடத்திற்கு அதிகாரம் உண்டு."

நதிப்பரப்பினூடாக ஒரு சிறிய தோணி செல்வதைப் பார்த்தேன். கங்கை ஓடிவருவதைக் காட்டுவது போல அது தெற்கை நோக்கிச் சென்றது. தோணியின் பின்பகுதியில் ஒரு பெண் உட்கார்ந்திருக்கிறாள். வயதான ஒரு பெண்ணும் ஆணும் தோணியின் நடுப்பகுதியில் இரண்டு சிலைகளைப் போலத் தலைகுனிந்து உட்கார்ந்திருக்கிறார்கள்.

சிஷ்யனைத் திரும்பிப் பார்த்துக்கொண்டு சொன்னேன்:

"ஜாதியோ மதமோ வருணமோ இங்கு கல்வி பெறுவதற்கு ஒருபோதும் தடையாக இருக்கக்கூடாது. இந்த விசயத்தில் எதிர்ப்பு உள்ளவர்கள் இங்கு வரவேண்டியதில்லை. ஆனால் சொந்த ஜாதி, மத சம்பிரதாயங்களைக் கடைபிடிக்க வேண்டுமென்ற பிடிவாதம் உள்ளவர்களுக்குக் கல்வி மட்டுமே இங்கு கிடைக்கும். தங்குமிடம், உணவு ஆகியவற்றை அவர்களே சொந்தமாக ஏற்பாடு செய்துகொள்ள வேண்டும். இங்கிருந்து கல்வியும், பயிற்சியும் கிடைக்காதவர்களுக்கு இம்மடத்தின் சந்நியாச தீட்சைக்கு உரிமை இல்லை"

எதிர்பார்த்திருந்தது போலவே இறுதியில் சிஷ்யனின் சந்தேகம் வெளிப்பட்டது:

"பழைய காலத்தைப் போலக் குருகுல பிரம்மச்சரிய முறையையும் அதனுடைய கொள்கைகளையும் மீண்டும் நாட்டில் நடைமுறைப்படுத்த வேண்டுமென்பதுதான் சுவாமிஜியின் எண்ணமா?"

கொஞ்சமும் தாமதிக்காமல் உரத்தக் குரலில் பதில் அளித்தேன்:

"ஆமாம். பழைய நிலைதான் நல்லது. இப்போதுள்ள கல்விமுறையில் இறையியல் (Theology) கல்வியை அறிந்துகொள்ள ஒரு வழியும் இல்லை. பழைய காலத்தைப்போலவே மீண்டும் பிரம்மச்சரிய முறையைத் தொடங்க வேண்டியிருக்கிறது. அதற்கான அஸ்திவாரத்தை இப்போதே விசாலமான அடித்தளத்தில் இடவேண்டும்; காலத்திற்கேற்பப் பல மாற்றங்களையும் அதில் உட்படுத்த இயலும் வகையில்."

புண்ணிய நதியின் கரையில் நடக்கும்போது உற்சாகம் அதிகரிப்பதை உணர்ந்தேன். சிஷ்யனும் கூடுதல் உற்சாகத்துடன் காணப்பட்டான். கங்கை நீரைத் தொட்டு வருகின்ற குளிர்காற்றினால் மேலங்கி பறப்பதை இடையிடையே சரிசெய்துகொண்டே சொன்னேன்:

"மடத்தின் தெற்குப் பாகத்திலுள்ள நிலத்தைக்கூட நமக்கு வாங்கவேண்டும். அங்கு உணவுச்சாலையும் சேவாசிரமமும் கட்டவேண்டும். ஏழ்மையானவர்களையும் துயரப்படுபவர் களையும் மனதில் எண்ணிக்கொண்டுள்ள செயல்பாடுகளின் தலைமையிடமாக உணவுச்சாலை மாறவேண்டும். குருநாதரின் பெயரில்தான் அந்த உணவுச்சாலையைக் கட்டவேண்டும்."

"அதற்கான பணவசதி நமக்குக் கிடைக்குமா?"

"சிறிய ஒரு உணவுச்சாலையை முதலில் தொடங்கலாமல்லவா... பணவசதிக்கேற்பப் பின்பு அதனைப் பெரிதாக்கலாம். உற்சாகத்தோடு கூடிய பிரம்மச்சரிகளுக்கு அதற்காக நாம் தனியே பயிற்சி கொடுக்கவேண்டும். அவர்கள் உணவுச்சாலையின் செயல்பாடுகளை முன்னின்று நடத்தட்டும். இதற்கு வேண்டிய பணத்தை அவர்கள் சொந்த முயற்சியில் திரட்டவேண்டும். தானம் பெறுவதற்காக அவர்களை நாம் வெளியே அனுப்பலாம்."

ஒரு நிமிடம் நிறுத்திவிட்டு மெல்லத் தொடர்ந்தேன்:

"ஒவ்வொரு மாணவனும் உணவுச்சாலையில் ஐந்து ஆண்டுகள் பயிற்சி எடுக்கட்டும். அதன் பிறகே கல்விச்சாலையில் அவர்களைச் சேர்க்கமுடியும். கல்விச்சாலையில் ஐந்து ஆண்டுகள். இரண்டும் சேர்த்துப் பத்து ஆண்டுகளை வெற்றிகரமாக நிறைவுசெய்தால், சந்நியாசம் மேற்கொள்ள விருப்பம் உள்ளவர்கள் இங்கே தொடரலாம்."

"எல்லா மாணவர்களுக்கும் இது பொருந்துவதாக இருக்குமா...?"

சிஷ்யனின் முகத்தைநோக்கி உரத்த குரலில் சொன்னேன்:

"இல்லை. மடத்தின் தலைமை குருவிற்கு இந்தச் சட்டத்தை மீற அதிகாரமும் சுதந்திரமும் உண்டு. நல்ல குணங்களையுடைய பிரம்மச்சரிகளுக்குத் தகுதியுண்டு என்று மட அதிகாரி கருதினால் எப்போது வேண்டுமென்றாலும் சந்நியாச தீட்சை கொடுக்கலாம்."

ஒரு சிறு புன்னகையோடு சிஷ்யனை நோக்கி, தொடர்ந்து சொல்லி முடித்தேன்:

"இவையெல்லாம்தான் என்னுடைய மூளையில் உதித்த விசயங்கள். இனி உங்களுக்கு விருப்பமானதையெல்லாம் நீங்கள் தேர்ந்தெடுக்கலாம். அதற்கான சுதந்திரம் உங்களுக்கு உண்டு."

சிஷ்யன் என்னுடைய முகத்தை உற்றுப் பார்த்துக்கொண்டிருக்கிறான். தொடர்ந்து ஒரு கேள்வி:

"மடத்தில் இந்த மூன்று கிளைகளை நிறுவுவதன் காரணத்தைத் தெரிந்துகொள்ள ஆர்வமுண்டு. அதைக்கூட விளக்க இயலுமா...?"

"உனக்குப் புரியவில்லையா...? முதலில் அன்னதானம்; அடுத்து கல்விதானம். மூன்றாவது, உண்மையை அறிந்துகொள்ளும் அறிவொளி தானம். இந்த மூன்று படிகளையும் ஒருங்கிணைத்துக் கொண்டுதான் மடத்தின் செயல்பாடுகளை முன்னோக்கி எடுத்துச்செல்ல வேண்டும்."

"அன்னதானத்திற்காக முயற்சித்து முயற்சித்துப் பிரம்மச்சரிகளின் மனதில் பிறருக்கு உதவும் இரக்கக்குணம் தோன்றவேண்டும். கருணையும் சக உயிர்களிடத்திலான அன்பும் வளர வேண்டும். 'சிவ புத்யா ஜீவ ஸேவா' என்று நீ கேட்டதில்லையா...? அப்படியொரு உணர்வு அவர்களில் முதலில் தோன்றவேண்டும். அதன்வழியே அவர்கள் மனது குற்றமற்றதாக ஆகவேண்டும். குற்றமற்ற மனதில் சாத்வீக குணம் பிரகாசிக்கத் தொடங்கும். அது பிரகாசித்தால் பிரம்மச்சரிகள் மெய்ப்பொருளை அறிவதற்கான தகுதியைப் பெற்றுவிடுவார்கள். சந்நியாச வாழ்க்கையின் நுழைவிற்கும் அவர்கள் தகுதி பெறுவர்."

"உணவுச்சாலையும் சேவாசிரமமும் என்ற சுவாமிஜியின் சிந்தனை எனக்குப் பிடித்திருக்கிறது."

அதைச் சொல்லும்போதே அவனுடைய முகம் மலர்வதைக் கவனித்தேன். சிஷ்யனிடம் விளக்கமாகக் கூறினேன்:

"சேவாசிரமம்தான், உணவுச்சாலை சேவகர்களின் தங்குமிடம். உணவுச்சாலையின் தெற்குப் பாகத்தில் கங்கை நதிக்கரையில் சேவாசிரமம் கட்ட வேண்டும். அங்கு காற்றும் வெளிச்சமும் நன்றாகக் கிடைக்கக்கூடிய அறைகள் இருக்கவேண்டும். சிறிய சிறிய அறைகளே போதும். ஒவ்வொரு அறையிலும் இரண்டு பேருக்கான படுக்கைகள் வேண்டும்; அதிகமானால் மூன்றுபேர். அவர்களுக்குத் தூய்மையான, நேர்த்தியான ஆடைகளைக் கொடுக்க வேண்டும்; மருத்துவச் சேவையையும் கொடுக்க வேண்டும்."

நடந்து நடந்து பூங்காவனத்தின் தெற்குப் பகுதிக்கு வந்து சேர்ந்திருக்கிறோம். மரங்கள் அடர்ந்த பகுதி அது. அவற்றிற்கிடையில் ராஜாவினைப் போல ஒரு பெரிய ஆலமரம் பரந்து விரிந்து நிற்கிறது. மரங்களற்ற ஒரு மூலையில் மருக்கொழுந்தும் நிலச்சுருங்கியும் வெட்சியும் தங்களின் சாம்ராஜ்யத்தை நிலைநிறுத்தியுள்ளன. ஒரு வேப்பமரத்தில்

சாய்ந்து நின்றுகொண்டு சிஷ்யனைத் திரும்பிப் பார்த்தேன். இனி என்ன சொல்லப் போகிறார் என்ற தோரணை அவன் முகத்தில் தெரிந்தது.

"சேவாசிரமம் உணவுச்சாலையின் பாகமாகச் செயல்படட்டும். உணவுச்சாலையில் எந்த நிமிடமும் ஒரு மந்திரம் கேட்டுக்கொண்டே இருக்கும். அந்த மந்திரம் இதுவாக இருக்க வேண்டும் என்பது என்னுடைய எண்ணம்".

சிஷ்யன் குறுக்கிட்டுப் பேசினான்.

"ப்ரம்மார்ப்பணம் ப்ரம்மஹவிர் என்று தொடங்கும் கீதை சுலோகமல்லவா சுவாஜி...?"

"இல்லை. அந்த மந்திரம் இதுதான்: தீயதாம், நீயதாம், பூஜ்யதாம். அதாவது பகிர்ந்துகொடு, எடுத்துச் செல், உண்..."

சிஷ்யன் ஆச்சரியம் நிறைந்த கண்களோடு உற்று நோக்கினான். கடல்தாண்டித் திரும்பி வந்தபோது என்னுடைய மொழி மாறிவிட்டதோ என்ற சந்தேகம் அந்தக் கண்களில் தென்பட்டது.

கங்கையைப் பார்த்துக்கொண்டே சொல்லி முடித்தேன்.

"சாதம் வடித்த சுடுநீர் சென்று விழும்போது கங்கை நதி ஒரு பாற்கடலாக மாறும்!"

சிறிதுநேர மௌனத்திற்குப் பிறகு பூங்காவனத்தின் தென்மேற்குப் பகுதியில் தென்பட்ட ஒரு குடிலை நோக்கி விரலை நீட்டிக் கேட்டேன்:

"அந்தப் பூமருதிற்கு இடையே காணும் குடிலை நீ கவனித்ததுண்டா...?"

கல்விச்சாலையின் பணி நடைபெறும் இடத்தைத் தாண்டி சிஷ்யன் தனது கண்களைச் செலுத்தினான். அங்கே பழமையானதொரு வள்ளிக்குடிலின் பாகத்தை மரங்களுக்கிடையே அவனால் காணமுடிந்தது.

"அந்த வள்ளிக்குடிலின்[1] அருகே நேற்றும் நாங்கள் சென்றிருந்தோமல்லவோ சுவாமிஜி. ஏதோவொரு மகரிஷி முன்காலத்தில் தவம் செய்திருந்த குடில் அது என்று அங்கிருந்தவர்கள் சொன்னார்கள்"

"அது சரியாக இருக்கலாம். நமக்கு அங்கேதான் சந்நியாசிகள் தங்குவதற்கான கட்டிடங்களைக் கட்டவேண்டும். வீட்டுமனைகளின் நடுவே ஆராதனைக்கும் பஜனைக்கும் உரையாடலுக்கும் வேண்டிய யாகசாலை உயர்ந்து நிற்கவேண்டும். மடத்தின் முக்கியத் தலைமையகம் அங்குதான் இருக்கும்"

சாத்வீகமான ஒரு சிந்தனையின் விதை கங்கைக்கரையில் விதைக்கப்பட்டிருக்கிறது. இனி முளைத்துக் காலத்தின் குளிர்க்காற்றைப் பெற்று வளர்ந்து படரவேண்டும்!

கங்கை நதி ஓடிக் கொண்டிருப்பதைப் பார்த்துக்கொண்டே இன்னும் கொஞ்சநேரம் சிஷ்யனோடு சேர்ந்து மரக்கூட்டங்களுக்கு இடையே நின்றேன். பின்பு மெல்ல ஓய்வறையை நோக்கி நடக்கத் தொடங்கினேன்.

---

[1] கொடிகள் சுற்றிப் படர்ந்து குடில் போன்று காட்சியளிப்பது

மூன்று

கல்கத்தா நகரத்தின் வடக்குப் பகுதியிலுள்ள சிம்லா நகரம், கம்பீரமானதும் மிகப் பழமையானதுமான மக்கள் வாழிடப் பகுதியாகும். அங்குள்ள முக்கியமான தெருக்களில் ஒன்று, கௌரமோகன் முகர்ஜி தெரு.

இருபக்கமும் இரண்டடுக்குக் கட்டிடங்களால் நிறைந்திருந்தாலும் தெருவில் வாகனப் போக்குவரத்துக் குறைந்தே காணப்பட்டது. சைக்கிளும் இருச்சக்கர ரிக்ஷாக்களும் குதிரைவண்டிகளும் மட்டுமே சில வேளைகளில் அதன்வழியே மணியோசையை எழுப்பிக்கொண்டு ஓடுவதைக் காணமுடிந்தது.

கௌரமோகன் முகர்ஜி தெருவின் தெற்குப் பகுதியில் ஒரு பெரிய மாளிகை உண்டு. ராமமோகன தத்தனின் குடும்ப வீடு அது. மனைவியும் குழந்தைகளும் மட்டுமேயுள்ள ஒரு சிறிய குடும்பம் அல்ல அவருடையது. அப்பாவும் அம்மாவும் பாட்டியும் மற்றும் சில குடும்ப உறுப்பினர்களும் இரண்டு வேலையாட்களும் ராமமோகன தத்தனோடு சேர்ந்து அங்கே வசிக்கின்றனர்.

கல்வியாளர்களாகவும் இரக்கக்குணமுடையவர்களாகவும் இருந்த ஒரு உன்னதக் குடும்பத்தின் இளம்தலைமுறைக்காரராக இருந்தார் ராமமோகன தத்தன். உடல் வலிமையிலும் கல்வித் திறத்திலும் பெயர்பெற்ற ஒரு பரம்பரையைச் சேர்ந்தது அவருடைய குடும்பம். சுற்றியுள்ள மக்களின் மனங்களில் செல்வாக்குச் செலுத்துவதற்கு வேண்டிய மகத்துவத்தைத்

தங்களின் சொற்களிலும் செயல்பாடுகளிலும் அவர்கள் என்றும் கைக்கொண்டிருந்தனர்.

குடும்ப வீட்டின் கிழக்குப் பக்கமாக, மாளிகைத் தோட்டத்தின் சுற்றுமதில்களுக்கு உள்ளே ஒரு கோவிலுண்டு. தலைமுறை தலைமுறையாக வழிபாட்டுச் சடங்குகளும் சம்பிரதாயங்களும் விழாக்களும் நடத்தி வரும் அவர்களின் குடும்பக் கோவில் அது. காளிகாட் காளி கோவிலில் (கல்கத்தாவில் அமைந்துள்ளது) நடைபெறும் திருவிழாவின் முன்னோடியாக இங்கும் விழா அரங்கேறும்.

விழாக்காலத்தில் குடும்பத்திற்கு வெளியேயிருந்து வரும் உறவினர்களை வரவேற்பதற்குப் பெரிய, விசாலமான முற்றம் மாளிகையின் கிழக்குப் பாகத்தில் இருந்தது. மாளிகையின் மேலே அந்தபுரத்தில் வாழ்கின்ற பெண்கள், அங்கு அரங்கேறும் கோலாகலக் காட்சிகளை ஓவியங்கள் தீட்டப்பட்ட அலங்காரமான திரைசீலைக்குப் பின்னாலிருந்து பார்ப்பார்கள். அந்தபுரப் பெண்களை விழா நடக்கும் இடத்திற்கு இறங்கிச் செல்ல, காலங்காலமாகக் குடும்பத் தலைவர்கள் யாரும் அனுமதித்திருக்கவில்லை.

முற்றத்தில் நிற்கும் சனக்கூட்டத்திற்கு அந்தபுரப் பெண்களைப் பார்க்கவும் முடியாது. திரைச்சீலைக்கு அப்படியானதொரு வடிவமைப்பைக் கொடுத்துள்ளனர்.

மாளிகையின் வடக்கு முற்றத்தில் நின்று நகரத் தெருவை நோக்கிக் காட்சியளிக்கும் ஒரு பெரிய ஒட்டுத் திண்ணை உண்டு. இரண்டு துவார பாலகர்களின் தோற்றப் பொலிவுடைய சிற்பத்தை முன்னால் சேர்த்து அணைத்துக்கொண்டு கம்பீரமாகத் தலைநிமிர்ந்து நிற்கும் ஒட்டுத் திண்ணையைக் கடந்து சென்றால், முதலில் தெரிவது விசாலமான முகப்புப் பகுதிதான். முகப்பின் மேற்கே ஒரு பெரிய அறையும் அதன் எதிர்ப்பக்கத்தில் ஒரு தளமும் உண்டு. முகப்பிலிருந்து உள்ளே இறங்கிச் செல்லும்போது தென்படுவது நடுமுற்றம்.

நடுமுற்றத்தின் வலது பக்கத்தில் இருப்பது ஆண்களுக்கான தங்கும் அறைகள்.

நடுமுற்றத்தின் இடது பக்கத்திலுள்ள முற்றத்தோடு சேர்ந்து, நகரத்தெருவை நோக்கியவண்ணம் இரண்டு தளங்களை உடைய மாளிகையான அந்தபுரம் அமைந்திருக்கிறது. அதன் கீழ்மாடியில் அடுக்களையும் சமையலறையும்; மேல்மாடியில் பெண்கள் வசிக்கும் அறைகளும்...

"நீ இப்படி விரக்தியை முகத்தில் வைத்துக்கொண்டு எந்நேரமும் ஒரே அறையில் தனிமையில் உட்கார்ந்திருக்க வேண்டிய எந்த அவசியமுமில்லை. வாழ்க்கை சந்தோசமாக வாழவேண்டியது. உனக்கு ஒரு திருமண ஆலோசனையை நாங்கள் பார்த்து வைத்திருக்கிறோம்."

ராமமோகன தத்தன் மூத்த மகனான துர்க்கா சரணனிடம் சொன்னார். இளையமகன் காளிபிரசாத் சண்டையிடும் சுபாவம் உடையவன். அவனுடைய விசயத்தில் ராமமோகன தத்தனுக்குப் பெரிய கவலையொன்றுமில்லை. ஆனால், துர்க்கா சரணனின் விசயத்தில் அப்படி இல்லை. யாரோடும் அவன் பேசுவதற்கும் தயாராக இல்லை. அவனிடம் ஏதாவது கேட்டால் மட்டும் ஒன்றிரண்டு வார்த்தைகளில் பதில் கிடைக்கும். ஏதோவொரு துக்க உணர்வை முகத்தில் வைத்துக்கொண்டு, மௌனமாக அறையில் தனித்து இருப்பதற்குத்தான் அவனுக்குப் பிடித்திருக்கிறது.

அப்பாவின் வார்த்தைகளைக் கேட்டு துர்க்கா சரணன் முதலில் நடுங்கினான். பின்பு அப்பாவின் முகத்தைப் பாராமல், ஜன்னலின் வழியே தென்படும் தெளிந்த ஆகாயத்தைப் பார்த்துக்கொண்டே சாந்தமாகச் சொன்னான்:

"எனக்கு விரக்தி ஒன்றுமில்லை. அப்படியெல்லாம் உங்களுக்குத் தெரிகிறது."

"ஆகட்டும். உனக்கு ஒரு திருமண ஆலோசனை சரியாகி வந்திருக்கிறது. பெண் வீட்டார் நாளை இங்கு வருகிறார்கள்.

உன்னுடைய இந்த வளர்ந்த தாடியை எல்லாம் களைந்துவிட்டு சந்தோசமாக நில்"

இரண்டு மாதத்திற்கும் மேலாக வளர்ந்து நிற்கும் தாடி உரோமங்களில் விரலை ஓடவிட்ட பின் துர்க்கா சரணன் அப்பாவின் முன் எதிர்ப்பினைக் காட்டிக்கொண்டே சொன்னான்:

"திருமணத்தைப் பற்றி இதுவரை நான் சிந்திக்கவே இல்லை"

மகனின் ஆகாயப் பார்வையை மறைத்துக்கொண்டு ஜன்னலுக்கு முன்பாக வந்து நின்ற ராமமோகன தத்தன் சொன்னார்:

"துர்க்கா, நீ தாமதிக்காமல் திருமணம் செய்யவேண்டும் என்பது எங்கள் அனைவரின் விருப்பமும்; அதுமட்டுமல்ல, இந்தக் குடும்பத்தில் இப்போது ஒரு இளந்தலைமுறைக்காரியின் குறைவுண்டு"

அதைச் சொல்லும்போது ராமமோகன தத்தனின் குரலில் சிறிது கனம் குறைந்திருந்தது. அம்மா, பாட்டி ஆகியோரின் மனதிலுள்ளதையும் சேர்த்துத்தான் அப்பா பேசுகிறார் என்று துர்க்கா சரணனிற்குப் புரிந்தது. குடும்பத்தில் பெண் குழந்தைகள் பிறக்காமல் போய்விட்டதற்கு அம்மா முன்பே சொல்லி வைத்திருந்த வழிதான், ஆண் குழந்தைகளின் திருமணத்தை விரைந்து நடத்துவது என்பது.

அப்பாவோடு இப்போது வாக்குவாதம் செய்து எந்தப் பயனுமில்லை என்று துர்க்கா சரணனிற்குத் தோன்றியது. அவன் ராமமோகன தத்தனை விட்டுவிலகி நடந்தான்.

சமஸ்கிருதத்திலும் பாரசீக மொழியிலும் புலமை பெற்ற துர்க்கா சரணன் மீது அப்பாவிற்கு நல்ல மதிப்புண்டு. சட்டப்படிப்பை முடித்த மகன், தன்னுடைய வேலைகளில் உதவியாகச் சில வேளைகளிலாவது தன்னோடு கூடுவது ராமமோகன தத்தனுக்கு ஒரு ஆறுதலாக இருந்தது.

திறமைவாய்ந்த ஒரு ஆங்கிலச் சட்ட ஆலோசகரின் தனிச் செயலாளரும் நிர்வாகியும் அல்லவா ராமமோகன தத்தன்.

அப்பாவின் தொடர்ச்சியான கட்டாயத்தின் காரணமாக, இறுதியில் துர்க்கா சரணனுக்கு உடன்படவேண்டி வந்தது. திருமண வாழ்வில் கொஞ்சம்கூட ஆர்வமில்லாமல் இருந்தும் சம்மதம் சொன்னதாய் நடித்துக்கொண்டு வீட்டிலுள்ளவர்களுக்காக மட்டும் மகிழ்ச்சியாக இருப்பதான தோற்றத்தை அவன் வெளிக்காட்டினான்.

அப்பாவின் பிடிவாதத்திற்குப் பின்னால் அம்மாவும், பாட்டியும்கூட இருக்கிறார்கள் என்று துர்க்கா சரணனிற்குத் தெரியும். காளிபிரசாத்தும் அவர்களோடுதான். நான் மட்டும் எதற்குத் தனிமைப்பட வேண்டும்? மிகவும் நெருக்கமானவர்கள் அன்பாகச் சிலவற்றை மீண்டும் மீண்டும் வேண்டுமென்று கேட்டுக்கொண்டிருக்கும்போது அதனை வேண்டாமென்று மறுப்பதற்குள்ள சக்தி யாருக்கும் இருப்பதில்லை...

சியாமசுந்தரியின் கழுத்தில் தாலிகட்டும்போது துர்க்கா சரணனின் மனதில் குற்ற உணர்ச்சி முளைவிட்டது. கூடவே சியாமசுந்தரியின் மீதான அனுதாபமும். அப்பாவின் கட்டளைக்கு முன்னால் நான் பாவப்பட்ட பெண்ணினுடைய வாழ்க்கையைத் தூக்கி எறிகிறேனோ என்று அவன் சந்தேகப்பட்டான்...

சியாமசுந்தரியின் மூலம் தனக்கு ஒரு மகன் பிறந்ததோடு துர்க்கா சரணனின் உள்ளே இருந்த புத்தன் சடுகுடுவென்று எழுந்தான். அவன் மனைவியையும் மகனையும் கைவிட்டுக் குடும்ப வீட்டிலிருந்து இறங்கிப் போனான்! அலைந்து திரியும் துறவற வழியை நோக்கிய அவனின் பயணம் தொடங்கியது.

பாரதத்தின் பல இடங்களிலும் சுற்றித் திரிந்து, துறவறக் காலத்தின் பல்வேறு கட்டங்களைக் கடந்து இறுதியில் துர்க்கா சரணன் வாரணாசியை அடைந்தான்.

●

நான்கு

"மகனே, நாம் காசிக்குப் புனித யாத்திரை போக வேண்டாமா?"

ஒருநாள் மாலை பிரார்த்தனை முடிந்தபின் எட்டு வயதான விஸ்வநாதனிடம் சியாமசுந்தரி கேட்டார். அவன் புன்னகையோடு அம்மாவைப் பார்த்தான். பின்பு தலையாட்டிக்கொண்டே 'ம்' என்றான்.

"போகும் வழியில் அப்பாவைப் பார்க்க முடியுமா?"

மகனின் எதிர்பாராத கேள்வியைக் கேட்ட சியாமசுந்தரி அதிர்ச்சியானார். அதற்கு என்ன மறுபதிலை நான் சொல்வது? ஒரு நிமிடம் சிந்தித்து விட்டு அவர் சொன்னார்:

"பார்ப்போம்; ஏதாவது இடத்தில் வைத்துப் பார்க்காமல் இருக்கமாட்டோம்"

கணவன் கைவிட்டுச் சென்றாலும் மகனைச் சியாமசுந்தரி கவனமாகவே வளர்க்கின்றார். விஸ்வநாதனுக்கு எந்தக் கவலையும் வரக்கூடாதென்று அவர் தினமும் பிரார்த்தனை செய்துகொண்டே இருந்தார்.

மகனையும் கூட்டிக்கொண்டு காசி புனித யாத்திரைக்குப் புறப்படும்போது ஆளுக்கொரு ஜோடி துணிகளையும் மகனுக்கான தின்பண்டப் பொதியையும் பெட்டியில் எடுத்து வைத்தார். துர்க்கா சரணனின் வழிகள் தன்னையும் கைநீட்டி

அழைப்பதாய்த் தோன்றத் தொடங்கியபோது, மனதில் உதித்த எண்ணமே காசி புனித யாத்திரை. பக்தர்களின் சிறியதொரு குழுவோடு சேர்ந்துதான் பயணம். ஒரு படகில் காசியை நோக்கிக் குழு புறப்பட்டது.

கல்கத்தாவிலிருந்து வாரணாசிக்கு ஐந்நூறு மைல் தூரம் உண்டு. இவ்வளவு தூரமும் படகில்தான் பயணிக்க வேண்டும். கங்கை நதியின் ஊடாக உள்ள பயணமாதலினால் மனம் புனித உணர்வால் மூழ்குவதை அறிந்தார் சியாம சுந்தரி. காளைவண்டியிலோ குதிரைவண்டியிலோ பயணம் செய்திருந்தால் காசியில் சென்று சேரும்போது படுக்கையில் படுத்தப்படியே ஆகிவிடுவோம் என்பது உறுதி.

பக்தர்கள் பொறுமையோடு படகில் உட்கார்ந்திருந்தனர். தனது வாழ்க்கைப் பயணத்தின் ஒரு விலையுயர்ந்த தருணமாக இப்புனிதப்பயண யாத்திரையை அனுபவித்துக் கொண்டிருந்தார் சியாமசுந்தரி. தன்னோடு சேர்ந்து அமர்ந்திருக்கும் மகனின் தலையுச்சியைக் கைவிரல்களால் நீவிக்கொண்டே அவர் முடிவில்லாத பெருவெளியில் கண்ணை நிலைகுத்தி அமர்ந்திருக்கிறார். மகன் இடையிடையே உறங்குவதைப் பார்க்கலாம். ஆனாலும், விழித்தபிறகு உற்சாகத்தோடு வேடிக்கை பார்த்துக்கொண்டிருப்பான். விஸ்வநாதனின் முகம் சாந்தமாக இருப்பதைச் சியாமசுந்தரி கவனித்தார். அவன் எதையும் ஆலோசித்துக் கவலைப்பட வேண்டியதில்லையே; அம்மா துணையாக அருகில் இருக்கும்போது!

நீண்ட படகுப் பயணம் மிகக் கடினமானதாக இருந்தாலும் புனித யாத்திரை மேற்கொண்டவர்களுக்கு உற்சாகமும் ஆனந்தமும் தருகின்ற நாட்களாக அவை இருந்தன. புண்ணிய நதியின் மார்பினூடாகச் செல்லும் பயணம் விஸ்வநாதனுக்குப் புதுமையாகத் தோன்றியிருக்கும். கங்கை நதிக்கரையிலுள்ள, இதுவரை காணாத நகரங்கள் அவனுக்குப் புதியதொரு அனுபவத்தின் காட்சிகளாக மாறின.

"அம்மா, அங்கே தெரிவதெல்லாம் எந்தப் பட்டணத்தின் பகுதிகள்?"

நதிக்கரையில் இடையிடையே தென்படுகின்ற கட்டிடங்களைக் காணும்போது விஸ்வநாதனுக்கு ஆர்வம் முளைவிடும்.

"பட்டணத்தின் பெயர், அங்கு காணப்படும் ஏதாவது ஒரு பலகையில் எழுதி வைக்கப்பட்டிருக்கலாம். நீ படித்துப்பார்." அவர் பதிலளிப்பார்.

பயணத்தின் இடையே பலப்பல சடங்குகளை அவன் நதிக்கரைகளில் கண்டான். அபூர்வமான பல காட்சிகள், அறியப்படாத மனிதர்கள், புதிய மொழிகள், புதிய வேடங்கள், புதிய பாவனைகள்... இப்படிப் பல புதுமைகளையும் கண்டுகொண்டு விஸ்வநாதன் படகுப் பயணத்தை அனுபவித்துக் கொண்டிருந்தான்...

கங்கையில் ஒரு விடியலின் வெளிச்சம் வந்துவிழவே, விஸ்வநாதன் படகில் துள்ளிக்குதிக்கத் தொடங்கினான். திடீரென்றுதான் அது நடந்தது. அவனுடைய ஒரு கால் வழுக்கியது... நதியில் தவறி வீழ்ந்தான்!

"அய்யோ...! என் மகன்"...

சியாமசுந்தரி சத்தமாகக் கூச்சலிட்டார். திடீரென அவர் நதியில் குதித்தார். நதிப்பரப்பில் கை, கால்களை அடித்துக்கொண்டு அவர் குழந்தையைக் கண்டுபிடிக்க முயல்கிறார். ஆனால், சியாமசுந்தரியால் நீந்த முடியவில்லை. இதைக்கண்டு அதிர்ந்த படகோட்டியும் துடுப்புப் போடுபவரும் சேர்ந்து கஷ்டப்பட்டு ஒருவிதத்தில் இரண்டுபேரையும் இழுத்துப் படகில் ஏற்றினார்கள்.

அம்மா, குழந்தையின் உயிரைக் காப்பாற்றுவதற்காகப் பிடித்த பிடியின் தழும்பு விஸ்வநாதனின் உடம்பில் வெகுகாலம் மறையாமல் இருந்தது. கடவுள் புண்ணியத்தால் மட்டுமே இரண்டுபேரும் மூழ்கிப் போகாமல் தப்பித்தனர்.

படகிலுள்ள அத்தனைபேரும் அதிர்ச்சியடைந்திருப்பதைச் சியாமசுந்தரி கண்டார். பயந்து நடுங்கிப் போன விஸ்வநாதன் அம்மாவை இறுகக் கட்டிப்பிடித்து அழத்தொடங்கினான்.

காசி தரிசனத்திற்கு இடையே சியாமசுந்தரிக்கு மற்றொரு ஆபத்தும் சம்பவித்தது. காசியின் தெய்வீகமான சூழலில் அமைதியையும் ஆனந்தத்தையும் அனுபவித்துக்கொண்டே மகனைக் கூட்டிக்கொண்டு ஒவ்வொரு கோவிலையும் வழிபட்டுக் கொண்டிருந்தார் அவர். ஒருநாள் கங்கையில் மூழ்கி எழுந்து விஸ்வநாதர் கோவிலில் வழிபடுவதற்காக மகனையும் கூட்டிக்கொண்டு பாதையோரமாக நடந்து கொண்டிருந்தார். சிறியதொரு மழைச்சாரல் சற்று முன்புதான் வந்து போயிருந்தது.

திடீரென கால் தடுமாறியது... பாதையோரத்தில் வழுக்கி அவர் குப்புற விழுந்தார்! விழுந்ததில் சியாமசுந்தரி சுயநினைவை இழந்தார்!

அம்மா அசைவற்றுக் கிடப்பதைக் கண்ட விஸ்வநாதன் பயந்துபோனான். அவனோடு வேறு யாருமில்லை. தரையில் உட்கார்ந்து அம்மாவைப் பிடித்துக் குலுக்கிக் கொண்டே அழைத்தான்: "அம்மா, எந்திரிம்மா..."

அவன் அழுதுகொண்டே அதைத் திரும்பத் திரும்பச் சொல்லிக்கொண்டிருந்தான். அம்மாவைப் பிடித்து எழுப்புவதற்கு முயற்சிக்கிறான். ஆனால் முடியவில்லை. சுயநினைவில்லாத சியாமசுந்தரிக்கு மகனின் சத்தம் கேட்கவில்லை.

"சிவ சிவா..." எங்கிருந்தோ ஒரு சந்நியாசி அவர்களின் அருகில் ஓடிவந்தார். அவர் சியாமசுந்தரியைத் தூக்கித் தோளில் போட்டுக்கொண்டு அருகிலுள்ள கோவிலின் கற்படிகட்டுகளை நோக்கி நடந்தார். விஸ்வநாதனும் அழுதுகொண்டு கூடவே நடந்தான். மழையின் ஈரம் காயாத கற்படியில் அவர் சியாமசுந்தரியை மெல்ல கிடத்தினார்.

சந்நியாசி எதுவும் பேசாமல் கங்கையில் இறங்கினார். உள்ளங்கையில் சிறிது தண்ணீரை எடுத்துத் திரும்பி வந்தார்.

சியாமசுந்தரியின் சலனமற்ற முகத்தில் மூன்றுமுறை கங்கை நீரைத் தெளித்தார்.

சில நிமிடங்களுக்குப் பிறகு சியாமசுந்தரி மெல்ல கண்களைத் திறந்தார். தன்முன் நிற்கும் சந்நியாசியின் முகத்தை ஆச்சரியத்தோடு பார்த்தார். சியாமசுந்தரியின் முகம் மலர்ந்தது: தான் எப்போதும் காத்துக் கொண்டிருந்த உருவம் கண்முன்னால்! தாடி அதிகமாக வளர்ந்திருக்கிறது; உடல் மெலிந்திருக்கிறது.

'தெய்வமே! நான் என்ன கனவு காண்கிறேனா...?' அவரின் மனது துடித்தது. 'இல்லை இல்லை, இது கனவில்லை; என் முன்னால் நிற்பது அவர்தான்!'

துர்க்கா சரணனும் நடுங்கினான். இவள் என்னுடைய பழைய வாழ்க்கையின், வாழ்க்கைத் துணையாக இருந்தவள் என்று அவனும் அறிந்துகொண்டான்!

ஐந்து

'ஓம் மாய மாய' சந்நியாசி முணுமுணுத்தார். அடுத்த நிமிடம் மன தைரியத்தை மீட்டெடுத்த துர்க்கா சரணன் அவ்விடத்தை விட்டுச் சென்றார்.

இல்லை; சந்நியாசிக்கு இனி குடும்ப உறவே இல்லை. துர்க்கா சரணனின் சந்நியாசத்தையும் சியாமசுந்தரி இதற்குள்ளாகவே அங்கிகரித்து விட்டாரல்லவா. அவர் துர்க்கா சரணனின் தியாகத்தைச் சஞ்சலமற்ற மனதோடு ஏற்றுக்கொண்டுவிட்டார். அதனால்தான் இந்த இனிய சங்கமம் அவருக்கு அதிக மகிழ்ச்சியையும் தரவில்லை; துர்க்கா சரணன் வேகமாக அவ்விடத்தை விட்டுச் சென்றதில் கடினமான ஏமாற்றமும் தோன்றவில்லை.

உலகத்தின் இயல்பான குடும்ப வாழ்க்கைக்கு அப்பாற்பட்ட தம்பதிகளாக இருந்தனர் துர்க்கா சரணனும் சியாமசுந்தரியும்!

காலச்சக்கரம் பன்னிரண்டு ஆண்டுகள் உருண்டோடியது.

ஒருநாள் துர்க்கா சரணன் சற்றும் எதிர்பாராமல் கல்கத்தாவில் உள்ள அவனது சொந்த ஊருக்கு வந்தான். ஆனால், தன் சொந்த வீட்டிற்குச் செல்லவில்லை; பதிலாக ஒரு நண்பனோடு சேர்ந்து தன்னுடைய வீட்டிற்கும் சற்று அப்பால் அவன் வசித்தான். பள்ளிக்காலம் முதல் பிரிய

முடியாத விதத்தில் ஒன்றிப் போயிருந்த நட்பாக இருந்தது அவ்விருவரின் நட்பும்.

"நண்பா, நான் இங்கு இருக்கிறேன் என்று என்னுடைய வீட்டிலுள்ளவர்களிடமோ உறவினர்களிடமோ நீ சொல்லக்கூடாது". ஒரு முன்ஜாமீனைப் போல துர்க்கா சரணன் தன்னுடைய நண்பனிடம் சொல்லி வைத்தான்.

ஆச்சரியமும் ஆவேசமும் நிறைந்து ததும்ப, நீண்ட காலத்திற்குப் பிறகு திரும்பி வந்த நண்பனின் வரவைப் பற்றிய செய்தியை அவனால் மனதில் மறைத்து வைக்க முடியவில்லை. மகிழ்ச்சியின் காரணத்தால் உறவினர்களுக்கு மட்டுமல்ல, நண்பர்களுக்கும் இச்செய்தியைத் தெரியப்படுத்தினான்.

"நம் அன்புக்குரிய துர்க்கா சரணன் திரும்பி வந்துள்ளான்! அவன் இப்போது என்னுடன் இருக்கிறான்"

அவ்வளவும் சொல்லி முடிக்கும்வரை நண்பனின் மனதிற்குச் சமாதானம் இல்லாமலிருந்தது. சில இரகசியங்கள் அப்படித்தான். அவை இரகசியமாகவே எப்போதும் இருப்பதில்லை; அடைப்பைத் திறந்து கொண்டு எப்போது வேண்டுமானாலும் வெளியே வரலாம்.

நண்பனின் சந்தோசச் செயல்பாடு, எதிர்மறையான சூழ்நிலைக்குத் துர்க்கா சரணனைக் கொண்டு சென்றது. திடீரென்று அவன் மன உளைச்சலுக்கு ஆளானான். சொந்த மண்ணில் தனது தலைமறைவு வாழ்க்கை முடிவுக்கு வருவதை எண்ணிப் பயந்தான்.

உறவினர்கள் துர்க்கா சரணனை நண்பனிடமிருந்து வலுக்கட்டாயமாகக் கூட்டிச் சென்றனர். அவர்கள் அவனைக் குடும்ப வீட்டின் மேற்குப் பக்கத்திலுள்ள ஒரு அறையில் அடைத்து வைத்தனர்.

வீட்டிலுள்ளவர்களின் எதிர்பாராத இந்தச் சிறைப்படுத்துதலைத் தாங்க இயலாத துர்க்கா சரணன் அறையின் ஒரு மூலையில் சென்று சம்மணம் இட்டு மௌனமாக

உட்கார்ந்திருந்தான். மூன்று நாட்கள் எதுவும் உண்ணாமல் உறவினர்களிடம் தன் எதிர்ப்பைக் காட்டிக்கொண்டிருந்தான்.

சியாமசுந்தரி ஒரு சாட்சியைப் போல எல்லாவற்றையும் பார்த்துக் கொண்டிருந்தார். அவரின் முகத்தை ஒருமுறை பார்ப்பதற்குக்கூட துர்க்கா சரணன் தயாராக இல்லை. ஆனாலும் அவர் உறவினர்களிடம் கணவனுக்காக வாதிட்டார்:

"அவரைத் திறந்துவிடுங்கள்... அவர் என்ன சின்னக் குழந்தையா...!"

சியாமசுந்தரியின் வார்த்தைகளுக்கு உறவினர்கள் யாரும் செவிசாய்க்கவில்லை.

ஜன்னலின் அருகே வந்துநின்று இடையிடையே தன்னைப் பார்க்கும் மகன் விஸ்வநாதனை, துர்க்கா சரணன் அன்போடு பார்ப்பான். ஆனால், அதிக நேரம் அந்தப் பார்வை மகனின்மீது இருப்பதில்லை. ஏதோவொரு உள்ளுணர்வால் ஆட்கொள்ளப்பட்டு அந்தக் கண்கள் மூடுவதைக் காணும்போது விஸ்வநாதன் அங்கிருந்து சென்றுவிடுவான். மகனிடம் ஒருவார்த்தைகூடப் பேசுவதற்குத் துர்க்கா சரணன் தயாராக இல்லை. வார்த்தைகள் பிணைப்பை உருவாக்கும் என்று அவன் பயப்பட்டிருக்கலாம்.

சந்நியாசி மௌனவிரத்தையும் உண்ணாவிரதத்தையும் இறுக்கமாகப் பிடித்தபோது, பாவம் இறந்துவிட்டால் என்ன செய்வதென்று வீட்டிலுள்ளவர்கள் பயந்தனர். அவர்கள் நான்காம் நாள் அவனின் பூட்டிய அறையைத் திறந்தனர். சந்நியாசி அத்தோடு மீண்டும் குடும்ப வீட்டிலிருந்து காணாமல் போனார்!.

கடந்த கால வாழ்க்கையின் அன்பிற்குரியவன், ஒட்டுத் திண்ணையிலிருந்து இறங்கி நடந்து தெருவின் வளைவைத் தாண்டி மறைவதைப் பார்த்து, வாசற்படியைப் பிடித்துக்கொண்டே சியாமசுந்தரி சலனமற்று நின்றார். விஸ்வநாதன் அப்பாவிற்குப் பின்னாலே கொஞ்சதூரம் நடந்து செல்வதைக் கண்டார். சில நிமிடங்களுக்குப் பிறகு,

துக்கத்தோடு தலைகுனிந்து அவன் திரும்பி வந்துகொண்டிருந்தான்.

அதன்பிறகு துர்க்கா சரணனைப் பற்றிய எந்தத் தகவலும் இல்லை. வாரணாசியில் யாரும் அவனைப் பார்த்ததாகச் சொல்லி, சியாமசுந்தரி கேள்விப்படவும் இல்லை. இமயமலையிலுள்ள ஏதோ பனிபடர்ந்த குகையின் உள்ளேயோ, கங்கை நதிக்கரையில் தேவதாரு, கருவாலி மரங்களின் தாழ்ந்த பகுதிகளில் கட்டியிருக்கும் வள்ளிக்குடிலிலோ அவர் இருக்கலாம் என்று சியாமசுந்தரி தன் மனதினைத் தேற்றுவதற்காக நம்பினார்.

ஆறு

"சாதியாலும் மதத்தாலும் மனிதர்கள் ஒருவரையொருவர் வேறுபடுத்துவதில் நன்மையின் ஒரு அம்சமாவது இருக்கிறதா?" விஸ்வநாதனிடம் புவனேஸ்வரி தேவி கேட்டார்.

"சொந்த விருப்பங்களுக்காக, சிலர் முத்திரை குத்தும் அறிவின்மையின் சுவர்களாக மட்டுமே இத்தகைய பிரிவினைகளைப் பார்க்கமுடியும். இந்தப் பிரிவினைகளால் மனித சமூகத்திற்கு இதுவரை எந்த முன்னேற்றமும் ஏற்படவில்லை."

மனைவியின் வார்த்தைகளைக் கவனமாகக் கேட்ட விஸ்வநாதன் ஒருநிமிடம் சிந்தித்தார். அவர் சொன்னார்:

"தேவி சொல்வது சரிதான். ஆனால், இவையெல்லாம் நான்கு வருணத்திற்குச் சிலர் அளித்த விளக்கத்தின் பலனாக உண்டானவை."

புவனேஸ்வரி சொன்னார்:

"ஆனால், சரியான விளக்கம் தந்தவர்கள் சொல்வது அப்படியில்லையே... அவர்களின் சொற்களுக்கு யாரும் செவிகொடுக்காதது ஏன்?"

"அதிகாரம் கைவிட்டுப் போய்விடும் என்ற பயம் ஒரு கூட்டத்திற்கு; மற்றொரு கூட்டம் எதையும் சகித்துக்கொள்ளும் மனநிலையோடு, அறியாமையில் மூழ்கிக் கிடக்கிறது!"

தேவி பெருமூச்சு விடுவதை விஸ்வநாதன் கவனித்தார். தேவியின் மனதைப் பற்றி அவருக்குத் தெரியும். கஷ்டப்படுவர்களுக்கும் துன்பப்படுபவர்களுக்கும் வறுமையால் வாடுபவர்களுக்கும் கொடுமையை அனுபவிப்பவர்களுக்கும் பிரியப்பட்ட ஒரு துணைதான் தன்னுடைய மனைவி என்பதை விஸ்வநாதன் மிகக் குறுகிய நாட்களிலே புரிந்து வைத்திருந்தார்.

இராமாயணம், மகாபாரதம், பகவத்கீதையெல்லாம் படிக்கும்போது தேவியின் முகத்தில் தெய்வீகமான ஒரு ஆனந்தத்தின் அலை தோன்றுவதை விஸ்வநாதன் கண்டார். எச்சூழலையும் தெய்வச் சிந்தனை நிறைந்த மனதோடு ஏற்றுக்கொள்வதற்கு இதுபோன்ற பாராயணம் புவனேஸ்வரி தேவிக்கு உதவியாக இருந்தது. ஒவ்வொரு நிமிடத்தையும் அப்படியே ஏற்றுக்கொள்ளுங்கள் என்ற உபநிடதக் கருத்தின் சாராம்சமே தேவியின் இயல்பான குணமாக மாறியிருக்கிறது...

இன்று தத்த குடும்பத்தின்[2] அடையாளமாக இருக்கிறார் விஸ்வநாதன். அவர் கல்கத்தா உயர்நீதிமன்றத்தில் வழக்கறிஞராகப் பணிபுரிகிறார். பரம்பரை பரம்பரையாகத் தத்த குடும்பம் பாதுகாத்து வருகின்ற உயர்ந்த பண்பும் பெருந்தன்மையும் அந்தஸ்தும் விஸ்வநாதனிடம் கூடுதலாகவே வெளிப்பட்டன. ஆங்கிலத்திலும் பாரசீகத்திலும் நல்ல புலமை பெற்றிருந்தார்.

கொஞ்ச நாட்களாகவே, தேவி சற்று மனச்சோர்வுடன் இருப்பதை விஸ்வநாதன் கவனித்தார். நான்கு பெண் குழந்தைகள் தங்களுக்குப் பிறந்திருந்தாலும் குழந்தைப் பருவம் முடியும் முன்பே இரண்டுபேர் உதிர்ந்து போய்விட்டனர்! இந்த ஞாபகம் இடையிடையே வந்து தேவியைத் துக்கத்தில் ஆழ்த்திவிடுகிறது.

"ஒரு ஆண் குழந்தை கிடைக்கும்வரை என் மனதிற்கு அமைதி கிடைக்கும் என்று தோன்றவில்லை." தேவி தனக்குத்தானே சொல்லிக் கொண்டிருந்தார்.

---

[2] விவேகானந்தரின் குடும்பம் தத்த சமூகத்தைச் சார்ந்தது.

"இரண்டு குழந்தைகளை இழந்த வலி மறைய வேண்டுமெனில் ஒரு ஆண் குழந்தை கிடைப்பதற்குக் காசிநாதன் என்னை ஆசீர்வதிக்க வேண்டும்."

அவர் கணவனிடம் கேட்டார்:

'காசியில் உங்களுடைய சொந்தத்தில் ஒரு பாட்டி வசிக்கிறார்கள் என்று கேள்விப்பட்டிருக்கிறேன் அல்லவா...?'

விஸ்வநாதன் சொன்னார்:

"ஆமாம்; ராம்லீலா பாட்டி. அவர் பல வருடங்களாகக் காசியில்தான் வசிக்கிறார்."

ஒரு நிமிட மௌனத்திற்குப் பிறகு விஸ்வநாதன் சொன்னார்:

"ஆனால், காசியில் எங்கு இருக்கிறார் என்று தெரியவில்லை"

"அவருக்கு நீங்கள் ஒரு கடிதம் எழுத வேண்டும்"

விஸ்வநாதன் எதுவும் புரியாதது போன்று மனைவியைப் பார்த்தார்:

"எதற்கு ..?"

"தினந்தோறும் காசிநாதனைத் தரிசித்து நமக்காகப் பிரார்த்தனை செய்ய"

"நான் ராம்லீலா பாட்டியின் முகவரியைத் தேடித் தருகிறேன். நீயே அவருக்கு நேரடியாகக் கடிதம் எழுதிவிடு."

புவனேஸ்வரி தேவியின் மனதில் ஆழமாக வேரூன்றிய ஆண்குழந்தை மோகத்தை உணர்ந்த விஸ்வநாதனுக்கு மனைவியிடம் அனுதாபம் வளர்ந்தது. அவர் எங்கிருந்தோ முகவரியைத் தேடிப்பிடித்துத் தேவியிடம் கொடுத்தார்...

புவனேஸ்வரி தேவியின் கடிதம் கிடைத்தபோது, வாரணாசியில் கங்கைக் கரையிலுள்ள வீட்டிலிருந்த ராம்லீலா பாட்டி ஆச்சரியப்பட்டார். விஸ்வநாதனின் மனைவியை அவர்

பார்த்ததே இல்லை. ஆனால், அந்தக் கடிதத்திலிருந்த மனதைத் தொடும் எழுத்துக்களின் வழியே அவர் புவனேஸ்வரி தேவியை அறிந்துகொண்டார்.

கடிதத்தை வாசித்த பின், தினமும் காசிநாதனைத் தரிசித்துத் தொழுது கொண்டே புவனேஸ்வரி தேவி விரும்பும் வரத்திற்காக ராம்லீலா பாட்டி பிரார்த்தனை செய்யத் தொடங்கினார். அப்பொழுது பல மைல்களுக்கு அப்பால் உள்ள, கல்கத்தா நகரத்தில் புவனேஸ்வரி தேவி பிரார்த்தனையிலும் உண்ணாநோன்பிலும் தெய்வ கீர்த்தனைகளிலுமாக வாழ்நாளைக் கழித்துக் கொண்டிருந்தார்.

தேவி, பகல் முழுவதும் தேவார அறையில் சிவனின் அர்ச்சனையில் மூழ்குவார். காசிநாதனைப் பற்றிய சிந்தனைகளால் அவர் தன் மனதினை நிறைத்துக் கொண்டிருந்தார்.

ஒருநாள் அந்திமாலைப் பொழுதில், தெய்வ கீர்த்தனைகள் முடிந்து சற்று அதிக நேரம் அவர் தியானத்தில் மூழ்கியிருந்தார். முன்பு எப்போதும் கிடைக்காத, பரிபூரண அமைதி அவருக்கு அனுபவப்பட்டது: ஸ்ரீபரமேஸ்வரன் யோக நித்திரையில் இருந்து எழுந்து ஒரு மோகன குழந்தை வடிவம் பெற்றிருக்கிறார்!

பரமேஸ்வர வடிவான குழந்தை தன்னுடைய அருகில் மெல்ல மெல்ல நடந்து வருகிறது. அவனது புன்னகையின் பிரகாசம் அவ்விடமெல்லாம் பரவியது. குழந்தை அருகில் வரவர அந்த வெளிச்சத்தின் பிரகாசம் அதிகமாகிக் கொண்டே இருந்தது.

இப்போது பிரகாசத்தின் ஒளியால் குழந்தையின் உருவம் கண்களில் தென்படவில்லை. அறையெல்லாம் படர்ந்த பிரகாசம் படிப்படியாக ஒரு சிறிய வட்ட வடிவிற்குச் சுருங்கியது. பின் அந்த ஒளிவட்டம் சிறிதாகிச் சிறிதாகி ஒரு புள்ளியாக மாறியது... இப்போது ஒளிப்புள்ளி தன்னுடைய தொப்புளைக் குறிக்கோளாகக் கொண்டு அருகில் வருவதைத்

தேவி கண்டார். பின்பு, அது தொப்புளோடு சேர்ந்து மறைந்துபோய்விட்டது!

திடீரென, பனி உறைந்த பரமேஸ்வரனின் சிலை முன்னால் வெளிப்பட்டது! அதைக்கண்ட புவனேஸ்வரி தேவி துடித்து எழுந்தார்! நான் இதுவரை அனுபவித்து ஆனந்தத்தில் திளைத்துக் கொண்டிருந்தது வெறும் ஒரு கனவா?! தேவிக்குச் சிறியதொரு ஏமாற்றமும் தோன்றியது. உடனே மனதினைத் தேற்றினார்: 'இல்லை, என்னுடைய பிரார்த்தனையின் பலன்தான் இந்தத் தரிசனம். இது வெறும் ஒரு கற்பனை அல்ல; கனவின் வழியே காசிநாதன் காண்பித்த தரிசனம்தான் இது!'

தன்னுடைய பிரார்த்தனைக்குப் பரமேஸ்வரனிடமிருந்து பலன் கிடைக்க இனி காலதாமதம் ஆகாது. அதற்கு முன்னோடியாகத்தான் இவ்வளவு அனுபூதி நிறைந்த கனவு வந்திருக்கிறது. தேவியின் மனம் மகிழ்ந்தது. தனது முழுமுற்றான ஒரே எண்ணம் பூத்துக் குலுங்கப் போகிறது!

புவனேஸ்வரி தேவியின் பிரார்த்தனைக்குப் பலன் கிடைத்தது. காசியில் ராம்லீலா பாட்டியின் வழியே புவனேஸ்வரி தேவி அர்ப்பணித்த அர்ச்சனையைக் காசிநாதன் ஏற்றுக்கொண்டார். தேவி ஆண் குழந்தையைப் பெற்றெடுத்தார்.

ஏழு

குழந்தைக்குப் பிலெ என்று பெயரிட்டனர். குறும்புத்தனமான மகனால் அப்பாவும் அம்மாவும் கஷ்டப்பட்டனர். மூன்று வயதுள்ள மகனின் இயல்பைக் கண்டு புவனேஸ்வரி தேவி சொன்னார்:

"ஒரு மகனைத் தரவேண்டும் என்று நான் பரமேஸ்வரனைப் பிரார்த்தித்தேன். ஆனால், அவர் எனக்குத் தந்தது அவருடைய பூத கணங்களில் ஒன்றைத்தான்!"

பிலெவிற்குத் துறவிகளாக நடக்கின்ற சந்நியாசிகளை மிகவும் பிடிக்கும். ஒருநாள் தானம் கேட்டுக்கொண்டு ஒரு சாது வீட்டின் வாசலில் வந்து நின்றார். சாதுவை வீட்டில் உள்ளவர்கள் வேறு யாரும் கவனிக்கவில்லை. முற்றத்தில் நின்றிருந்த பிலெ ஆர்வத்தோடு சந்நியாசிக்கு அருகில் சென்றான்.

"தர்மம் கொடுங்கள்" சந்நியாசி பிலெக்கு நேராகக் கையை நீட்டினார். இடுப்பில் சுற்றியிருந்த ஒரு சிறிய பட்டு வேட்டி மட்டுமே பிலெயின் கைவசம் இருந்தது. அவன் உடுத்திருந்த வேட்டியை அவிழ்த்து, பணிவோடு சாதுவுக்கு நேராக நீட்டிக்கொண்டே சொன்னான்:

"இந்தா, இதை வாங்கிக் கொள்ளுங்கள் .."

சந்நியாசி புன்னகைத்துக் கொண்டே அவனின் கையிலிருந்த பட்டு வேட்டியை வாங்கி, அதைத் தனது தலையில் கட்டிக்கொண்டே அவ்விடத்தை விட்டுச் சென்றார்.

சந்நியாசி தெருவில் இறங்கி நடந்து சென்ற பிறகுதான் அம்மா வாசலுக்கு வந்தார். உடம்பில் ஒட்டுத்துணிக்கூட இல்லாமல் நிற்கும் மகனிடம் கேட்டார்:

"உன்னுடைய வேட்டி எங்கே?"

தெருவை நோக்கி விரலை நீட்டிக்கொண்டே பிலெ சொன்னான்:

"அந்தச் சந்நியாசி என்னிடம் தானம் கேட்டார். நான் அந்த வேட்டியை அவருக்குக் கொடுத்து விட்டேன்"

அதன்பிறகு தானம் கேட்டு யாராவது வாசற்படிக்கு வந்தால் பிலெவை அம்மா அவசர அவசரமாகப் பிடித்துக் கொண்டுபோய் ஒரு அறையில் வைத்துப் பூட்டி விடுவார். ஆனால், பிலெக்கு அதொன்றும் ஒரு பிரச்சனையே இல்லை. அறையில் தென்படுவது எதுவாக இருந்தாலும் அதை எடுத்து ஜன்னல் கம்பிகளுக்கு இடையினூடாகச் சந்நியாசிக்குக் கீழே போட்டுக்கொடுப்பான். "சுவாமிஜி, இந்தா பிடித்துக்கொள்ளுங்கள்..." இதைச் சொல்லிவிட்டு ஒரு சிரிப்பும் சிரித்துவிடுவான்.

தான் சிரிப்பதை யாராவது கேட்டுவிடுவார்களோ என்று எண்ணும்போது வாயைப் பொத்திக்கொள்வான். சந்நியாசி அதைக் கொண்டுசெல்வதைப் பார்த்துக்கொண்டே ஆர்வத்தோடு ஜன்னல் கம்பியைப் பிடித்துக்கொண்டு நிற்பான்...

இராமாயணத்திலும் மகாபாரதத்திலும் உள்ள கதைகளை மகனுக்குச் சொல்லிக் கொடுத்துக் கொண்டிருப்பதற்கு இடையே புவனேஸ்வரி தேவி கேட்டார்:

"நீ இன்று ஒரு பித்தளைப் பாத்திரத்தை ஏதாவது சாதுவுக்கு எடுத்துக் கொடுத்தாயா.?"

பிலெயின் மறுபதில் ஒரு குறும்பு நிறைந்த புன்னகை. அம்மாவிற்கு விசயம் புரிந்துவிட்டது.

"உன்னால் நான் தோற்றுவிட்டேன். உனக்கு இனி கதையும் சொல்ல மாட்டேன்; உன்னோடு பேசவும் மாட்டேன்." அம்மா பேசாமலிருப்பதைப் பார்க்கும்போது பிலெவுக்கு வருத்தமாக இருக்கும். வங்காள எழுத்துக்களையும் சில ஆங்கிலச் சொற்களையும் சொல்லித்தருவது அம்மாதான்.

ஒருநாள் சீதாராமரின் (சீதையும் இராமனும் இருக்கும் சிலை) ஒரு சிறிய சிலையை வைத்து மகன் பூக்கள் தூவி வணங்குவதைப் புவனேஸ்வரி தேவி கண்டார்.

வீட்டில் யாரும் இல்லாத நேரத்தில் பக்கத்து வீட்டிலுள்ள ஒரு குழந்தையையும் கூட்டிக்கொண்டு பிலெ அந்தபுர மாளிகையின் மேல்மாடிக்கு ஏறிச்சென்றான். அங்குள்ள ஒரு சிறிய அறைக்குச் சென்று இரண்டுபேரும் சேர்ந்து சீதாராமரின் சிலையை நிறுவினர். அறையின் கதவை உள்ளிருந்து பூட்டிக்கொண்டு சிலையின் முன்னால் இரண்டுபேரும் தியானத்தில் அமர்ந்தனர்.

வீட்டிலுள்ளவர்கள் திரும்பி வந்து பார்த்தபோது பிலெவை எங்கும் காணவில்லை. அவர்கள் எல்லா அறைகளிலும் அவனைத் தேடி அலைந்தனர். இறுதியில் அந்தபுரத்தின் அருகிலிருக்கும் அறைக்கு முன்னால் வந்தனர்.

"பிலெ, கதவைத் திற." கதவைத் தட்டி அழைத்தனர்.

சத்தமில்லை.

"கதவைத் திற மகனே..." புவனேஸ்வரி தேவியின் சத்தம் உயர்ந்தது. அவனுக்கு ஏதாவது ஆபத்து நேர்ந்திருக்குமோ என்று அவர் பயந்தார். பதட்டத்துடன் அவர் கதவைத் தள்ளித் திறந்தார்..

மலர்கள் அணிவித்த சிலைக்கு முன்னால் குழந்தைகள் இருவரும் கண்மூடி அசைவின்றி உட்கார்ந்திருந்தனர். அந்தக் காட்சியைக் கண்ட எல்லோரும் பிரமித்துப் போயினர்.

ஆராதனை செய்துகொண்டிருந்த சீதாராமரின் சிலையை ஒருநாள் பிலெ தூரமாக வீசி எறிந்தான். ஏதோ தம்பதிகளின் வாழ்க்கையில் நடந்த சில பிரச்சினைகளையும் கஷ்டங்களையும் கேட்கவேண்டி வந்ததுதான் காரணம். அப்படியானால் சீதையும் இராமனும் சேர்ந்து நிற்கின்ற இந்தச் சிலையை நான் எதற்கு வணங்க வேண்டும்? திருமண வாழ்க்கை அமைதியற்றது எனில் சீதாராமர் சிலையின் பொருள் என்ன?

"எனக்கு இந்தச் சிலை தேவையில்லை". பிலெ கோபத்தால் உரக்கச் சொன்னான்:

"தியானத்தில் இருக்கும் சிவனின் சிலை போதும் எனக்கு இனி பூஜை செய்வதற்கு"

தன்னுடைய மனக்கருத்திற்கு உடன்பாடு இல்லை என்று தோன்றினால் எதையும் விட்டுவிட பிலெ தயங்கவில்லை. அவற்றை எதற்கு வைத்திருக்கவேண்டும்? தன்னுடைய பகுத்தறிவுக்குச் சேராதது எவ்வளவு விலையுயர்ந்ததாக இருந்தாலும் அதை விட்டுவிடத்தான் வேண்டும்...

அப்பாவின் பரிவும் பணிவான நடத்தையும், உறவினர்களையும் நண்பர்களையும் மிகவும் கவர்ந்திருந்ததைப் பிலெ கவனித்தான். அவரின் வருமானத்தை இலட்சியமிட்டுப் பல உறவினர்களும் வந்து கூடுவதை அவன் அறிந்தான். சொந்தமாக ஒரு வேலையைத் தேடாமல் பலரும் சோம்பேறிகளாக வாழ்வதற்கு அப்போது சுவடு பதித்திருந்தனர்.

சிலர் குடிகாரர் ஆனார்கள்; மற்றும் சிலர் போதைமருந்திற்குப் பின்னால் சென்றனர். ஆனாலும் அப்பாவிற்கு அவர்களோடு வெறுப்பு எதுவும் தோன்றவில்லை. உறவினர்கள் மீது கொண்டிருந்த அனுதாபத்திலும் எந்தக் குறையும் இல்லை.

விஸ்வநாதனின் இந்தத் தவறான தாராள மனப்பான்மையையும் கருணையையும் கண்ட மகன் அவரை விமர்சிக்க தயாரானான். நரேன் உரத்த குரலில் அப்பாவிடம் சொன்னான்:

"ஒரு கட்டுப்பாடும் இல்லாமல் அப்பா இப்படி தொடர்ந்து அவர்களுக்கு உதவி செய்து கொண்டிருந்தால் அதன் முடிவில் வரும் பலன் எதிரானதாக இருக்கும். அதனால் ஏற்படும் துன்பத்தின் ஒரு பகுதியையாவது நாமும் எதிர்காலத்தில் அனுபவிக்க வேண்டி வரும்"

இதைக் கேட்ட விஸ்வநாதன் மகனிடம் வினவினார்:

"நரேன், மனித வாழ்க்கையின் கொடிய துன்பங்களைப் பற்றி இந்தச் சின்ன வயதில் உனக்கென்ன தெரியும்?"

அவர் தொடர்ந்தார்:

"நீ சின்னப் பையன். இக்கூட்டத்தினரின் வேதனையைப் பற்றி நீ என்றைக்காவது ஒருநாள் புரிந்துகொள்வாய். தங்களுடைய தாங்க இயலாத கஷ்டங்களைச் சிறிது நேரத்திற்காவது மறப்பதற்கும், மனதின் சிறியதொரு ஆறுதலுக்கும் வேண்டிப் போதைப் பொருட்களைத் தேடிச்செல்லும் இந்தப் பாவப்பட்ட மனிதர்களை நினைத்து ஒருநாள் உனக்கு அனுதாபம் தோணும்; கூடவே துக்கமும்"

நரேந்திரன் தந்தையிடம் திருப்பிக் கேட்டான்:

"ஆனால் அப்பா, தவறான வழியில் செல்லும் இந்தப் பயணம் இன்னும் கூடுதலான ஆபத்தில் அல்லவா அவர்களைக் கொண்டுபோய்ச் சேர்க்கிறது?"

விஸ்வநாதனின் மனதில் இரண்டறக் கலந்து விட்ட கருணையைச் சரியான பாதையில் திருப்பிவிடுவதற்கு நரேன் அறிவுப்பூர்வமாக முயற்சித்தாலும் அவர் மகனின் வார்த்தைகளுக்கு உரிய மதிப்புக் கொடுக்கவில்லை. பதிலாக, விசயத்தை மாற்றுவதற்காக அவர் பாரசீகக் கவிதைகளையும் பைபிள் வசனங்களையும் மகனுக்கு வாசித்துக் காட்டுவார்.

அப்பாவின் பாட்டுகளைக் கேட்டுக்கொண்டிருப்பது நரேந்திரனுக்குப் பிடிக்கும். சங்கீதம் கற்றுக்கொள்ள நரேந்திரனைத் தூண்டியதும் அப்பாதான். ஆனால், சில தந்திரங்களை அவர் நரேந்திரனுக்கு எதிராகப் பயன்படுத்தத்

தொடங்கினார். இளமையின் ஆவேசத்தால் நரேனிடம் முளைத்த தவறுகளைத் திருத்துவதற்கு விஸ்வநாதன் புதியதொரு முறையைக் கண்டுபிடித்தார். திட்டுவதோ, கேள்வி கேட்பதோ இல்லாத சுலபமான ஒரு தண்டனைமுறை அது.

சங்கடம் நிறைந்த, பலத்த சத்தமிடும் சூழ்நிலையை வீட்டில் உருவாக்குவதற்கு அவர் தயாராகவில்லை. சமாதானத்தின் ஏடுகளில் எழுதிய ஒரு குறும்பாக இருந்தது அது.

நரேனும் அவன் நண்பர்களும் வீட்டின் ஒட்டுத்திணையில் ஏறி வந்துகொண்டிருந்தனர். வரவேற்பு அறையின் கதவின் மேல் விஸ்வநாதன் இவ்வாறு எழுதி ஒட்டி வைத்திருந்தார்: 'நரேன்பாபு இன்று அவன் அம்மாவிடம் இவ்வாறெல்லாம் பேசினான்:' அதன்கீழே கோடிட்ட பிறகு தொடர்ந்து சில வரிகள் அதில் எழுதப்பட்டிருக்கின்றன!

அன்று காலை கோபமாக இருந்த நரேனிடமிருந்து புவனேஸ்வரி தேவியின் முகத்திற்கு நேராக வந்து விழுந்த சில கடினமான வார்த்தைகளைத்தான் அப்பா அங்கு எழுதி காட்சிக்கு வைத்திருந்தார்.

நரேனும் நண்பர்களும் அதைப் பார்த்தனர். ஒருநிமிடம் அதைப் படித்துக்கொண்டே வாசற்படியில் நின்றனர். நண்பர்கள் அதைப் பார்த்துவிட்டதால் நரேனின் மனதில் குற்றவுணர்வும் முகத்தில் ஏமாற்றமும் தோன்றியது. அப்பா இவ்வாறு செய்வார் என்று நரேன் கனவில்கூட நினைத்துப் பார்க்கவில்லை. அம்மா முழு விவரத்தையும் அப்பாவிடம் சொல்லியிருக்கிறார்.

தன்னையும் நண்பர்களையும் அம்மா ஓரப்பார்வையில் பார்ப்பதை நரேனும் பார்த்தான். அம்மாவின் மனதில் தோன்றிய சிரிப்பு வெளியே தெரியவில்லை.

●

எட்டு

"கண்மூடியவுடன் புருவத்திற்கு நடுவில் ஒரு பிரகாசத்தை நீ பார்ப்பதுண்டா...?"

காளிதாஸிடம் கேட்டேன். அப்பாவினுடைய நண்பனின் மகன்தான் அவன். காளிதாஸ் எதுவும் பேசவில்லை.

"அதன் நிறம் மாறிக்கொண்டே இருக்கும். முதலில் சிவப்பு, பின்பு ஆரஞ்சு, அதைத் தொடர்ந்து மஞ்சள்... எனப் பல நிறங்கள்!"

நண்பன் ஆச்சரியம் நிறைந்த கண்களோடு பார்த்துக் கொண்டிருந்தான். காளிதாஸிடம் தொடர்ந்து சொன்னேன்:

"மனது இந்தக் காட்சிகளில் இரண்டறக் கலந்து ஒருவித அனுபூதியில் சேரும்போது உடல் மெல்ல மெல்ல உறக்கத்தில் வழுக்கி விழும்! இது ஒரு தொடர் சம்பவம். ஆனால், குப்புறப்படுத்து உறங்கத் தொடங்கினால் இந்தப் பிரகாசத்தைப் பார்க்க முடியவில்லை"

நண்பன் எதுவும் பேசாமல் என்னையே பார்த்துக்கொண்டிருக்கிறான்.

"ஏன் நீ எதுவும் பேசவில்லை? நீ தூங்குவதற்காகப் படுத்திருக்கும்பொழுது இதுபோலத்தான் பார்ப்பாயா?"

"இல்லை". இறுதியில் காளிதாஸ் சொன்னான்.

“அப்படிக் காணாமல் இருக்காதே... நீ கவனிக்காமல் இருந்திருக்கலாம்”

நண்பன் மீண்டும் அதிசயத்தோடு என்னுடைய கண்களை உற்றுப் பார்த்துக் கொண்டிருக்கிறான். அவனிடம் நினைவுபடுத்தினேன்:

“இனிமேல் நீ ஒரு காரியம் செய். படுத்த உடனே உறங்காதே. சிறிது நேரம் கண்களை மூடி காத்திருந்து பார். அப்போது இந்தப் பிரகாசத்தை உன்னாலும் பார்க்க முடியும்”

அவன் அப்பொழுதும் எதுவும் பேசவில்லை.

குழந்தைப் பருவத்திலிருந்தே ஒரு விளையாட்டு போலத் தொடங்கியதுதான் தியானம். நண்பர்களோடு சேர்ந்து வெறுமனே ஒரு இடத்தில் கண்மூடி இருத்தல்; அவ்வளவுதான். அது ஒரு ஆன்மிக உணர்விற்கான கால்ப் பதிப்பு என்று அப்போது தெரியவில்லை.

பக்கத்து வீட்டு நண்பர்கள் பலரும் இந்தத் தியான விளையாட்டில் கலந்து கொள்வதற்கு ஒன்று கூடுவார்கள். அவர்களுக்கும் இது ஒரு ஆர்வமான விளையாட்டுத்தான். பல வேளைகளிலும் போட்டிபோட்டுக் கொண்டு கண்ணைமூடி அமர்ந்திருப்போம். கடைசியாகக் கண்ணைத் திறப்பவர் வெற்றி பெறுவார்.

கூடுதல் நேரம் அவ்வாறு சலனமற்று இருந்தபோது திவ்வியமான ஒரு ஆனந்தத்தின் அனுபூதியை அடைய முடிந்திருந்தது. ஆனால், குறும்பு நிறைந்த நண்பர்கள் சிலர் இடையிடையே அரைக்கண்களைத் திறந்து ஓரப்பார்வையில் மற்றவர்களைப் பார்ப்பர். அவ்வாறு விளையாடி என்ன பயன்? விளையாட்டின் உள்ளே ஒரு விளையாட்டில் சுவாரசியமில்லை.

ஒருநாள் சிவபாபுவும் காளிதாஸும், மற்ற இரண்டு சிறுவர்களோடு சேர்ந்து நானும் தியான விளையாட்டில் மூழ்கி இருந்திருந்தோம். எதிர்பாராமல் எங்களின் அருகில் ஒரு நல்ல

பாம்பு ஊர்ந்து வந்திருந்தது! என்னைத் தவிர மற்றவர்கள் எல்லோரும் பாம்பு வந்திருந்ததை எப்படியோ அறிந்திருந்தனர்.

பாம்பைப் பார்த்துப் பயந்து எல்லாரும் ஓடிவிட்டனர். அப்படியானால் அவர்கள் இடையிடையே கண்களைத் திறந்து பார்த்துக்கொண்டிருந்தனர் என்பது உண்மையல்லவா! எனக்கு அது எதுவுமே தெரியவில்லை. நண்பர்கள் என்னை மட்டும் பாம்பின் முன்னால் விட்டுவிட்டுத் தூரமாக ஓடிவிட்டனர். கண் திறக்க இயலாத விதத்தில் ஆனந்த அனுபூதியின் ஏதோ மண்டலத்தில் இருந்தேன் அப்பொழுது. நடந்ததை எல்லாம் பிறகு கேட்டுத் தெரிந்துகொண்டேன்.

என்ன செய்வதென்றே தெரியாது நண்பர்கள் பயந்து அரண்டு தூரமாகத் தள்ளி நின்றிருக்கிறார்கள். இதற்கிடையே யாரோ ஒருவர் ஓடிச்சென்று அப்பா, அம்மாவிடம் தகவலைச் சொல்லியிருக்கிறார்கள். கலக்கத்தோடு அவர்களும் வேகமாக எனக்கு அருகில் ஓடி வந்திருக்கிறார்கள்.

தியானத்தில் ஆழ்ந்திருக்கும் மகனின் முன்பு படம்விரித்து ஆடிக் கொண்டிருந்திருக்கிறது அது! அப்போது ஆகாயத்தில் கார்மேகங்களுக்கு இடையே பாதி உடைந்த சந்திரன் ஒரு சாட்சியைப் போல இருந்திருக்கிறான்.

சத்தமும் கூச்சலும் இட்டால் பாம்பு தன் பணியைச் செய்துவிடும்! யாரும் அசையக்கூடாது என்று அப்பா சைகை காண்பித்திருக்கிறார். கவலையின் முள்முனையில் எல்லோரும் உறைந்து நின்றிருக்கிறார்கள். ஆனால், அதிபயங்கரமான அந்த நிமிடங்களுக்கு அதிக ஆயுள் இருந்திருக்கவில்லை. பாம்பு மெதுவாக அமைதி ஆனது! அது படத்தைத் தாழ்த்தி, மெல்ல ஊர்ந்து விலகிச்செல்வதைப் பார்த்துக்கொண்டு எல்லோரும் மூச்சை அடக்கி நின்றிருக்கிறார்கள்.

பாம்பு அவ்விடத்திலிருந்து மறைந்துபோன பின்புதான் என்னுடைய கண்கள் திறந்தன. அதனைக் கண்டுபிடிப்பதற்காக எல்லாரும் சேர்ந்து அவ்விடமெல்லாம் தேடிப்பார்த்தோம். ஆனால், எங்கு தேடியும் அதனைக் கண்டுபிடிக்க முடியவில்லை.

"நான் இதை எதையும் அறியவே இல்லை"

அவ்வாறு சொல்லும்பொழுது எல்லாரும் ஆச்சரியம் நிறைந்த கண்களோடு என்னுடைய முகத்தைத்தான் உற்றுப் பார்த்துக்கொண்டிருந்தனர்.

"சொல்லிப் புரியவைக்க இயலாத ஆனந்தத்தில் இருந்தேன் நான்". புன்னகைத்துக் கொண்டு மீண்டும் சொன்னேன்.

அதைக்கேட்டபோது அப்பாவும் அம்மாவும் என்னை முறைத்துப் பார்த்துவிட்டு 'ம்' என்றனர். அவர்களின் முகத்தில் எந்த மகிழ்ச்சியும் தென்படவில்லை.

"பாம்பு வந்ததை நீங்கள் எப்படித் தெரிந்து கொண்டீர்கள்?" அப்பாவும் அம்மாவும் போனபிறகு நண்பர்களிடம் கேட்டேன்.

"சிவபாபுதான் முதலில் பார்த்தான்; அவன்தான் என்னைத் தட்டி அழைத்தான்" காளிதாஸ் சொன்னான்.

"நாங்கள் பயந்து ஓடியது உனக்குத் தெரியவில்லையா.?" சிவபாபு கேட்டான்.

"இல்லை. நான் எதுவும் அறியவில்லை."

குடும்ப வீட்டின் தேவாரப்புரையில்தான்[3] கொஞ்ச நாள் படித்தேன். பள்ளியில் சேர்த்து இருந்தாலும் அங்கு நண்பர்களோடு நான் சேர்ந்து விடுவேன் என்று பயந்து என்னுடைய படிப்பைத் தற்காலிகமாக அப்பா வீட்டிற்கு மாற்றினார். வீட்டில் உட்கார வைத்துப் படிக்க வைப்பதற்காக ஒரு ஆசிரியரையும் ஏற்பாடு செய்திருந்தார்.

பக்கத்து வீட்டு நண்பர்களும் படிப்பதற்கு ஒன்றுகூடினர். மற்ற சிறுவர்கள், எழுத்து வரிசை முறையைப் படிப்பதற்கு மல்யுத்தம் நடத்திக்கொண்டிருக்கும்போது நான், வேகமாக

---

[3] பூசையறை.

எழுதுவதற்கும் படிப்பதற்கும் அறிந்து கொண்டதாக ஆசிரியர் அப்பாவிடம் சொல்வது கேட்டது.

அதற்குப் பின்புதான் மாநகராட்சிப் பள்ளிக்கூடத்திற்குச் சென்றேன். ஆனால், அங்கே பல வேளைகளிலும் அடக்கமாக வகுப்பில் உட்காரத் தோன்றவில்லை. மனது ஆனந்த அனுபூதியில் நிறைந்து ததும்பியது. பிறகு எப்படி வகுப்பில் அடக்கமாக உட்கார முடியும்!

"எனக்குச் சந்நியாசி ஆகவேண்டும். கைரேகை பார்த்தவன் அப்படித்தான் ஆவேன் என்று சொன்னதுண்டு". என்னுடைய உள்ளங்கையின் ஒரு ரேகையைச் சுட்டிக் காண்பித்துக் கொண்டே நண்பனிடம் சொன்னேன்.

"ஒரு சந்நியாசிக்கு இருக்க வேண்டிய சாந்த குணம் உனக்கு இல்லையே. நீ சண்டையிடும் குணமுடையவன் அல்லவா!" என்று நண்பன் கேலி செய்தான்.

என் வயதை ஒத்தவர்களோடு கால்பந்து விளையாடும்போது மற்ற எல்லாவற்றையும் மறந்து நூறு சதவீதம் விளையாடினேன். ஒரு வேலையைச் செய்யும்போது அதுமட்டுமே மனதில் இருக்க வேண்டும். அப்போதுதான் அதை முழுமையாக அனுபவிக்க முடியும். அந்த அனுபவிப்பால் நாம் எதுவும் செய்வதாகத் தோன்றுவதுமில்லை; எல்லாம் தானாகவே நடக்கிறது!

குதித்தல், ஓடுதல், மல்யுத்தம் செய்தல் இவையெல்லாம் நூறு சதவீதம் செய்தால் மட்டுமே பலன் கிடைக்கும். அவ்வாறு இல்லையென்றால் சோதனைக்காக மட்டும் செல்லக்கூடாது. மாநகராட்சியில் புதிய புதிய விளையாட்டுகளின்மீது நல்ல ஆர்வம் தோன்றி இருந்தது. மதிய உணவு இடைவேளை முடிந்தால் முதலில் விளையாட்டு மைதானத்திற்குப் போவதும் நானாகத்தான் இருக்கும்.

என்னுள் இரண்டறக் கலந்திருந்த பொறுமைக் குணமும் தைரியமும் வெளிப்பட்ட ஒரு சம்பவம் எதிர்பாராமல் ஒருநாள் பள்ளிக்கூடத்தில் நடந்தது. ஒரு ஆசிரியர் முன்கோபக்காரராக

இருந்தார். முற்றிலும் கண்டிப்பான இயல்புடையவர். மாணவர்களைப் பயப்படுத்தவேண்டும் என்ற ஒரு இலட்சியமே அவருக்கு இருந்தது. மாணவர்களின் மீது பிரம்பு அடி நடத்துவது என்பதும் அவரின் விருப்பமாக இருந்தது.

வீட்டுப்பாடம் எழுதாமல் வந்த காரணத்தால் துர்க்காபிரசாத் என்ற மாணவனைப் பிரம்பால் அடிக்க ஆரம்பித்தார். இந்தக் கொடுமையைப் பார்த்துக்கொண்டு நின்றிருந்தபோது எனக்கு ஆசிரியரிடம் கோபமும் கூடவே சிரிப்பும்தான் வந்தது. என்னுடைய பரிகாச கேலிச் சிரிப்பைக் கண்டு கோபம்கொண்ட ஆசிரியர், சட்டென எனக்கு நேராகப் பாய்ந்து வந்தார்.

அவர் பிரம்போடு நொடிப்பொழுதில் என்னருகே வந்து கோபத்தால் சிவந்த முகத்துடன் என்னை அடிக்கத் தொடங்கினார்.

"இனிமேல் என்னைப் பரிகசித்துச் சிரிக்கமாட்டாய் எனச் சத்தியம் செய்". அவர் ஆக்ரோசமாகச் சொல்லிக்கொண்டே அடித்தார்.

அப்படிச் சொல்லிச் சத்தியம் செய்வதற்கு மனது வரவில்லை.

"சொல்லடா, இனி என்னைப் பரிகசிக்க மாட்டாய் என்று சொல்…"

ஆசிரியர் பிரம்படியை இன்னும் கூடுதலாக்கினார். அதுமட்டுமல்ல, என்னுடைய வலது காதைப் பிடித்துத் திருகிக் கொண்டே என்னைத் தூக்கியெடுத்து பெஞ்சின் மேல் நிறுத்தினார்.

காதில் காயம் ஏற்பட்டு இரத்தம் சொட்டத் தொடங்கியது. ஆனாலும் சத்தியம் செய்வதற்குத் தயாராகவில்லை. வருத்தத்தால் கண்ணீர் கன்னங்களின் வழியே வழிந்தோடியது. கோபத்தால் ஆத்திரமடைந்தேன்.

“என்னுடைய காதைத் தொடக்கூடாது!” அதொரு இடியோசைப்போல வகுப்பறையை அதிரச் செய்தது.

“என்னை அடிக்க உங்களுக்கென்ன உரிமை இருக்கிறது?” எங்கிருந்தோ கிடைத்த வலிமையோடு ஆசிரியருக்கு எதிராக ஆக்ரோசித்துக் கொண்டிருந்தேன்.

“இனி என்னைத் தொடக்கூடாது...!” அதொரு கடுமையான கட்டளையாக அவரின் காதுகளில் பதிந்தது. அதோடு அவர் அடிப்பதை நிறுத்தினார்.

இந்தச் சம்பவத்தைத் தொடர்ந்து பள்ளிக்கூடத்தில் தண்டனைகளைப் பற்றிய ஒரு ஆய்விற்கு ஆரம்பப்புள்ளி வைக்கப்பட்டது. இனி இதுபோன்ற சம்பவங்கள் தொடராமல் இருப்பதற்கான முன் நடவடிக்கைகளைப் பள்ளி நிர்வாகிகள் எடுக்க வேண்டிய நிர்ப்பந்தம் ஏற்பட்டது.

●

ஒன்பது

அப்பாவிற்கு மத்தியப் பிரதேசத்தின் ராய்ப்பூருக்குப் பணியிட மாறுதல் கிடைத்தது. அப்போது என்னுடைய உயர்நிலைப் பள்ளிப்படிப்பு நிறைவடையவில்லை. குடும்ப உறுப்பினர்களையும் கூட்டிக்கொண்டு சில மாதங்களுக்குப் பிறகு அங்கே செல்லவேண்டுமென்று அப்பா சொல்லியிருந்தார். அதற்கான எல்லா ஏற்பாடுகளையும் செய்துவிட்டுத்தான் அப்பா ராய்ப்பூருக்குச் சென்றார்.

பயணம் செய்ய வேண்டிய நாள் வந்தபோது அம்மாவையும் சகோதரிகளையும் அழைத்துக்கொண்டு அப்பாவின் பணியிடத்திற்குப் புறப்பட்டேன். அலகாபாத் வழியாகத்தான் பயணம். நாக்பூர் வரைதான் இரயில் பாதை. மீதமுள்ள தூரமெல்லாம் காளைவண்டியிலோ வேறு ஏதாவதிலோ கொடும் காட்டின் வழியாகப் பயணிக்க வேண்டும்.

நாக்பூரில் இரயிலிலிருந்து இறங்கிய பிறகு ஒரு காளைவண்டியை ஏற்பாடு செய்தோம். பல நாட்கள் அதில் உட்கார்ந்திருக்க வேண்டும். ஆபத்தான பாதைகள்; ஆள் நடமாட்டம் இல்லாத இடங்கள்; காடுகள்.

இறுக்கமான குடும்பச் சூழலிலிருந்து விசாலமான ஒரு உலகத்திற்குச் சென்றபோது இயற்கையின் இனிய இசையால் மனது ஆனந்தமடைய தொடங்கியது.

காடுகளின் மேடு, பள்ளக் காட்சிகளில் தெய்வக் கடாட்சத்தின் வெளிப்பாடாய், இயற்கையழகு நிறைந்திருப்பதை முழுவதுமாகக் கண்டு மகிழ்ந்தேன். எத்தனை அழகு நிறைந்த இயற்கைக் காட்சிகள்!

விந்திய மலைத்தொடர்களைத் தாண்டிச் சென்றுகொண்டிருந்தோம். காட்டுவழியின் இரண்டு பக்கங்களிலும் உள்ள மலைகளின் உச்சிகள் ஆகாயத்தைத் தொட்டு நிற்கின்றன. இளங்காற்றில் ஆடும் பூமரங்களையும் அதில் பற்றிப் பிணைந்திருக்கும் கொடிகளையும் கண்டு, குலுங்கிக் குலுங்கிச் செல்லும் பயணத்தில் அம்மாவும் சகோதரிகளும் பல நேரங்களிலும் தூக்கக் கலக்கத்தால் தலைசாய்த்துக் கொண்டிருந்தனர்.

கிளிகளின் தேனூறும் பாடல்கள் காதுகளைத் தொட்டுக் கடந்து சென்றன. விதவிதமான நிறங்களிலும் வடிவங்களிலும் அழகான பறவைகள்; முன்பு எங்கும் பார்த்திராத பறவைகள். அந்தப் பறவைகளின் சிறகுகளுக்கு இவ்வளவு பேரழகு நிறங்களைக் கொடுத்தது யாரோ? அவற்றிற்கு இவ்வளவு அழகினைக் கொடுத்தவர் யாரோ? காதிற்கு இனிமை தரும் பாடல்களைப் பாட இந்தப் பறவைகளுக்கு ஆற்றல் தந்தது யாரோ? இந்தப் பறவைகள் ஆனந்தத்தில் இருக்கின்றன; இவற்றை நோக்கி நிற்பவர்களிடம்கூட அந்த ஆனந்தத்தின் அலைகள் வந்து சேர்ந்துவிடுகின்றன!

செம்மண் நிறைந்த பாதைகளும், சுற்றிலுமுள்ள அடர்ந்த காடுகளும் சிறிதும் பெரிதுமான குன்றுகளும் எனக்கு முன்னரே அறிமுகமானவை போல இருக்கின்றன. இந்தப் பறவைகளோடு முன்பே பேசிய நினைவு. சில குறிப்பிட்ட சூழ்நிலைகளையும் மனிதர்களையும் பறவைகளையும் விலங்குகளையும் பூச்சிகளையும் இடங்களையும் பார்க்கும்போது அவற்றோடு எனக்கு முன்னரே அறிமுகம் இருப்பதைப்போல!

ஆனால், எங்கிருந்து வந்தது இந்த அறிமுகத்தின் ஆரம்பம்? நினைவுபடுத்த முயற்சித்தும் முடியவில்லை.

நினைவுபடுத்துவதற்கான முயற்சிகள் எல்லாம் தோல்வி அடைகின்றன என்றாலும் இந்த அறிமுக அனுபவம் தொடர்ந்துகொண்டே இருக்கிறது.

முன்பொரு நாள் நண்பர்களோடு சேர்ந்து ஏதேதோ விசயங்களைப் பேசிக்கொண்டிருந்தேன். பேச்சின் இடையே சில விசயங்களும் சில மனிதர்களோடு உள்ள பழைய கால நினைவுகளும் வந்து சேரத் தொடங்கின; இதே விசயங்கள் இதே இடத்தில் முன்பு பேசியதைப் போன்று. ஆனால், அந்த நினைவுகள் எங்கிருந்து வந்தன? அந்த நினைவிற்கான விதையின் உறைவிடத்தைத் தேட இயலாத வண்ணம் குழம்பினேன். இந்த ஜென்மத்தில் தொடர்புகொள்ள வேண்டிய விசயங்களையும் மனிதர்களையும் இடங்களையும் குறித்துப் பிறப்பதற்கு முன்பே தரிசனம் கிடைத்திருந்ததோ? எதுவாக இருந்தாலும் பகுத்தறிவுக்குச் சரி என்று தோன்றாத காரியங்களில் மனது அகப்படாமல் இருப்பதற்கு முயற்சித்தேன். எனினும் ஏதேதோ நினைவுகள் ஒரு மின்னல் போல மனதின் உள்ளே வந்து சென்றுகொண்டிருந்தன.

ராய்ப்பூரில் அப்பாவின் பணியிடத்திற்குப் பக்கத்தில் பள்ளிக்கூடம் ஒன்றுமில்லாததால் படிப்பு பாதியிலேயே நின்றுவிட்டது. இதனால் கூடுதல் நேரமும் அப்பாவோடு செலவழிக்க முடிந்தது. அப்பா சொல்லித் தந்த சிந்தனைச் சுதந்திரம் உண்மையில் ஒரு வரப்பிரசாதமாக மாறியது. விசாலமான ஒரு பார்வைக் கோணத்தில் நான் முன்னோக்கிச் செல்ல அப்பா ஒரு தூண்டுகோலாக மாறினார்.

வீட்டில் அப்பாவைப் பார்ப்பதற்குப் பல பண்டிதர்களும் வந்து கொண்டிருந்தனர். அவர்களோடு சேர்ந்து பல விசயங்களையும் அப்பா கலந்து ஆலோசித்துக் கொண்டிருப்பதை எல்லாம் கவனித்தேன். சில வேளைகளில் அவர்களோடு சேர்ந்து உரையாடலில் பங்கேற்கவும் செய்தேன். என்னுடைய அபிப்ராயங்களையும் திறமையையும் எல்லோரும் அங்கிகரிக்க வேண்டுமென்று விரும்பிய நாட்கள் அவை.

என்னை அங்கிகரிக்காதவர்களோடு ஒரு கூச்சமுமின்றி அங்கிகாரத்தைக் கேட்டு வாங்கவும் செய்தேன். அப்படிச் செய்யவில்லையென்றால் மனதிற்கு அமைதி கிடைத்திருக்கவில்லை. ஆனால், இந்தப் பிடிவாதத்தைக் காணும்போது அப்பா என்னைத் திட்டவும் செய்தார். என்னவாக இருந்தாலும் அவர் மனதினுள்ளே என்னைப் பற்றி அபிமானம் கொள்வதாகத்தான் எனக்குத் தோன்றியது.

ராய்ப்பூரில் இரண்டு வருட காலம்தான் அப்பாவின் பணி. அக்காலம் கழிந்த பிறகு நாங்கள் கல்கத்தாவிற்குத் திரும்பி வந்தோம். மீண்டும் பள்ளிக்கூடத்தில் சேர்ப்பதற்கு முயற்சித்தபோது சில தடங்கல்கள் முன்னால் வந்தன. ஆசிரியர்களுக்கு என்னிடம் இருந்த மதிப்பும் அன்பும் காரணமாக அந்தத் தடங்கல்கள் எப்படியோ நீங்கின.

ராய்ப்பூரில் படிப்பு தடைபட்ட காலத்தின் பாடங்களைக்கூட மெனக்கெட்டு இருந்து படித்தேன். அதற்குப் பலன் கிடைத்தது. முதல் வகுப்பில் தேர்ச்சிப் பெற்றதால் மனம் மதிப்பிலும் சந்தோஷத்திலும் நிறைந்தது. மாநகராட்சிப் பள்ளியில் இருந்து பெற்ற உயர்ந்த வெற்றிக்கு அப்பா தந்த பரிசு அதிக சந்தோசத்தைத் தந்தது: அழகான ஒரு கைக்கடிகாரம்! பள்ளியிலிருந்து முதல் வகுப்பில் வெற்றி பெற மற்ற மாணவர்கள் யாராலும் இயலவில்லை. அப்பாவிற்கு என்னிடம் கூடுதல் மதிப்பு உண்டாகியிருக்கிறது என்பதை அறிந்தபோது மனம் ஆனந்தத்தால் நிறைந்தது.

ஆங்கிலத்திலும் வங்காளத்திலும் உள்ள சிறந்த நூல்களை வாசிக்கவே, மனது ஒரு தனித்துவமான அனுபூதியால் நிரம்புவதை அறிந்தேன். பல மகான்களின் வாழ்க்கை வரலாறுகளையும் தன்வரலாறுகளையும் கீழே வைக்காமல் வாசித்து முடித்தேன்.

“நரேன், மற்ற புத்தகங்களை மட்டுமே எந்நேரமும் வாசித்துக் கொண்டிருந்தால் பாடப்புத்தகங்களை உன்னால் படித்து முடிக்க முடியுமா...?” அப்பா கேட்டார்.

"உண்மையில் எனக்கு வடிவியலில் (Geometry) எந்த அறிவும் இல்லை. நுழைவுத்தேர்வும் பக்கத்தில் வந்திருக்கிறது. தேர்வுக்கு இனி இருதினங்கள் மட்டுமே. ஆனாலும் நான் கண்விழித்துப் படித்து முடிப்பேன் அப்பா. நீங்கள் கவலைப்பட வேண்டாம்."

அப்பாவைச் சமாதானப்படுத்துவதற்காக வாக்குக் கொடுத்தேன்.

ஒரு எழுத்தாளனை அவனுடைய புத்தகத்தின் ஒவ்வொரு வரியையும் வாசிக்காமலே புரிந்து கொள்ளமுடிந்தது. ஒரு சிறிய பத்தியின் முதல் வரியையும் கடைசி வரியையும் படித்தாலே போதும், அவற்றிற்கிடையில் உள்ள வரிகளின் உள்ளடக்கம் தெரிந்துவிடும். இந்தத் திறமை அதிகரித்ததால் பத்தியை முழுமையாகப் படிக்க வேண்டிய அவசியம் இல்லாமலானது.

ஒரு வருடம் மட்டும் நகரத்தில் உள்ள மாநிலக்கல்லூரியில் படித்தேன். அதற்குப் பிந்தைய படிப்பு ஜெனரல் அசம்பிளி இன்ஸ்டிட்யூட்டில். பிறகுதான், அந்த இன்ஸ்டிட்யூட்டின் பெயரை ஸ்காட்டிஷ் சர்ச் கல்லூரி என்று மாற்றினர். அந்தக் கல்லூரியின் எங்கள் முதல்வர்தான், பண்டிதர் வில்லியம் ஹேஸ்டி.

ஒருநாள் ஆங்கிலப் பேராசிரியர் விடுப்பு எடுத்திருந்தார். அவருக்குப் பதிலாக வில்லியம் ஹேஸ்டி எங்களுக்கு வகுப்பு நடத்த வந்திருந்தார். வேர்ட்ஸ்வொர்த்தின் 'ஆனந்தச் சுற்றுலா' என்ற பாடத்தை அவர் நடத்திக்கொண்டிருந்தார்.

இயற்கை அழகைத் தியானித்து, சமாதி நிலையில் இரண்டறக் கலந்து போனதைப் பற்றிக் கவிஞர் அந்தக் கவிதையில் விவரித்துச் செல்கிறார். ஆனால், மாணவர்களுக்குக் கவிஞரின் எண்ணம் புரியவில்லை. கவிஞருக்குக் கிடைத்த அனுபூதியைப் பற்றி யாருக்கும் எந்தப் புரிதலும் இல்லை. அப்போது பேராசிரியர் ஹேஸ்டி சொன்னார்:

"சிந்தனைத் தெளிவும் மனதை ஒருமுகப்படுத்துவதன் பலனாகவும்தான் அத்தகைய அனுபூதிகள் பிறக்கின்றன.

ஆனால், மிகச்சிலருக்கு மட்டுமே இக்காலத்தில் அத்தகைய மனது உள்ளது. இதைப்போல ஒரு ஆனந்த அனுபூதி கிடைத்த ஒருவரை மட்டுமே நான் இதுவரை பார்த்திருக்கிறேன்; அவர்தான் தட்சிணேசுவரத்தில் உள்ள ஸ்ரீராமகிருஷ்ண பரமஹம்சர்."

குருவினைப் பற்றிய காட்சிப்படத்தை எனக்கு முதலில் நல்கியவர் பேராசிரியர் ஹேஸ்டிதான். எங்களுடைய ஆங்கிலப் பேராசிரியர் விடுப்பில் போனது நல்லதுதான். ஹேஸ்டி தொடர்ந்தார்:

"நீங்கள் தட்சிணேசுவரத்திற்குச் சென்று அவரைக் கண்டால் உங்களுக்குப் புரியும், அந்த அனுபூதி என்னவென்பது!"

பத்து

மேற்கத்தியத் தத்துவச் சிந்தனைகளின் விழுமியங்களையும் அதில் இரண்டறக் கலந்திருக்கும் சாராம்சத்தையும் உள்வாங்கும்போது மனது மற்றொரு உலகிற்குப் பயணித்தது. பாடகர்களான அகமத்கான், வேணுகுப்தா ஆகியோரிடத்தில்தான் சங்கீதமும் வாத்தியங்களும் படிப்பதற்காகச் சென்றேன். வீணையையும் தம்புராவையும் (தம்புரு) இதயத்தோடு சேர்த்து வைத்து அனுபவிக்க முடிந்தது. இதையெல்லாம் பார்க்கவும் கேட்கவும் செய்ததன் காரணமாக இருக்கலாம், எங்களுடைய பேராசிரியர் மிஸ்டர் ஹேஸ்டி ஒருநாள் மற்றவர்களோடு சொல்வதைக் கேட்க நேரிட்டது:

"உண்மையில் அபூர்வமான அறிவுக்கூர்மை உள்ள ஒரு மாணவன்தான் நரேந்திரன். உலகத்தின் பல பகுதிகளுக்கும் நான் பயணம் செய்துள்ளேன். இதுபோன்றதொரு அறிவுக் கூர்மையுள்ள மாணவனை ஜெர்மன் பல்கலைக் கழகங்களில்கூடப் பார்க்க முடியவில்லை!"

பேராசிரியரின் வார்த்தைகளைக் கேட்டு உண்மையில் ஆச்சரியப்பட்டேன். அவர் தொடர்ந்தார்:

"நரேந்திரனைப் போல இவ்வளவு ஆழ்ந்த உள்ளொளி பெற்ற ஒரு மாணவனைத் தத்துவச் சிந்தனை மாணவர்களுக்கு இடையில்கூட எங்குமே இதுவரை கண்டுபிடிக்க முடியவில்லை."

என்னதான் இந்த ஆழ்ந்த உள்ளொளி?! எவ்வளவு சிந்தித்தும் அந்த வார்த்தையின் பொருள் மட்டும் புரியவில்லை. ஒருவேளை, பேராசிரியருக்கு மட்டுமே புரியக்கூடிய மொழியாக இருக்கலாம். அவரின் ஒவ்வொரு வார்த்தையிலும் ஆத்மார்த்தம் நிரம்பியிருப்பதை அறிந்தேன்.

என்னைப் பற்றிய பேராசிரியரின் எண்ணத்தைக் கேட்டுக்கொண்டிருந்தபோது உள்ளத்தில் சந்தோசமும் அபிமானமும் நிறைந்துகொண்டிருந்தது. அவர் சொல்லி முடித்தது ஒரு முன்னறிவிப்பைப் போல இருந்தது:

"நரேந்திரன் இந்த வாழ்க்கையில் ஒரு முத்திரை பதிப்பான் என்பது உறுதி!"

பேராசிரியர் ஹேஸ்டியின் அரவணைப்பில் கல்லூரி வாழ்க்கை எளிதாகவும் ஆனந்தமாகவும் இருந்தது.

எதையும் பகுத்தறிவின் வழியாகப் பார்க்க வேண்டும் என்று மனது கட்டாயப்படுத்திக்கொண்டே இருந்தது. ஒவ்வொன்றையும் புத்தியின் வழியே ஆராயும்போது எனக்கு அது சரியென்று தோன்ற வேண்டும். அல்லாத எதையும் சம்மதிப்பதற்கு மனது ஒத்துக்கொள்ளவில்லை. புத்திக்குச் சம்மதம் என்று தோன்றாததை எப்படி ஏற்றுக்கொள்ள இயலும்?

பகுத்தறிவுக்கு ஒவ்வாத காரியங்களை, காரணம் சொல்ல இயலாத காரியங்களை எதற்கு நம்ப வேண்டும்? அவற்றை ஏற்றுக்கொள்வதற்கு மனது அனுமதிக்கவில்லை. எப்படியென்றாலும் எனது மனம் எப்போதும் தேடிக்கொண்டிருந்தது பரமமான சத்தியத்தைத்தான்!

உலக விசயங்களில் சந்தோசம் கிடைத்தாலும், அவை ஒருமுறைகூட முழுமையான திருப்தியைத் தரவில்லை. இயற்கை எதையோ இங்கே மறைத்து வைத்திருக்கிறது! குறும்பு நிறைந்த இயற்கையின் இந்த மூடுபடத்தைத் தகர்த்தே ஆக வேண்டும். அதுவரைக்கும் எனக்கு ஓய்வில்லை. கூடவே என்னுடைய பகுத்தறிவையும் சமாதானப்படுத்த வேண்டும்.

சுற்றிலும் உள்ள நண்பர்களில் இருந்து முற்றிலும் வேறுபட்டதுதான் என்னுடைய வாழ்க்கை என்று சிறுவயதில் இருந்தே எனக்குத் தெரிந்திருந்தது. அது வெறும் ஒரு சிந்தனை அல்ல; மனதில் இருந்து யாரோ நினைவுபடுத்துவது போன்ற ஒரு அனுபவம்!

எந்த விதத்திலும் உள்ள பலவீனம் எனக்கு ஏற்புடையதல்ல. எதற்குப் பலவீனராக வாழவேண்டும்! இந்தப் பூமியென்னும் வீட்டில் ஒவ்வொருவரும் பிறந்து விழுந்தது, இங்கே பலவீனர்களாக வாழ்ந்து வாழ்க்கையைப் பரிதாபமாக முடித்துத் திரும்பிச் செல்வதற்கா? உள்ளத்தில் இரண்டறக் கலந்திருக்கும் ஏதோவொரு சக்தி அப்படித்தான் நம்மிடம் சொல்லிக்கொண்டிருக்கிறதா? ஒருபோதும் அப்படி இல்லை என்பதுதான் என்னுடைய நம்பிக்கை.

இளங்கலைப் படிப்பை முடித்து வீட்டிற்குத் திரும்பி வந்தபோது எதிர்பாராமல் அப்பாவின் கட்டளை வந்தது.

"இனி நீ திருமணம் செய்துகொள்ள வேண்டும்"

அப்பாவின் வார்த்தைகளைக் கேட்டு அவரின் முகத்தைத் திகைப்போடு பார்த்தேன். அவர் வீட்டின் முன்புறம் தெற்கு வடக்காக நடந்து கொண்டிருந்தார். எதையோ தீர்க்கமாக உறுதி செய்து வைத்திருப்பதைப் போன்று தொடர்ந்து சொன்னார்:

"இலண்டனுக்குச் சென்று ஐ.சி.எஸ். படிப்பில் நீ சேர வேண்டும். அதற்கான பணம் வரதட்சணையாக உனக்குக் கிடைக்கும்"

அப்பாவின் கணக்குக்கூட்டல்கள் நன்றாக இருக்கின்றன! கட்டாயப்படுத்தித் திருமணம் செய்து வைப்பதற்கு அவர் அப்படி ஒரு வழியையும் உபயோகித்துப் பார்க்கிறார். இதற்கு என்ன மறுபதில் சொல்ல? ஐ.சி.எஸ். படிப்பிற்காகத் திருமணம்!

ஆனால், திருமணத்திற்குத் தயாரான மனதுடன் நான் இல்லை என்பதை அப்பா அறிவாரா? திருமணம் என்னுடைய

வாழ்க்கைப் பயணத்திற்கு அனுகூலமாகாது. ஏதோ அபூர்வ சக்தியின் செயல் என்பதுபோல, திருமண ஆலோசனைகள் தொடர்பான எந்தக் காரியம் வந்தாலும், எதிர்பாராத சிக்கல்களால் அந்தக் காரியங்கள் அனைத்தும் தடைபட்டுக்கொண்டே இருந்தன. தடைபடும் நேரங்களில்தான் மனதும் சமாதானத்தின் நேர்வழிக்குத் திரும்பியது.

அப்பாவினுடைய மற்றும் உறவினர்களுடைய பிடிவாதத்திற்கு எல்லாம் சாய்ந்துகொடுக்க இயலாது என்றாலும் கடுமையான எதிர்ப்புகளை வெளிக்காட்டாமல், கல்யாண விசயத்தைப் பற்றிப் பின்னர் யோசிக்கலாம் என்று மட்டும் சொல்லி நழுவிக் கொண்டிருந்தேன்.

பாரதம் முழுவதும் இந்துச் சமூகம் பரிதாபகரமான சூழலில் இருக்கிறது. பல வருடங்களாக இப்படியானதொரு மோசமான சூழலைத்தான் நாடு கடந்து சென்று கொண்டிருக்கிறது. எங்கும் பட்டினியும் துக்கமுமாக வாழும் பெரும்பான்மை மக்கள்; இரக்கமில்லாத சாதிப் பிரிவினைகள்; ஒழுக்கக்கேடின் கொடிய வேலி ஏற்றங்கள்; அதிகாரமும் அடிமைத்தனமும்... அப்படிச் சென்றுகொண்டிருக்கிறது இந்துச் சமூகம். பின் எப்படி பிரம்மசமாஜம் போன்ற ஒரு சீர்திருத்த இயக்கம் பாரதத்தின் தலைநகராகிய கல்கத்தாவில் தோன்றாமல் இருக்கும்?!

பழைய பாரம்பரியம் தகர்ந்துவிடாமல் இறுகப் பிடித்துக்கொண்டு ஒரு கூட்டத்தினர்; ஒரு புதிய தரிசனத்தின் வழியே மக்களைக் காப்பாற்ற எண்ணும் மற்றொரு கூட்டத்தினர். பழமைவாதிகள் ஒரு புறமும், முற்போக்கினை விரும்புபவர்கள் மறுபுறமும்.

கேசவசந்திர சேனன் முற்போக்குவாதிகளான வங்காள மக்களின் மதிக்கத்தக்க தலைவரானது திடீரென்றுதான். ஒரு இனத்தின் புனர்ஜென்ம வேதனைகளில் இருந்துதான் பல சீர்திருத்த இயக்கங்களும் பின்பு பிறவி எடுக்கின்றன.

இந்துச் சமூகத்தின் பாரம்பரியமான வேதாந்தத் தத்துவங்களைப் பாதுகாத்துக் கொண்டே, விசாலமானதும், எல்லோராலும் ஏற்றுக்கொள்ளக் கூடியதும், திறந்த மனதோடு உள்ளதுமான ஒரு இயக்கமாகப் பிரம்மசமாஜம் மாறியது. புதிய காலத்திற்கும் பொருந்தும் வகையில் தொடர்ந்து உழைக்கின்ற இயக்கம்!

புதிய தலைமுறையினரை அது கவர்ந்திழுத்ததில் பெரிய அற்புதம் ஒன்றுமில்லை. இளம்பெண்களும் இளைஞர்களும் பிரம்மசமாஜத்திற்குக் கூட்டம் கூட்டமாக வந்துசேரத் தொடங்கினர். கேசவசந்திர சேனனை வலுவான, சுறுசுறுப்பான புதிய தலைமுறை அபிமானத்துடனும் ஆதரவுடனும் பின்தொடர்ந்தது.

இந்து மதத்தில் பழமைவாதிகளின் பல தெய்வக் கருத்துக்களும், பரம்பரை பரம்பரையாக நிலைநிறுத்திக் கொண்டிருந்த சிலை வழிபாடும், அவதார வாதங்களும், குரு வழிபாடும் பிரம்மசமாஜத்தால் ஏற்றுக்கொள்ளப்படவில்லை. அதுமட்டுமல்ல, இவற்றையெல்லாம் பிரம்மசமாஜம் எதிர்க்கவும் தொடங்கியது. பழமைவாதிகளுக்கு அதொரு கனத்த அடியாக இருந்தது.

ஒரே தெய்வ வழிபாட்டைத்தான் பிரம்மசமாஜம் ஏற்றுக்கொண்டது. சாதியை இல்லாமல் ஆக்குவதும், சமத்துவம், பெண் கல்வி, சுதந்திரம், குழந்தைத் திருமண தடை ஆகிய எல்லாவற்றையும் சேர்த்துக்கொண்டு சமுதாய மறுமலர்ச்சியின் புதியதொரு கொடி ஏந்தி அவர்கள் தெருவில் இறங்கினர். சமாஜத்தின் புதிய கண்ணோட்டத்தால் ஈர்க்கப்பட்டபோது அதில் சேரவேண்டுமென்று மனது சொன்னது. பல நன்மைகளையும் ஒழுக்கக்கேடான சட்டகத்தில் ஒதுக்கி மறைத்துப் பிடிக்கச் சிலர் முயற்சிக்கும்போது நூதனமான கண்ணோட்டத்தின் பின்னால் பயணிக்க வேண்டியதாகி விடுகிறது.

எந்தச் செயலையும் செய்யாமல் அலட்சியமாக இருப்பதை என்னால் ஒருபோதும் ஏற்றுக்கொள்ள இயலாது.

சமாஜத்தில் இருந்துகொண்டே உணர்ந்து செயல்பட வேண்டும். ஏதாவது சிலவற்றைச் செய்தே ஆகவேண்டும். என்னுடைய இந்தப் பிறவி, பிறருக்குப் பயன்படுவதாக இருக்க வேண்டும்.

அம்மாவினுடைய கண்டிப்பும் அரவணைப்பும் காரணமாக, நன்னடத்தையில் இருந்து தவறிச்செல்வதைப் பற்றிச் சிறுவயதிலிருந்தே சிந்திப்பதற்குக்கூட இயலவில்லை. நன்னடத்தையில் அம்மாவிற்கு எந்த ஒரு சமரசமும் இல்லை. குழந்தைகளும் அப்படித்தான் ஆகவேண்டும் என்ற கட்டாயம் அவருக்கு இருந்தது.

வழி தவறிச் செல்வதற்கான சூழல்கள் கடந்த காலங்களில் ஏராளமாக இருந்தன. அப்பொழுதெல்லாம் அம்மாவின் வார்த்தைகள் நினைவில் ஓடி வரும்: 'ஒரு மனிதனின் ஆத்ம தரிசனங்களையும் திவ்விய தரிசனங்களையும் அளப்பதற்கான அளவுகோல்தான் நன்னடத்தை.'

ஒவ்வொரு சிந்தனையும் உணர்வும் நன்னடத்தையின் வழியாக உண்டாகக்கூடியவை என்ற எண்ணம் அறியாமலேயே உள்ளத்தில் பதிந்திருந்தது.

உறங்குவதற்கு முன்னால் மனதில் இரண்டு காட்சிகள் தெளிவாகத் தோன்றும்: செல்வமும் வளமும் பதவியும் புகழும், மற்றும் அழகான மனைவியும் எல்லாமுமான ஐஸ்வரியம் நிறைந்த குடும்பம் - மகிழ்ச்சியான குடும்ப வாழ்க்கை! இரண்டாவது காட்சி ஒரு சந்நியாசியுடையது; பிச்சை இரந்து வாங்கும் ஒரு சந்நியாசி! எல்லாவற்றையும் தியாகம் செய்து வாழும் ஒரு சந்நியாசி!

சுகத்தின் காட்சியைத் தேர்ந்தெடுப்பதா?, அல்லது தியாகத்தின் காட்சியைத் தேர்ந்தெடுப்பதா? இரண்டையும் நிறைவேற்றுவதற்கான திறமை என்னிடம் உண்டு. இரண்டு காட்சிகளும் மனதில் மாறிமாறித் தோன்றிக் கொண்டிருக்கின்றன.

பதினொன்று

"மகாத்மாவே, நீங்கள் கடவுளைப் பார்த்திருக்கிறீர்களா?"

கேள்வியைக் கேட்டு மகரிஷி தேவேந்திரநாத் தாகூர் ஒரு நிமிடம் திகைத்தார். என்ன சொல்வதென்று தெரியாமல் அவர் என்னையே பார்த்துக்கொண்டிருக்கிறார். அந்தக் கண்களில் அன்பும் அரவணைப்பும் நிறைந்திருந்தன.

கொஞ்சகாலமாகவே உலக வாழ்க்கையில் இருந்து முற்றும் விலகி, கங்கை நதியில் நின்றிருந்த ஒரு சிறிய படகில்தான் அவர் வாழ்ந்துகொண்டிருந்தார். முன்பொரு நாள் நான் அவரைப் பார்ப்பதற்காகச் சென்றிருந்தேன். ஆனால், அப்போது அவர் ஆசிரமத்தில் தங்கியிருந்தார்.

"மகனே, உன்னுடைய கண்களைப் பார்த்தால் ஒரு யோகியின் கண்களைப் போலத் தெரிகின்றன!"

மகரிஷியின் பதில் என்னுடைய கேள்விக்கான பதில் இல்லை. ஏமாற்றம்தான் மிஞ்சியது. மகரிஷியிடமிருந்து விடைபெறும்போது மனதில் சொன்னேன்: 'இல்லை, இவர் கடவுளைக் கண்டதில்லை'. இதற்கு முன்பும் பல ஆன்மிகக் குருக்களிடம் இதே கேள்வியைக் கேட்டிருக்கிறேன். யாருமே கடவுளைப் பார்த்ததாகச் சொல்லவில்லை. ஒன்று, என்னுடைய கேள்வியின் முன்னால் புன்னகைத்துக் கொண்டு மௌனமாக இருந்துவிடுவர்கள்; அல்லது வேறு ஏதாவது சொல்லி நழுவி

விடுவார்கள். இனி இந்தக் கேள்வியையும் சுமந்து கொண்டு நான் எங்கே செல்வது?

திடீரென்றுதான் பேராசிரியர் ஹேஸ்டி சொன்னவர் நினைவிற்கு வந்தார்; தட்சிணேசுவரத்தில் உள்ள ஸ்ரீராமகிருஷ்ண தேவர். அவரது ஒரு பக்தரான சுரேந்திரநாத் மித்ரனின் வீட்டில் முன்பொரு சாயங்கால வேளையில் சத்சங்கத்திற்காகச்[4] சென்றதும் அங்கே ஸ்ரீராமகிருஷ்ண தேவரைப் பார்த்ததும் நினைவிற்கு வந்தது. அன்று அவர், நான் பாடிய பக்திப்பாடலைக் கேட்டு மகிழ்ந்து தலையாட்டித் தாளமிட்டுக் கொண்டே இருந்ததையும் கவனித்தேன். புறப்படும்போது அவர் என்னைத் தட்சிணேசுவரத்திற்கு வருமாறு அழைக்கவும் செய்தார்.

கமார்புகூர் கிராமத்தில் ஒரு நடுத்தரக் குடும்பத்தில்தான் ஸ்ரீராமகிருஷ்ண தேவர் பிறந்திருக்கிறார் என்று கேள்விப்பட்டிருக்கிறேன். அக்கிராம மக்கள் அவரது தாய் தந்தையரை ரிஷிகளுக்கு இணையாகக் கருதியிருந்தார்களாம். பசுக்களும் பச்சைபசேலெனக் காட்சியளிக்கும் வயல்களும் நிறைந்த அழகான கிராமம்தான் கமார்புகூர்.

மிக எளிய சுற்றுச்சூழலில், வெறும் ஒரு சாதாரண கிராமச் சிறுவனைப் போலத்தான் கதாதரனும் வளர்ந்து வந்தான். இளம்வயதிலேயே அபூர்வமான குணநலன்களும் அனுகிரகமும் அவனில் வெளிப்பட்டிருந்தன. தெய்வத் துதிகளைக் கேட்டவுடனேயே அவன் ஆன்மிக அனுபூதியில் மூழ்கிவிடுவானாம். அப்படியிருக்க, எதிர்பாராமல் ஏற்பட்ட தந்தையின் மரணத்தினால் குடும்பமே வறுமை நிலைக்குத் தள்ளப்பட்டு அல்லாடத் தொடங்கியது.

மூத்த அண்ணன் ராம்குமார், கல்கத்தா நகரத்தில் ஒரு சிறிய பள்ளிக்கூடத்தைத் தொடங்கியதும் கதாதரனும்

---

[4] ஆன்மீகத் தேடலில் இருப்பவர்கள், கடவுளைப் பற்றிய கருத்துக்களைப் பரிமாறிக் கொள்ள ஒன்றுசேரும் இடம். (சத் - உண்மை, இறைவன்; சங்கம் - ஒன்று சேர்தல்)

கல்கத்தாவிற்குச் சென்றான். தம்பி உலக வாழ்க்கைக்கான கல்வியைப் பெறவேண்டுமென்ற ஆசை ராம்குமாருக்கு இருந்தது. ஆனால், அதனை மறுத்த கதாதரன் அண்ணனிடம் கேட்டான்:

"அண்ணன் சொல்வதைப்போல இந்தக் கல்வியைக் கற்றால் பக்தியும் விசுவாசமும் ஆத்மாவை அறிந்து கொள்ளும் அறிவும் கிடைக்குமா?"

அதைக்கேட்டுவிட்டு ராம்குமார் சொன்னார்:

"அது எனக்குத் தெரியாது. ஆனால், காலங்காலமாக நாம் பின்பற்றிவரும் கல்விமுறையை நீ கற்றுக்கொள்ள வேண்டும் என்றுதான் நான் சொல்கிறேன்"

"அப்பாவைப் போல எனக்கும் கடவுள் பக்தனாக வேண்டும். கடவுளைத் தரிசிக்கவோ, உலக வாழ்க்கையின் பிரச்சினைகளிலிருந்து விடுபடவோ முடியாத இந்த சம்பிரதாயக் கல்வி எனக்கெதற்கு?"

ராம்குமாரின் பிடிவாதத்திற்கு உடன்படாமல் கதாதரன் அண்ணனிடம் வாதிட்டுக்கொண்டே இருந்தான்:

"வெறும் வயிற்றுப் பிழைப்பிற்கு மட்டுமே உதவக்கூடிய கல்வியினால் எனக்கென்ன பயன்? என்னுடைய மனதிற்கு ஒளி தரக்கூடியதும், நிரந்தமான அமைதி, சந்தோசம், ஆத்ம திருப்தி ஆகியவற்றைத் தரக்கூடியதுமான அறிவுதான் எனக்கு வேண்டும்."

கல்கத்தா நகரத்தின் வடக்கே, நான்கு மைல் தூரத்திற்கு அப்பால், கங்கைக்கரையில் ஒரு காளி கோவில் உண்டு. தேவியின் பக்தையான ராசமணி ராணிதான் இந்தக் கோவிலைக் கட்டினார். மருமகனான மதுரானாத் அவருடைய சொத்துக்களின் காரியஸ்தனாக (பொறுப்பாளர்) இருந்தார். காளி கோவிலின் பூசாரி ஆவதற்கு மதுரானாத் ராம்குமாரை அழைத்தார். ராம்குமார், கதாதரனையும் அழைத்துக் கொண்டு தட்சிணேசுவரத்திற்குச் சென்றார்.

தேவி கோவில் அமைந்திருந்த இடம், ஏகாந்தமும் மௌனமும் நிறைந்திருந்த புண்ணிய பூமியாக இருந்தது. நகரத்தின் நெரிசலும் வேகமும் பேரிரைச்சலும் தீண்டாத மிக அமைதியான பூமி. தெய்வீகமான அந்த அமைதியில் தேவியின் கடாட்சம் பக்தர்களின் மனதில் நிறைந்து நின்றது. இந்தச் சுற்றுச்சூழலில் வாழும் வாழ்க்கை கதாதரனிடம் புதியதொரு அனுபூதியை ஏற்படுத்தியது.

பிறப்பிலேயே தெய்வீக அருள் நிறைந்து தழும்பியிருந்த கதாதரனின் மனது, இன்னும் கூடுதல் கூடுதலான இறைச்சிந்தனையால் பிரகாசிக்கத் தொடங்கியது. தெய்வ தரிசனம் கிடைக்க வேண்டுமென்ற தீராத ஆசையும் ஈடு இணையில்லாத பக்தியும் கதாதரனிடம் வெளிப்பட்டன. சாத்வீகமான மனித குணங்களும் ஆத்ம ஆனந்தத்தில் மூழ்க வேண்டும் என்ற எண்ணமும் அவனுக்குள்ளே வந்துவிட்டன.

சிறுவயதிலேயே உலக விசயங்களில் நாட்டம் இல்லாமல் போகும் இந்தக் குணம் எப்படித்தான் இச்சிறுவனிடம் வந்து சேர்ந்ததோ! ஒரு குரு கூட இன்னும் இவனுக்குக் கிடைக்கவில்லை; வேத அறிவும் இல்லை; யோகிகளின் ஆன்மிக நடைமுறைகளோ, பயிற்சியோ இதுவரை கிடைக்கவில்லை. ஆன்மிக விசயங்களில் எந்தவொரு அனுபவமும் இல்லையென்றாலும் உலக விசயங்களைப் புறக்கணிப்பது என்பது சற்று வித்தியாசமாகத்தான் தெரிந்தது!

பகல் நேரங்களில் பூஜை, பிரார்த்தனை, தெய்வ கீர்த்தனை என்று கதாதரன் நேரத்தைச் செலவிட்டான். அதிகாலையிலும் சாயங்கால வேளைகளிலும் தேவியின் புண்ணியச் சிலையை மனம் முழுவதும் நிறைத்துக்கொண்டு கங்கைக் கரையினூடாக ஏகாந்தமாக நடந்தான். இரவிலோ தியானத்தில் மூழ்கினான்.

தன்னைச் சுற்றியுள்ள மனிதர்களின் அர்த்தமில்லாத வாழ்க்கை ஓட்டங்களின் முன், கண்களை மூடி கதாதரன் தன்னுடைய மனதின் ஆழத்திற்குள் பயணித்துக் கொண்டிருந்தான். ஜெகதீஸ்வரியை எப்படியாவது பார்க்க

வேண்டும் என்ற ஒரே சிந்தனை மட்டுமே மனதில் இருந்தது என்றாலும் அம்மாவின் தரிசனம் இதுவரை கிடைக்கவில்லை.

“அற்ப ஆயுளின் இன்னொரு நாளும் உதிர்ந்து போய்விட்டது, அம்மா. சத்தியமான உங்களை என்னால் இதுவரை கண்டடையவும் முடியவில்லையே!”

கதாதரன் புலம்பிக் கொண்டிருந்தான். மனதில் இடையிடையே சந்தேகம் எழுந்து வந்தது: ‘அம்மா, நீங்கள் உண்மையா? அல்லது வெறும் கட்டுக்கதையா...?! நீங்கள் உண்மையாகவே சத்தியமென்றால் ஏன் என்னால் உங்களைக் கண்டடைய முடியவில்லை?’

‘என்னுடைய பாட்டனார்களில் பலரும் கடவுளைக் காண வேண்டுமென்று கஷ்டப்பட்டனர்; இறுதியில் கண்டடைந்தவர்களும் உண்டு. அப்படியானால் நீங்கள் உண்மைதான்! ஆனால், இதுவரை என்னால் உங்களைப் பார்க்க முடியவில்லையே. என்னுடைய உயிர்போகும் அளவிற்கான வேதனையை உங்களால் ஏன் புரிந்துகொள்ள முடியவில்லை?’

தெய்வ தரிசனம் கிடைக்காத ஒரு வாழ்க்கை பயனற்றது. அப்படியொரு வாழ்க்கை எனக்கு வேண்டாம்... திடீரென்றுதான் அந்தப் பயங்கரமான சாகசத்திற்குத் துணிந்தேன். காளியின் கையில் இருந்த வாளை வேகமாக எடுத்தேன்... பித்துப்பிடித்ததைப் போன்ற ஒரு ஆவேசத்தால் சொந்தக் கழுத்தை அறுப்பதற்காக வாளும் உயர்ந்து வந்தது!

சட்டென்று ஒரு பேரானந்த ஒளி அங்கே வெளிப்பட்டது! தேவி ஒளி வடிவமாய் எனக்கு முழுமையாகத் தரிசனம் தந்தார்! பின்பு எதுவும் நினைவில் இல்லை... சுயநினைவு வந்தபோது விளக்கெண்ணெயால் ஈரமாகியிருந்த தரையில் படுத்திருந்தேன்!

நாட்கள் பல கடந்து சென்றன. புற உலகத்தை இழந்தது போலத் தோன்றியது. உலக விசயங்கள் எதுவும் மனதில் இல்லை. ஆனால், ஒன்றை மட்டும் அனுபவித்துக் கொண்டிருந்தேன். என்னெவெனின், நான் இதுவரை எப்போதும் அனுபவித்திராத ஒரு ஆனந்தத்தின் அலை

என்னுள்ளில் நுரைத்து எழுந்து தொடர் பிரவாகமாக வந்துகொண்டே இருந்தது.

தேவியின் அருள் என்னுள்ளே வெளிப்பட்டதோ...?! இந்தத் தரிசனத்தைத் தொடர்ந்து நானொரு பித்துப்பிடித்தவனாக மாறுகிறேனோ...? உண்மையான ஒரு பக்தன் தன்னிலை மறந்தவனாகக் காணப்படுவான் என்று நான் கேள்விப்பட்டிருக்கிறேன். எனக்கும் அதுதான் சம்பவித்ததோ...?

சுற்றியிருப்பவர்களின் கண்களுக்கு ஏதோ பைத்தியம் பிடித்ததைப் போலத் தெரிய ஆரம்பித்திருக்கிறது. ஆனால், அதுவல்ல என்னுடைய கவலை. கிடைத்த தரிசனம் சிறிது காலத்திற்கு மட்டுமானதாகச் சுருங்கிப்போனதில் மனது வேதனைப்படுகின்றது. நிரந்தர தரிசனமாக இது இல்லாமல் போனதற்கான காரணம் என்ன?

கவலையோடு தொடர்ந்து ஆன்மிகச் செயல்பாடுகளில் மூழ்கினேன். பிரார்த்தனை, தியானம் ஆகியவற்றின் ஆழம் கூடியபோது தேவி தரிசனம் நிரந்தரமாகக் கிடைக்கத் தொடங்கியது...

கருவறையின் உள்ளே இருக்கும் தேவியின் சிலை இப்போது எனக்குத் தெரியவில்லை; மாறாக அங்கே மனோகரமான புன்னகையோடு ஆசீர்வாதங்களை அருளிக்கொண்டு அமர்ந்திருக்கும் தேவியைத்தான் பார்க்கிறேன். தேவியின் மூச்சுக்காற்றைக்கூட இப்போது என்னால் உணரமுடிகிறது.

கருவறையின் மேல்மாடிக்கு ஏறிச்செல்லும் தேவியின் சிலம்பொலி சப்தம்கூடக் கேட்கத் தொடங்கி இருக்கிறது! தேவிக்கும் எனக்குமான இடைவெளி குறைந்ததை அறிந்துகொண்டேன்.

உலக வாழ்க்கையில் எதிலும் மாறுபாடு கொள்வதில்லை. எதனோடும் காம வாசனையோ அதிகமான ஈடுபாடோ தோன்றவில்லை. கனவில்கூட ஒரு பெண்ணினைத் தேவியின்

உருவமாக அல்லாமல் வேறு எந்த நிலையிலும் என்னால் பார்க்க முடியவில்லை.

எனக்குச் சித்தபிரம்மை பிடித்திருக்கிறது என்று மற்றவர்கள் சொல்லத் தொடங்கி இருக்கிறார்கள். இதைக்கேட்டுப் பதட்டமடைந்த அம்மா என்னை அழைத்து வீட்டிற்கு வரச் செய்தார். உலக விசயங்களில் என்னுடைய மனதினைக் கட்டிப்போட வேண்டுமென்ற உறுதிகொண்டு உறவினர்கள் அலைந்து கொண்டிருக்கிறார்கள். அதற்கு அவர்கள் கண்டுபிடித்த எளிய வழிதான் திருமணம் செய்துவைப்பது என்பது.

மணப்பெண்ணாகப் பக்கத்துக் கிராமத்திலுள்ள ஒரு சிறிய பெண்ணை அவர்கள் கண்டுபிடித்திருக்கிறார்கள். என்னுடைய மனநிலையைச் சாதாரண நிலைக்கு மாற்றுவதற்காக அவர்கள் செய்த வேலைதான் திருமணம். ஒருவேளை இது தேவியின் எண்ணமாக இருக்கலாம் என்று கருதித்தான் திருமணத்திற்குச் சம்மதம் சொன்னேன். என்னவாக இருந்தாலும்சரி, சற்றுப் பலமிழந்து போயிருந்த என்னுடைய ஆரோக்கியத்தைக் கமார்புகூரின் வாழ்க்கையினால் திரும்ப மீட்டெடுக்க முடிந்தது.

ஆனால், சில தினங்களுக்கு உள்ளாகவே தட்சிணேசுவரத்திற்குத் திரும்பி வந்தேன். புதுமணப் பெண்ணை வீட்டில் விட்டுவிட்டுதான் வந்தேன். படிப்படியாக அம்மாவையும் மனைவியையும் உறவினர்களையும் மறந்தேன். கடினமான ஆன்மிகப் பயிற்சியிலும் தவத்திலும் பிரார்த்தனையிலும் மூழ்கினேன்.

தோதாபுரியின்[5] தட்சிணேஷ்வர வருகையானது சற்றும் எதிர்பாராதது. தெய்வத்துவத்தைக் கண்டடைந்த ஒரு சந்நியாசியாக இருந்தார் அவர் என்று நான் கேள்விப்பட்டிருந்தேன். என்னுடைய ஆன்மிகத் தாகத்தைக் கண்டறிந்ததால் இருக்கலாம் தோதாபுரி இவ்வாறு கேட்டார்:

---

[5] அத்வைத வேதாந்தத்தில் கரை கண்டவரும் அனுபூதிமானும் ஜீவன் முக்தருமான ஒரு சந்நியாசி

"அத்வைத நடைமுறைகளைக் கடைபிடிக்க உனக்கு விருப்பமுண்டா?"

விருப்பம் உண்டு என்று சொன்னேன். அப்படி தோதாபுரியின் முகத்தில் இருந்து அத்வைத சித்தாந்தத்தைக் கற்றுக்கொள்ள முடிந்தது. நிர்விகல்ப சமாதியில் வேகமாக மூழ்க முடிந்தது. என்றால், இந்த அனுபூதி தோதாபுரிக்குக் கிடைப்பதற்கு நாற்பது வருடங்கள் காத்திருக்க வேண்டி இருந்ததாம்.

"இனி உன்னை நான் ஸ்ரீராமகிருஷ்ணன் என்றே அழைப்பேன்." தோதாபுரி சொன்னார்.

குரு ஏறக்குறைய ஒரு வருட கால அளவு தட்சிணேசுவரத்தில் என்னுடனே தங்கியிருந்தார். வேறு எவ்விடத்திலும் அவர் மூன்று நாட்களுக்கு மேல் தங்கியதே இல்லையாம். ஆனால், என்னை உடனடியாக விட்டுச்செல்ல குருவிற்கு மனம் வரவில்லை.

●

பன்னிரண்டு

எதிர்பாராமல்தான் சாரதாதேவி உள்ளே வந்தார். எனக்குச் சித்தபிரம்மை பிடித்திருக்கிறது என்ற வதந்தி ஊரெல்லாம் பரவியிருக்கிறதாம். அதன் உண்மைத் தன்மையைத் தெரிந்து கொள்வதற்காகத்தான் இந்தப் புதுமணப் பெண்ணின் வரவு.

ஊரில் இருந்து தனியாகத்தான் அவர் புறப்பட்டிருக்கிறார். வெள்ளை நிற சேலையும் ஜாக்கட்டும் அணிந்திருக்கிறார். புது மணப்பெண்ணின் அலங்காரங்கள் எதுவும் அவருடைய முகத்திலோ, ஆடை அணிகலன்களிலோ இல்லை.

திருமணம் முடிந்து சில தினங்களுக்குள்ளாகவே இருவரும் பிரிந்துவிட்டோம். அதனுடைய வருத்தம் எதுவும் அந்த முகத்தில் தெரியவில்லை. அதற்குப் பதிலாக என்னைப் பார்த்ததில் உள்ள சந்தோஷமும் மனநிறைவும் அந்த முகத்தில் ஒளிர்ந்து கொண்டிருந்தது.

கொஞ்சநேரம் நாங்கள் அமைதியாகப் பரஸ்பரம் ஒருவர் கண்களை ஒருவர் நோக்கி நின்றோம். பின்பு மெல்ல அவருக்காக வார்த்தைகளைப் பொறுக்கி எடுத்தேன்:

"என்னைப் பொருத்தவரை எல்லாப் பெண்களும் ஜெகதீஸ்வரியின் வடிவம்தான். அம்மா அப்படித்தான் எனக்குத் தரிசனம் தந்திருக்கிறார். அதனால் எல்லாப் பெண்களையும் நான் அம்மாவாகப் பார்க்கிறேன்."

சாரதாதேவி என்னையே உற்றுப் பார்த்துக் கொண்டிருந்தார்.

"அதுபோல மட்டுமே எனக்குத் தேவியையும் பார்க்க முடியும். தேவியை வீட்டிலுள்ளவர்களின் கட்டாயத்தின்பேரில் திருமணம் செய்து கொண்டதால், இல்லற வாழ்க்கைக்கு என்னை அழைத்துக்கொண்டு செல்வதுதான் சரியென்று தேவிக்குத் தோன்றினால் நான் தேவியுடனே வருகிறேன்".

சாரதாதேவிக்கு என்னுடைய வார்த்தைகளில் ஒளிந்திருக்கும் பொருள் புரிந்துவிட்டதென்று தோன்றியது. அவர் சொன்னார்:

"உலக உறவுகளுக்குள் உங்களை வலிந்து இழுத்துக்கொண்டு செல்ல இந்தச் சாரதாதேவிக்குக் கொஞ்சம்கூட விருப்பமில்லை. நான் உங்களைப் புரிந்துகொள்கிறேன்."

சாரதாதேவியின் கண்கள் நிறைந்து ததும்புவதைக் கண்டேன். அந்தக் கண்ணீரின் அர்த்தத்தைப் புரிந்துகொள்ள முயற்சிப்பதற்கு இடையே அவர் சொன்னார்:

"ஆனால், எனக்கு உங்களுடைய அருகில் வாழவேண்டும்; உங்களுக்குப் பணிவிடை செய்ய எனக்கு அனுமதி தரவேண்டும்; அதுமட்டுமல்ல, ஆன்மிகத் தத்துவங்களைப் படிப்பதற்கும் என்னை ஆசீர்வதிக்க வேண்டும்."

தலையாட்டிக் கொண்டே சம்மதம் சொல்லிவிட்டுத் தொடர்ந்தேன்:

"சரி. தேவியின் ஆசை அதுதான் என்றால் அப்படியே நடக்கட்டும்"

அந்த முகத்தில் திருப்தியின் வெள்ளி நிலா ஒளிவிட்டது.

★★★★★★

என்னைக் கண்டவுடன் என்னவெல்லாம் அவர் சொன்னார்! என் முன்னால் வந்து அவர் கைக்கூப்பி நின்றது எதற்கு என்று எவ்வளவு சிந்தித்தும் விளங்கவில்லை.

"நீ வருவதற்கு ஏன் இவ்வளவு தாமதமாகியது? இத்தனை காலம் என்னைக் காக்க வைத்துவிட்டு நீ எங்கே இருந்தாய்? மனிதர்களின் உலக வாழ்க்கையைப் பற்றிய வார்த்தைகளையெல்லாம் கேட்டுகேட்டு வெறுத்துப் போய்விட்டது. என்னுடைய ஆன்மிக உணர்வுகளைப் புரிந்துகொள்ளும் திறமையுள்ள ஒரு ஆள் கிடைப்பதற்காக நான் இதுவரை காத்துக்கொண்டிருந்தேன். மனதிலுள்ள அந்த உணர்வுகளைப் பகிர்ந்துகொள்ள எனக்கு ஒரு ஆள் வேண்டும்."

அவரது வார்த்தைகளில் தேம்புதலின் ஈரம் தெரிந்தது. அடுத்த நிமிடம் அவர் என் முன்னால் கைகூப்பி வணங்கிக்கொண்டு சொன்னார்:

"என்னுடைய பிரபு, நீங்கள் அந்த நாராயணனின் அவதாரமான புராண ரிஷி நரேன் என்றுதான் நான் எண்ணுகிறேன்! மனித இனத்திற்கு அறிவும் பிரகாசமும் பகர்வதற்காக, அமைதியான சூழலுக்கு இட்டுச்சென்று மோட்சம் கொடுப்பதற்காக, நீங்கள் பிறந்திருக்கிறீர்கள்!"

என்னவெல்லாமோ பைத்தியக்காரத்தனமாகச் சொல்லிக் கொண்டிருக்கிறார். அவருடைய வார்த்தைகளையும் நடவடிக்கைகளையும் கண்டு உண்மையில் ஸ்தம்பித்துப் போய்விட்டேன். ஸ்ரீராமகிருஷ்ண தேவருக்குக் கொஞ்சம் பைத்தியம் பிடித்திருக்கிறது என்று கேள்விப்பட்டது உண்மையாக இருக்குமோ? காண வேண்டுமென்று காத்திருந்து காத்திருந்து, வந்தபோது கண்ட இந்த மனிதன் உண்மையில் யாராக இருக்கும்? இவருக்கு அரைப்பைத்தியம் என்று சொல்ல முடியாது; உண்மையிலே முழுபைத்தியம்தான்!

நான் நாராயணனின் அவதாராமாம்! நான் விஸ்வநாத தத்தனின் மகன். அப்படியிருக்க, இந்த மனிதன் என்னை எதற்கு இப்படியெல்லாம் பெயரிட்டு அழைக்கிறார்?

அவர் என்ன வேண்டுமானாலும் சொல்லட்டும்; நான் எதுவும் பேச போவதில்லை. காத்து நின்று கொண்டிருந்தேன். என்றாலும் பின்பு அவர் எதுவும் பேசவில்லை. திடீரென்று எதையோ யோசித்துக்கொண்டு அவர் உள் அறைக்கு வேகமாகச் செல்வதைப் பார்த்தேன்.

நிமிடங்களுக்குப் பிறகு திரும்பி வந்தபோது, கையில் வைத்திருந்த மண்பாத்திரத்தில் கொஞ்சம் கற்கண்டும் வெண்ணெயும் இனிப்புகளும் இருப்பதைப் பார்த்தேன். அதைக் கொண்டுவந்து எனக்கு ஊட்ட முயற்சிசெய்தார். அன்போடு, ஆதரவோடு, ஆராதனையோடு, மிகுந்த அரவணைப்போடு அவர் அந்தப் பிரசாதத்தை என்னுடைய வாயில் வைத்துத் தந்தார். அப்போது அதை மறுத்துக் கொண்டே சொன்னேன்:

"பலகாரங்களை என்னுடைய கையில் தாருங்கள். எனது நண்பர்கள் வெளியே காத்திருக்கிறார்கள். நான் அவர்களுக்கும் கொடுத்துவிட்டு இதைச் சாப்பிடுகிறேன்."

பலமுறை சொல்லிப் பார்த்தேன். யார் கேட்பது! சொன்னதெல்லாம் பயனற்றுப் போய்விட்டது.

"அவர்களுக்குப் பிறகு கொடுக்கலாம். நீ இதைச் சாப்பிடு."

எல்லாவற்றையும் நானே சாப்பிட வேண்டுமென்று முயற்சிக்கிறார் அவர்; முழுமையாகச் சாப்பிட்ட பின்புதான் அவர் என்னை விட்டார். விடைபெறும் நேரத்தில் என்னுடைய கையைப் பிடித்து, தனது நெஞ்சோடு சேர்த்துக்கொண்டு சொன்னார்:

"தாமதியாமல் நீ திரும்பி வரவேண்டும்; தனியாகத்தான் வருவாய் என்று எனக்கு நீ வாக்குறுதி தர வேண்டும்."

அவர் பிடிவாதம் பிடித்தபோது 'ம்' என்று முனங்கினேன். தொடர்ந்து, அவர் என்னையும் அழைத்துக்கொண்டு என்னுடைய நண்பர்களின் அருகே வந்தார்.

"சரஸ்வதியின் அருளினால் நரேன் எப்படிப் பிராசிக்கிறான் என்பதை அறிய நீங்கள் இந்த முகத்தைப் பாருங்கள்." அவர் சொன்னார்.

இதைக் கேட்டதும் நண்பர்கள் ஆச்சரியம் நிறைந்த கண்களால் என்னை உற்றுப் பார்ப்பதைக் கவனித்தேன். அவர் மீண்டும் எனக்கு நேராகத் திரும்பினார்:

"உறங்கத் தொடங்குவதற்கு முன், புருவங்களுக்கு நடுவில் ஒரு பிரகாசத்தை நீ பார்த்ததுண்டா மகனே."

"உண்டு." உடனே பதில் சொன்னேன்.

அதைக்கேட்டு அவர் உற்சாகத்தோடு சொன்னார்:

"அது சத்தியம். நீ பிறப்பிலேயே ஒரு தியான சித்தன்தான்!"

அவரின் வார்த்தைகளையும் நடவடிக்கைகளையும் நன்றாகக் கவனித்தேன். அந்த வார்த்தைகளிலோ செயல்பாடுகளிலோ அசாதாரணமான எதுவும் இப்போது தென்படவில்லை. அந்த வார்த்தைகளுக்கும் அவரின் வாழ்க்கைக்கும் இடையே ஒற்றுமை இருப்பதை இப்போது உணர்ந்தேன். ஒரு தியாகியின் இலட்சணங்கள் அவரில் வெளிப்பட்டிருக்கின்றன. முகத்தில் அமைதியான சமாதிபாவம். எளிய மொழியில்தான் பேசுகிறார் அவர்.

இந்த மனிதன் மிகப்பெரிய ஆன்மிக குருவோ...? மெல்ல அருகில் சென்றேன். மகரிஷி தேவேந்திரநாத் தாகூரிடம் கேட்ட அதே கேள்வியை வெளியே எடுத்தேன்:

"மகாத்மாவே, நீங்கள் கடவுளைப் பார்த்திருக்கிறீர்களா...?"

ஒரு நிமிடம் அவர் என்னை உற்றுப் பார்த்தார். பிறகு அமைதியாகச் சொன்னார்:

"ஆமாம். நான் இப்போது உன்னை எப்படிப் பார்க்கிறேனோ அதே போலத்தான் கடவுளையும் பார்த்திருக்கிறேன்!"

அவர் தொடர்ந்தார்:

"கடவுளை உணர்ந்துகொள்ள முடியும்; அவரைப் பார்க்கவும் முடியும்; உன்னோடு பேசுவதைப்போல அவரோடும் பேச முடியும். ஆனால் யாருக்கும் அதற்கு நேரமில்லை அல்லவா; யாருக்கும் அதில் விருப்பமும் இல்லை. பணத்திற்காகவும் சொத்திற்காகவும் மனிதர்கள் ஓடிக்கொண்டிருக்கிறார்கள். மனைவிக்காகவும் குழந்தைகளுக்காகவும் நேரம் செலவிடுகிறார்கள். ஆனால், தெய்வத்திற்காகச் செலவிட யாரிடமும் நேரமில்லை. உண்மையில் ஒரு நபரிடம் தெய்வத்தின் மீதான அதீத அன்பும், பார்க்க வேண்டுமென்ற தீராத ஆசையும் உண்டாகுமேயானால் இறைவன் வெளிப்படுவான். நிச்சயம்!"

அவருடைய வார்த்தைகள் என்னுடைய இதயத்தில் வந்து விழுந்து கொண்டிருந்தன.

'நான் கடவுளைக் கண்டிருக்கிறேன்' என்று உறுதியாகச் சொல்லக்கூடிய ஒருவரை முதன்முறையாகப் பார்க்கிறேன். ஆனால், அவரின் வார்த்தைகளுக்கும் என்னிடமுள்ள அவரது செயல்பாடுகளுக்கும் இடையில் ஏதோ பொருத்தமின்மையும் தோன்றுகிறது. இருந்தாலும், அவரது தியாகத்தின் மகத்துவத்தை அங்கிகரிக்க முடிகிறது. ஒருவேளை, அவர் ஒரே சிந்தனையுள்ள பைத்தியமாக இருக்கலாம்: மனதை ஒன்றில் மட்டுமே நிலைநிறுத்தி இருக்கிறார்!

ஒருவேளை அவர் பைத்தியமாக இருக்கலாம். ஆனாலும் மிகக் குறைந்த புண்ணியவான்களுக்கு மட்டுமே இதுபோன்ற தியாகம் சாத்தியமாகும். அவரைப் பற்றிய பல மாறுபட்ட சிந்தனைகளுடன், அங்கிருந்து வெளியேறுவதற்கு முன்பு, அந்தப் பாதங்களைப் பார்த்துத் தொழுதுவிட்டு, திரும்பிச் செல்வதற்கான அனுமதி வாங்கினேன்.

பதின்மூன்று

ஒரு பக்தன் ஒரு பித்தனைப் போன்றவனாக அறிவில்லாதவர்களின் கண்களுக்குத் தெரியலாம். மக்கள் என்னைப் பற்றி என்ன நினைப்பார்கள் என்றோ, என்ன சொல்வார்கள் என்றோ பக்தன் சிந்திப்பதில்லை. அவனின் உலகம் வேறெதுவுமில்லை; அதுதான் தெய்வம்! தெய்வம் அங்கே குடிகொண்டிருக்கும் காலமெல்லாம், யார் என்ன சொன்னாலும் அவன் புன்னகைத்துக் கொண்டே இருப்பான்.

யாரோ அழைத்துச் சொல்கிறார்கள்: ‘ஏய், நீ எந்தப் பயனும் இல்லாத ஒரு முட்டாள்’ என்று. அதைக் கேட்கும்போது வெறுமொரு புன்னகையை மட்டும் உதிர்த்துக்கொண்டு பக்தன் அவருக்கு மனதில் நன்றி சொல்கிறான். யாராலும் அவனைக் கோபப்படுத்த இயலவில்லை; யாரையும், எதையும் பார்த்து அவன் பயப்படவும் இல்லை. எந்தத் தடையும் இல்லாமல் ஏதோ ஒரு ஒளிவெள்ளம் அந்தப் பக்தனைப் பயமில்லாதவன் ஆக்குகிறது. நாம் எதையாவது எதிர்க்கும்போதுதான் பயம் நம்மிடையே வருகிறது; ஆனால், எதிர்ப்பை வெளிக்காட்டும்போது நாம் பயமில்லாதவர்களாக ஆகிவிடுகிறோம் என்று வீணாகக் கற்பனை செய்கிறோம்.

பித்தனான இந்த மனிதனின் அருகிலிருந்தபோது எனக்கு அனுபவப்பட்ட, இதுவரை கிடைத்திராத ஒரு ஆனந்தத்தின் காரணத்தைக் கண்டடைய இயலவில்லை. அங்கே பார்த்ததை

எல்லாம் அற்புதம் என்றுதான் சொல்ல வேண்டும். பக்தர்களாக நிறைய ஆதரவாளர்கள் அவரைச் சுற்றிலும் காணப்பட்டனர்.

அந்தச் சுற்றுச்சூழலுக்கு என்னவொரு அமைதி! ஏதோ தெய்வீகச் சக்தியின் காரணமாக அவ்விடமெல்லாம் பேரானந்த ஒளி பொழிவதைப்போலத் தோன்றியது. நான் அனுபவித்த அந்த ஆனந்தம் இப்போது விவரிக்க இயலாத ஒரு அனுபூதியாக மாறி என்னைப் பின்தொடர்வதைப்போல தோன்றுகிறது.

ஒரு மாதம் கழித்து, தனியாகக் கால்நடையாகவே மீண்டும் தட்சிணேசுவரத்திற்குப் புறப்பட்டேன். சென்றமுறை வாகனத்தில் சென்றதால் தட்சிணேசுவரத்திற்கு இவ்வளவு தூரம் இருக்கும் என்று அப்போது தெரிந்திருக்கவில்லை. நடந்தும் நடந்தும் முடிவில்லாத தூரம்.

நேராக ஸ்ரீராமகிருஷ்ணரின் அறைக்குத்தான் சென்றேன். அங்கே அவர் ஒரு கட்டிலில் உட்கார்ந்து கொண்டிருந்தார். வேறுயாரும் அறையில் இல்லை. என்னைப் பார்த்தவுடனேயே அந்த முகம் மலர்வதைக் கண்டேன். அன்போடு அவர் என்னை அருகே அழைத்துக் கட்டிலில் அமரச் செய்தார். ஏதோ மந்திரம் செபித்துக்கொண்டு அந்தக் கண்களை என்னில் பதித்தார். மெல்ல அவரது வலதுபாதம் என்னைத் தொடுவதை அறிந்தேன். அந்தப் பாதத் தொடுதல் நிகழ்ந்த நேரம் என்னில் ஏதோ சில மாற்றங்கள் அனுபவப்பட்டன. கண்கள் திறந்திருக்கவே, சுவர்களும் அறைகளில் உள்ள எல்லாப் பொருள்களும் அதிவேகமாகச் சுழன்று கொண்டிருந்தன. எல்லாம் சூனியத்தில் இரண்டறக் கலப்பதைப்போல ஒரு அனுபவம்! நானும் முழு பிரபஞ்சமும் சூனியத்தில் கரைந்து போனதைப் போல!

பயங்கரமான பயம் தோன்றியது. மரணத்தை முகத்திற்கு நேராகப் பார்க்கிறேனோ?! சத்தமாக அழுதால் என்ன!

"நீங்கள் என்ன செய்கிறீர்கள்? எனக்கு என்னுடைய அப்பா, அம்மாவின் அருகில் செல்ல வேண்டும்".

அழுவதற்குப் பதிலாக இப்படித்தான் கேட்கத் தோன்றியது. இதைக் கேட்டவுடனேயே அவர் வாய்விட்டுச்

சிரித்தார். என்னுடைய தலையைக் கோதிக் கொண்டே சொன்னார்:

"சரி. உன்னுடைய விருப்பம் போல... இந்தச் சக்தி இப்போது அமைதியாக இருக்கட்டும்; சரியான நேரம் வரும்போது வெளியே வரட்டும்!"

அப்படிச் சொன்னதும் நான் பழைய நிலைக்குத் திரும்பினேன். அது ஒரு அற்புதமாக இருந்தது. அறையில் இருந்த பொருள்கள்கூட மீண்டும் பழைய நிலைக்குத் திரும்பி இருக்கின்றன.

இது ஏதாவது மெஸ்மரிசமோ, மாயாஜால வித்தையோ அல்லது வேறு ஏதாவதோ என்று பின்பு ஆலோசித்துப் பார்த்தேன். அப்படியாக இருக்க வழியில்லை. அத்தகைய வித்தைகள் பலவீனமான மனதுகளை மட்டுமே பாதிப்பன. நான் பலவீனமானவன் அல்ல; பலவீனம் எப்போதும் என்னுடைய எதிரிதான்.

அவரை ஒருவித பைத்தியக்காரனாகத்தான் நான் கருதி இருந்தேன். ஆனால் எந்த முடிவிற்கும் வந்துசேர முடியாத ஒரு ஆளுமை அவர். இத்தகையதொரு ஈர்ப்புச் சக்தியை மீண்டும் என்மேல் செயல்படுத்தச் சந்தர்ப்பம் கொடுக்கக்கூடாது. என்னுடைய உறுதியான மனதினைச் சின்னாபின்னம் ஆக்கக்கூடிய வலிமையுள்ள ஒருவரைக் கிறுக்கன் என்று சொல்லித் தள்ளிவிடவும் முடியவில்லை.

கொஞ்சநாட்களுக்குப் பிறகு மீண்டும் அவரைப் பார்ப்பதற்காகத் தட்சிணேசுவரத்திற்குச் சென்றேன். அவர் வெளியே செல்வதற்காக வாசற்படியில் இறங்கி நின்றுகொண்டிருந்தார். என்னைப் பார்த்தவுடன் மகிழ்ச்சியோடு அருகே வந்து சொன்னார்:

"நாம் இங்கே பக்கத்திலுள்ள பூங்காவிற்குச் செல்லலாம். கொஞ்ச நேரம் அங்கே சுற்றித்திரிந்து நடக்கலாம்."

சரி என்பதுபோல அந்தக் கண்களை நோக்கிப் புன்னகைத்தேன். பூந்தோட்டத்தில் பலவகையான மரங்களின் நிழலினூடாக நாங்கள் நடந்தோம். அவர் அதிகம் எதுவும் பேசவில்லை. கொஞ்ச நேரம் தோட்டத்தைச் சுற்றி நடந்த பின் அறைக்குத் திரும்பி வந்தோம். தரையில் விரித்திருந்த ஒரு பாய் மீது அவர் அமர்ந்தார்; சிறிதும் தாமதிக்காமல், சற்றும் எதிர்பாராமல் சமாதி நிலையில் ஆழ்ந்து போனார்!.

நான் கண் இமைக்காமல் அவரையே பார்த்துக்கொண்டிருந்தேன். ஏதோ சில நிமிடங்களுக்குப் பிறகு அவர் கைவிரல்களால் என்னுடைய தலையைத் தொட்டார். தொட்ட அந்த நொடியிலே என்னுடைய வெளியுலகச் சிந்தனைகள் தொலைந்து போயின! அந்தச் சுயநினைவற்ற நிலையில் அவர் என்னிடம் சில கேள்விகளையும் கேட்டிருக்கிறாராம்; ஒரு ஹிப்னாடிசம் போல. அதற்கெல்லாம் சரியான பதில்களையும் நான் சொல்லியிருக்கிறேன் என்று அவர் பின்பு சொன்னார். அந்தப் பதில்களில் இருந்துதான் உண்மையில் நான் யார் என்பதை அவர் புரிந்துகொண்டாராம்! நான் யார்? விஸ்வநாத தத்தரின் மகன்; அல்லாமல் யார்?

குரு தொட்ட நிமிடம் முதல் அவரது சிஷ்யனாக மாறிப்போனேன்!

பதினான்கு

ஒரு குருவினுடைய தேவை, இல்லை என்று கருதியிருந்த எனது உறுதியான நம்பிக்கை ஆட்டம் கண்டது. ஆனாலும் குருவினுடைய அனுபூதிகளையும் வாழ்க்கை முறைகளையும் வார்த்தைகளையும் செயல்பாடுகளையும் நன்றாக அறிந்து சீர்தூக்கிப் பார்த்த பிறகுதான் என்னால் அவரைக் குருவாக அங்கிகரிக்க முடிந்தது.

குருவுடன் கொண்ட தொடர்ச்சியான இணக்கத்தினால், ஆன்மிகப் பயிற்சியிலும் தவத்திலும் தியாகத்திலும் நம்பிக்கை கூடியது. அத்தோடு தெய்வத் தேடுதலுக்கும் மனது தயாராகியிருந்தது. ஆனால் பலவேளைகளிலும், என்னுடைய பகுத்தறிவுக்குச் சரி என்று தோன்றாத பாதையினூடாகப் பயணிப்பதற்கு மனது தயாராகவில்லை. அவ்விடத்திலெல்லாம் கண்ணை மூடிக்கொண்டு, குருவினுடைய உபதேசங்களை மதித்து ஏற்றுக்கொள்ள வேண்டியதாகிறது.

ஆத்ம தரிசனம் கிடைத்த குரு, மிகச்சிறந்த ஒரு சிஷ்யன் தனக்குக் கிடைத்தால், தன்னுடைய ஆன்மிக அனுபூதிகளை எல்லாம் அந்தச் சிஷ்யனுக்கும் பகிர்ந்து கொடுக்க வேண்டுமென்று வெதும்புவார். என்னிடம் வெளிப்பட்ட இடைவிடாத ஆன்மிக உணர்வைக் குரு அறிந்திருக்கிறார் என்றாலும், காலத்தால் நான் பக்குவப்பட வேண்டி இருக்கிறது

என்பதும் குருவிற்குத் தெரிந்திருக்கிறது. என்னுடைய ஆளுமையை இழந்துவிடுவேன் என்று நான் பயந்திருந்ததை அவர் இதற்குள்ளாகவே யூகித்திருக்கிறார். அந்தப் பயம்தான் மாறவேண்டி இருக்கிறது என்பதும் அவருக்குத் தெரியும்.

இதைப் புரிந்துகொண்ட குரு ஒரு கதை சொன்னார்:

"ஒரு மனிதன் இறந்த பிறகு பூதமாக மாறினான். தனக்கு ஒரு நண்பன் வேண்டுமென்று அந்தப் பூதம் ஆசைப்பட்டது. எங்கோ யாராவதோ மரணமடைந்தால் நண்பன் கிடைப்பான் என்று எண்ணி, பூதம் அவ்விடத்திற்கு ஓடிக்கொண்டிருந்தது. ஆனால், ஒவ்வொரு முறையும் ஏமாற்றம்தான் மிஞ்சியது. காரணம், ஏதாவது புண்ணியத்தினால், தான் தேடிச்சென்ற ஜீவன் மோட்சம் கிடைத்துப் போயிருக்கலாமோ என்று எண்ணியதுதான். அதுபோலத்தான் இப்போதைய என்னுடைய நிலைமையும்!"

கதையை முடிப்பதற்காக அவர் தொடர்ந்தார்:

"உன்னைக் கண்டவுடனேயே எனக்கொரு நண்பன் கிடைத்திருக்கிறான் என்று நான் மகிழ்ச்சியடைந்தேன். ஆனால் நீயோ, உனக்கு அப்பா, அம்மா வீட்டில் இருக்கிறார்கள் என்றும் அவர்கள் உனக்காகக் காத்திருக்கிறார்கள் என்றும் சொல்கிறாய். அதனால்தான் நான் கதையில் உள்ள பூதத்தினைப் போலத் துணைக்கு யாருமில்லாமல் தனியே வாழ்ந்து கொண்டிருக்கிறேன்!"

தட்சிணேசுவரத்திற்குக் கொஞ்சம் நாட்கள் நான் செல்லாமலிருந்தால் குருவினுடைய மனசமாதானம் குறைந்து போவதை அறிந்தேன். அவருக்கு என்னிடமுள்ள அன்பு அளப்பரியது. சிஷ்யன் வரும்வரை குருவினுடைய மனதிற்குச் சமாதானம் கிடைத்திருக்கவில்லை. குருவினது அன்பிற்கு முன்னால் சிஷ்யனின் யுக்தி சக்தியும் புத்தி சக்தியும் அமைதியாக ஒடுங்கின.

"அவருடைய அன்புதான் என்னை அவரோடு பிணைத்திருப்பது."

நண்பர்களிடம் அப்படித்தான் சொல்லத் தோன்றியது. முன்பொரு நாள் அவர் சொன்னது நினைவிற்கு வந்தது: 'உடல் சார்ந்த சிந்தனைகள் இல்லாத உன்னுடைய மனநிலையை நான் முதலிலே கவனித்திருந்தேன். உன்னுள் சிவனும் என்னுள் சக்தியும் உள்ளதைப் பார்!'

அன்று இந்த வார்த்தைகளின் பொருள் புரியவில்லை. குருவின் கால்களைப் பிடித்து விடுதல், அவருக்கு விசிறி வீசுதல் முதலான காரியங்களைச் சிஷ்யர்கள் செய்வது வழக்கம்தான் என்றாலும், இதுபோன்ற பணிவிடைகளைச் செய்வதற்கு அவர் என்னை அபூர்வமாகவே அனுமதித்திருந்தார். சேவை செய்வது என்பது சிந்தனையைத் தூய்மைப்படுத்துவதற்காகத்தான் என்று இடையிடையே குரு சொல்வதுண்டு. பிறப்பிலேயே பரிசுத்தமான ஒருவருக்கு அதனுடைய தேவையில்லை என்றும் அவர் சொன்னார்.

குருவிற்குப் பணிவிடைகள் செய்யும் இத்தகைய வாய்ப்புகள் எனக்கு மறுக்கப்பட்டதை ஒரு துர்பாக்கியமாகவே முதலில் கருதி இருந்தேன். என்னை வேதாந்தத்தில் நிலைநிறுத்துவதற்குக் குரு முயற்சி எடுத்துக்கொண்டிருந்தார். உபநிடதம், அஷ்டாவக்ர கீதை முதலான அத்வைத நூல்களைப் படிக்கவேண்டுமென்று அவர் சொல்வார். ஆனால் இவ்வகை நூல்களிலெல்லாம் எனக்கொன்றும் ஈடுபாடு இல்லை என்று அவருக்குத் தெரியாதா!

ஒருநாள் முடிந்தமுடிபான ஒரு தீர்மானத்துடன் குருவிடம் எதிர்ப்பைக் காட்டிக்கொண்டே சொன்னேன்:

"இதுபோல் உள்ள தத்துவச் சிந்தனையில் இருந்து இறைமறுப்புக் கொள்கை எவ்விதத்திலும் வேறுபட்டு இருப்பதாக எனக்குத் தெரியவில்லை. நானும் தெய்வமும் ஒன்றுதான் என்ற அத்வைதச் சிந்தனை பாவமாகும்! நானும் கடவுள்தான், நீங்களும் கடவுள்தான், இங்கு காண்கின்ற படைப்புகள் எல்லாம் கடவுள்தான் - எவ்வளவு பொய்யான அர்த்தம் இது! இதுபோன்ற விசயங்களை எழுதி வைத்திருக்கும் ரிஷிகளுக்குத் தனிக்கிறுக்குதான்!"

என்னுடைய கடினமான வார்த்தைகளைக் கேட்டு ஒரு நகைச்சுவையை இரசிப்பது போல வாய்விட்டுச் சிரித்துக்கொண்டே சொன்னார்:

"நீ ரிஷிகளின் வார்த்தைகளை நம்ப வேண்டுமென்று நான் சொல்ல போவதில்லை. ஆனால், அவர்களை ஏன் குறை சொல்கிறாய்?"

சிறிது நேர மௌனத்திற்குப் பிறகு அவர் சொன்னார்:

"கடவுளின் பரிபூரணத்திற்கு உன்னால் எப்படி எல்லை வகுக்க முடியும்?"

குருவின் முன்னால் தோல்வி அடைய மனது அனுமதிக்கவில்லை. என்னுடைய பகுத்தறிவுக்கு உடன்படாத எதுவுமே சத்தியம் இல்லாததுதான். அத்வைத சித்தாந்தத்தை அங்கிகரிக்க என்னுடைய யுக்தி உணர்வு அனுமதிக்கவில்லை.

இதைப் புரிந்துகொண்ட குரு அத்வைதத்தைப் பற்றி மீண்டும் மீண்டும் என்னிடம் பேசிக்கொண்டே இருந்தார். அப்பொழுதெல்லாம் நான் கூர்மையான வார்த்தைகளால் அவரை எதிர்த்துக் கொண்டிருந்தேன்:

"அதெப்படிச் சரியாகும்? இந்தக் கிண்டியும்[6] தெய்வம்; இந்தக் கிண்ணமும் தெய்வம்; கூடவே நாமும் தெய்வம். இதைவிடப் பெரிய முட்டாள்தனம் வேறு என்ன உண்டு?!"

இதைச் சொல்லி முடித்துவிட்டுச் சத்தமாகச் சிரித்தேன். என்னுடைய சிரிப்பைக் கேட்டு அவர் சொன்னார்:

"நீ என்னவெல்லாம் சொல்கிறாய்?"

அதைச் சொல்லும்போது அவரின் முகம் மிகுந்த அமைதியுடன் இருந்தது. மெல்ல, ஒரு சிறுபுன்னகையோடு அந்தக் கை எனக்கு நேராக நீண்டு வந்தது. அவரது கைவிரல்கள் என்னைத் தொட்டுவிட்டன. குருவினுடைய தொடுதலைப்

---

[6]சந்நியாசிகள் பயன்படுத்தும் தண்ணீர்ப் பாத்திரம்

பெற்றபோது ஏதோ மாயாஜால உலகத்திற்கு நான் எடுத்துச் செல்லப்படுவதைப்போல உணர்ந்தேன். பிரபஞ்சம் முழுவதும் சட்டென்று மாறியதுபோல ஒரு அனுபவம். தெய்வத்தை அல்லாத வேறு எதையும் என்னால் காண இயலவில்லை!!

வீட்டிற்குத் திரும்பும் வழியில் காண்பதெல்லாம் தெய்வமாகவே தெரிந்தது. அது வெறும் பிரம்மையாக இருக்கவில்லை. எதிரில் வரும் வாகனங்களும், மனிதர்களும், அப்படி ஒவ்வொன்றும் அந்த ஒன்றாகவே தெரிந்தது!

வீட்டுவாசலில் காலெடுத்து வைக்கும்போது இந்த அனுபவத்திற்கு மாற்றம் வரும் என்றுதான் கருதினேன். ஆனால், எனக்கு அம்மா சாப்பாடு பரிமாறும்போது, சாப்பாடும் பாத்திரமும் பரிமாறுகின்ற அம்மாவும் எல்லாம் ஒன்றாகவே தெரிந்தன. எல்லாம் தெய்வம். தெய்வம் அல்லாத மற்ற எதையும் என்னால் பார்க்க முடியவில்லை!

"ஒன்றிரண்டு பிடி சோறினை உண்ட நினைவு. விவரிக்க இயலாத ஒரு அனுபூதியில் இரண்டறக் கலந்து அப்படியே இருந்து விட்டேன்!"

"நரேன், மகனே என்ன நீ அசையாமல் இருக்கிறாய்? வேகமாகச் சாப்பாட்டைச் சாப்பிடு."

அம்மாவின் வார்த்தைகள் காதுகளில் எதிர்பாராமல் விழுந்த போது நடுங்கிப் போனேன்! மீண்டும் சாப்பாட்டைச் சாப்பிடத் தொடங்கினேன்...

இந்த அனுபவம் சில நாட்கள் அதேபோல நிலைத்திருந்தது. புத்தகங்களை வாசிக்கும்பொழுதும், ஏதாவது வேலைகளைச் செய்யும்பொழுதும், உறங்குவதற்காகப் படுத்திருக்கும்பொழுதும், அப்படி ஒவ்வொன்றிலும் இதே அனுபவம் பின்தொடர்ந்து கொண்டிருந்தது. சிலவேளைகளில் ஒருவிதமான மயக்கத்தில் வழுக்கி விழுகிறேனோ என்ற சந்தேகமும் ஏற்பட்டது.

நகரத் தெருக்களின் வழியே நடக்கும் வேளைகளில், எதிரில் வருகின்ற வாகனங்களைப் பார்த்தபோதிலும்

விலகிச்செல்ல மனம் வரவில்லை. எல்லாம் ஒன்றாகும்போது, என்னில் இருந்து வேறுபட்டு இந்த உலகத்தில் மற்றொன்று இல்லையெனில், பின் எதற்கு விலகிச்செல்ல வேண்டும்!

உணவில் ருசி எதுவும் தெரியவில்லை. ஏதாவது சாப்பிடும்போது வேறு யாரோ சாப்பிடுவது போல; நான் அதற்குச் சாட்சி மட்டும்!

சிலவேளைகளில் உணவு உண்டுகொண்டிருக்கும்போதே படுக்க வேண்டுமென்று தோன்றும். சிறிதுநேரம் அப்படிப் படுத்த பிறகுதான் மீண்டும் எழுந்து உணவு உண்பேன். அதன் பலனாகக் கூடுதல் உணவும் உள்ளே சென்றது. அதனால் எனக்கு எந்தப் பிரச்சனையும் வரவில்லை. ஆனால், அம்மாதான் பதட்டமானார்!.

"நரேன், உனக்கு என்ன ஆனது?". அம்மா கேட்டார்.

"ஒன்றுமில்லை." அம்மாவைச் சமாதானப்படுத்துவதற்காக மறுபதில் சொன்னேன்.

எனக்கு ஏதோ சம்பவித்திருக்கிறது என்று அம்மா நினைத்திருக்க வேண்டும்; அதனால்தான் நான் இனி அதிக நாட்கள் வாழப்போவதில்லை என்று அம்மா பயந்தார்.

நாட்கள் பல கழிந்தபோது படிப்படியாக இந்த நிலையில் மாற்றங்கள் வரத்தொடங்கின. பின்பு உலகம் ஒரு கனவுபோலத் தெரியத் தொடங்கியது. கௌரமோகன் முகர்ஜி தெருவைக் கடந்து நகரப்பாதை வழியே நடக்கும்போது, சாலையின் இருபுறங்களிலும் வைத்திருந்த இரும்புக் கம்பிகளில் வெறுமனே தலையை இடித்துப் பார்ப்பேன். உண்மையில் அந்தக் கம்பி அங்கு இருக்கிறதா, அல்லது வெறும் கனவுக் காட்சிகளா என்பதை அறிய!.

இந்த உலகம் என்னுடைய கனவுதான் என்ற எண்ணம் படிப்படியாகக் குறையத் தொடங்கியது. மீண்டும் பழைய நிலைக்குத் திரும்பி வந்துகொண்டிருந்தேன். இந்த அனுபவங்களின் வழியே அத்வைத சாஸ்திர வாக்கியங்களை

என்னுடைய மனது அங்கிகரிக்கத் தொடங்கியது. குருவிடம் உள்ள பக்தியும் ஆராதனையும் கூடின. நான் இந்த உலகத்தில் பார்த்த மிகப்பெரிய ஆன்மிகப் பிரதிபிம்பம் என்னுடைய குருதான் என்பதை அறிந்துகொண்டேன்.

●

பதினைந்து

"என்னை இன்னுங்கூட நீ சோதிக்கலாம்." குரு சொன்னார்.

"எல்லாவற்றையும் நீ சோதித்துத் தெரிந்துகொள்ளலாம். உன்னுடைய புத்திக்கும் யுக்திக்கும் சரியென்று தோன்றும்வரை என்னை நீ ஏற்றுக்கொள்ளக்கூடாது."

எல்லா அறிவையும் உள்ளடக்கிய, சர்வசக்தியின் உற்பத்தி இடமான ஒரு தெய்வத்தின் கீழுள்ள இந்த உலகத்தில் எப்படி இக்குறைகளெல்லாம் வந்து சேர்ந்தன? இந்தப் பிரபஞ்சமும் இங்குள்ள மனிதர்களும் குற்றமற்றவர்களாகத் தெரியவில்லை; எங்கோ ஏதோ பிரச்சினை இருக்கிறது.

கொஞ்ச நாட்கள்கூட இருட்டில் தட்டுத்தடுமாறி நடந்தேன். குருவின் உபதேசங்களைச் சந்தேகத்திற்கு இடமின்றி ஏற்றுக்கொள்ளும் முன்பே, பல சந்தேகங்களையும் கஷ்டங்களையும் கடக்க வேண்டி வந்தது. போதுமான ஆதாரங்கள் கிடைக்காமல் எதையும் ஏற்றுக்கொள்ள முடியவில்லை.

சிஷ்யனின் பகுத்தறிவே, உண்மைத் தன்மையைக் கண்டடையத் தடையாக நிற்கிறது என்று குரு அறிந்துகொண்டார்; அந்தப் பகுத்தறிவை அடக்க முயற்சிப்பது சரியாகாது என்றும் அவருக்குத் தெரியும். பகுத்தறிவுச் சிந்தனையை முடிந்த அளவு விரிவாக்கி, சந்தேகம், எதிர்பாராத

சூழல் ஆகியவற்றின் வரம்புகளைக் கடந்து உண்மையைக் கண்டடைவதற்காக முன்நோக்கிப் பயணிக்க வேண்டியிருக்கிறது. அப்போதுதான் ஆன்மிக வாழ்க்கை அர்த்தமுள்ளதாக மாறும்; உணர்வுகளுடனும் சமரசத்தில் செல்ல முடியும். இயற்கைக்கு எந்த இரகசியத்தையும் ஆத்ம ஞானத்தில் இருந்து ஒளித்து வைக்கவும் முடியாது.

என்னைச் சோதித்துப் பார்க்கவேண்டுமென்றே, சில நாட்களாக அவர் என்னைப் புறக்கணித்துக் கொண்டிருந்தார். ஆனாலும் நான் குருவைப் பார்ப்பதற்காகத் தட்சிணேசுவரத்திற்குப் போவதும் வருவதுமாக இருந்தேன். ஒவ்வொரு முறையும் போகும்போது அவர் இன்னும் கூடுதலாக என்னைப் புறக்கணித்துக்கொண்டே இருந்தார். அதேநேரத்தில் அவர் மற்ற பக்தர்களிடம் இயல்பை விடவும் அதிகமாகப் பேசிக்கொண்டிருந்தார்.

அப்படியிருக்க ஒருநாள் அவர் கேட்டார்:

“நான் உன்னோடு ஒரு வார்த்தைகூடப் பேசவில்லை என்றாலும் நீ மீண்டும் மீண்டும் இங்கே வந்துகொண்டிருக்கிறாயே! அதற்கு என்ன காரணம்?”

அவருக்கு உடனே பதில் கொடுத்தேன்:

“உங்களுடைய வார்த்தைகளைக் கேட்பதற்காக மட்டும்தான் நான் இங்கே வருகிறேன் என்று நீங்கள் கருதுகிறீர்களா...? நான் எனது குருவினை நேசிக்கிறேன்; எனக்கு அவரைப் பார்க்க வேண்டும்; அதற்காகத்தான் நான் தட்சிணேசுவரத்திற்கு வந்துகொண்டிருக்கிறேன்.”

அவர் சொன்னார்:

“உன்னிடம் அன்பும் மரியாதையும் காட்டவில்லை என்றால் நீ வருவாயா? வரமாட்டாயா? என்று நான் உன்னைச் சோதித்துப் பார்த்தேன். உன்னைப் போன்ற மனவுறுதி உடையவர்களால் மட்டுமே இதுபோன்ற புறக்கணிப்புகளையும் அவமதிப்புகளையும் தாங்கிக்கொள்ள முடியும். வேறு யாராக

இருந்திருந்தாலும் இந்தப் பக்கம் திரும்பிக்கூடப் பார்த்திருக்க மாட்டார்கள்."

ஒருநாள் நாங்கள் பஞ்சவடியில் இருக்கும் போது அவர் சொன்னார்:

"கடினமான தவம், தியானம் ஆகியவற்றின் பலனாகப் பல சித்திகளும் எனக்குக் கிடைத்திருக்கின்றன. இதனாலெல்லாம் எனக்கென்ன பயன்?"

ஆச்சரியத்தோடு அவரின் கண்களைப் பார்த்தேன். அந்தக் கண்களில் இன்னும் பிரகாசம் கூடியிருந்தது. அவர் தொடர்ந்தார்:

"என்னால் இதையெல்லாம் வைத்து ஒன்றும் செய்யமுடியவில்லை. அம்மாவிடம் அனுமதி வாங்கி இந்தச் சக்திகளை உனக்கு மாற்றித் தரவேண்டும் என்று தோன்றுகிறது. அம்மாவிற்காகப் பலவற்றையும் நீ செய்யவேண்டியிருக்கிறது. நான் இந்தச் சக்தியை உனக்குத் தந்தால் நீ தேவைப்படும்போது அதைப் பயன்படுத்திக் கொள்ளலாம்."

குருவிற்குப் பதில் சொன்னேன்:

"வேண்டாம்; எனக்கு அதொன்றும் வேண்டாம். நான் முதலில் இறைவனைக் கண்டடைய வேண்டும்."

இதைக் கேட்டவுடன் குரு ஆனந்தமாவதைப் பார்த்தேன்.

எனக்குத் திருமணம் செய்துவைப்பதற்காக அப்பா தொடர்ச்சியாக முயற்சித்துக் கொண்டிருந்தார். ஆனால், தியானத்திலும் ஆன்மிகப் படிப்பிலும் நேரம் செலவிடவே எனக்குப் பிடித்திருந்தது. இடையிடையே தட்சிணேசுவரத்திற்குச் செல்வேன்; வீட்டிற்குத் திரும்பி வந்தால் எனக்கான அறையில் தனிமையில் இருப்பேன்.

மகன் ஒரு வக்கீல் ஆகவேண்டும் என்பதுதான் அப்பாவின் விருப்பம். நகரத்தில் உள்ள புகழ்பெற்ற சட்ட வல்லுநரான நிமாய்சரண் போஸின் உதவியாளராக, அப்பா என்னை அங்கே அனுப்பிவைத்தார்.

பல திருமணத் திட்டங்களையும் அப்பா கொண்டு வந்திருந்தார். ஒவ்வொரு முறையும் ஏதாவது காரணங்களால் அவையெல்லாம் முடங்கிக் கொண்டிருந்தன. நான் திருமணம் செய்யக்கூடாது என்று குருவும் நினைத்திருக்கலாம்; அதனால்தான் என்னுடைய திருமண ஆலோசனைகள் முடங்கிவிட்டன என்று கேட்கும்போதெல்லாம் அவரிடம் மிகுந்த ஆசுவாசம் தோன்றியதை அந்த முகத்தில் இருந்து வாசித்து அறிந்து கொண்டேன்.

ஒரு நபரில் மட்டும் கட்டிப் போடுவதற்காகப் பிறந்தவன் அல்ல நரேந்திரன் என்று குரு சிந்தித்திருக்கலாம். ஒரு குடும்பத்திற்கு மட்டுமானவனாக அவனைச் சுருக்கவும் முடியாது. தன்னுடைய சிஷ்யன் இந்த உலகத்திற்கானவன் என்று குரு உறுதியான தீர்மானம் எடுத்திருக்க வேண்டும்.

பணமும் புகழும் உடைய ஒரு குடும்பத்துடனான திருமணத்திற்கு வேண்டிய எல்லா ஏற்பாடுகளையும்கூட அப்பா ஒருமுறை செய்திருந்தார். என்னை இங்கிலாந்திற்கு அனுப்பிப் படிக்க வைப்பதற்குக்கூட பெண் வீட்டார் தயாராக இருந்தனர். இந்தத் திருமணம் நடக்கும் என்றுதான் கருதியிருந்தேன்.

ஆனால் திருமண உறவில் சிக்கிவிடக்கூடாது என்று மனதில் உறுதி எடுத்திருந்தேன். பிரம்மச்சரியம் என் வாழ்க்கையின் மிகப்பெரிய இலட்சியம்; கூடவே மனதினைத் தூய்மையாக வைத்திருக்கவும் வேண்டும்.

ஆனால், வீட்டிலுள்ளவர்கள் யாரும் விடுவதுபோலத் தெரியவில்லை. எல்லோரும் சேர்ந்து திருமணம் செய்துகொள்ள வேண்டுமென்று மீண்டும் மீண்டும் கட்டாயப்படுத்திக் கொண்டிருந்தனர். அதைப்பார்த்தபோது சட்டென்று கோபம் வந்தது:

"நீங்கள் என்னை மூழ்கடித்துக் கொல்ல விரும்புகிறீர்களா?" கோபத்தால் முகத்தில் அறைந்தது போல

வார்த்தைகள் வந்து விழுந்தன. சில நிமிட மௌனத்திற்குப் பிறகு மனதை அமைதிப்படுத்திக் கொண்டு சொன்னேன்:

"திருமணம் செய்தால் என் கதை முடிந்துவிடும்!"

சாதாரண மனிதர்களைப் போல இல்லற வாழ்க்கைக்குத் திரும்பிச் செல்ல வேண்டும் என்று நண்பர்கள் ஆலோசனை சொல்லிக் கொண்டிருந்தனர். என்னுடைய இலட்சியத்தையும் சிந்தனை முறைகளையும் அவர்களால் புரிந்துகொள்ள இயலவில்லை என்பதை அவர்களுடைய வார்த்தைகளில் இருந்து தெரிந்து கொண்டேன். அதைக் கண்டு அவர்களிடம் சொன்னேன்:

"செல்வமும் புகழும் பதவியும் எல்லாம் முழுமையாக வேண்டாம் என்று நான் நினைக்கவில்லை. ஆனால், எல்லாவற்றையும் சேர்த்து ஒட்டுமொத்தமாகப் பார்த்தால் இவற்றையெல்லாம் மரணம் வந்து விழுங்கிவிடும் என்பது உண்மையல்லவா...? மரணத்தோடு அழிந்துபோகும் இத்தகைய மகத்துவங்களைக் கட்டியெழுப்பி என்ன பயன்?! இவையெல்லாம் குறைந்த சில வருடங்களுக்கு மட்டும்தான். என்றென்றும் அழிவில்லாத ஒரு சத்தியத்தைத்தான் நான் தேடிக்கொண்டிருக்கிறேன்."

நண்பர்களுக்கு என்னுடைய வார்த்தைகள் புரிந்திருக்குமோ, இல்லையோ...?!

"இவனுக்கு என்ன நேர்ந்தது...?" ஒரு நண்பன் மற்றொரு நண்பனிடம் சொன்னான்:

"ஒரு கிழவனை இவன் பார்த்ததுதான் பிரச்சினை. கங்கை நதிக்கரையில், தட்சிணேசுவரத்தில் உள்ள காளி கோவிலில்தான் அவர் தங்கியிருக்கிறார். அவர் ஒரு சந்நியாசி. இடையிடையே சுயநினைவற்ற ஒரு ஆளைப்போல சமாதியில் கலந்து விடுவதும் உண்டு. அவருக்கு இந்த உலகத்தைப் பற்றி ஒன்றுமே தெரியாது. அந்த மனிதனோடு சேர்ந்ததனால்தான் நரேந்திரனின் எதிர்காலம் கேள்விக்குறியாகி இருக்கிறது."

இத்தனையும் சொல்லிவிட்டு நண்பன் எனக்கு நேராகத் திரும்பினான்:

"நரேன், உனக்குக் கொஞ்சமாவது அறிவு இருந்தால் அந்த மனிதனிடம் செல்வதை நிறுத்து. இந்த உறவு உன்னுடைய படிப்பைக்கூடப் பாதிக்கிறது. உன்னுடைய எதிர்காலம் முழுவதும் வெள்ளத்தில் மூழ்கிவிடப் போகிறது. ஏராளமான திறமைகள் உனக்குண்டு. நீ நினைத்தால் பல உயரங்களையும் தொட்டு விடலாம். ஆதலால், தட்சிணேசுவரத்திற்குச் செல்வதை இப்போதே நீ நிறுத்திக் கொள்ளவேண்டும்."

ஆனால், என் மனம் சொன்னது: 'இல்லை; என்னால் தட்சிணேசுவரத்திற்குச் செல்லாமல் இருக்க முடியாது. அந்த முதியவரை நான் நேசிக்கிறேன். அந்த யோகீஸ்வரனை என்னால் பிரிந்திருக்க இயலாது.'

பி. ஏ. தேர்வு எழுதி முடித்து நிற்கும்போதுதான் என்னை முழுவதுமாக உலுக்கிய அந்தச் சம்பவம் நடந்தது. ஒரு நாடகத்தின் இருண்ட காட்சிக்கு முன்னால் சலனமற்று நிற்கும் சிற்பத்தைப் போலிருந்தது அது. மூன்று மைல் தூரத்திலுள்ள வராகபுரியில் ஒரு நண்பனைப் பார்ப்பதற்காக நான் போயிருந்தேன். நேரம் நன்றாக இருட்டி விட்டது. நகைச்சுவையாகப் பேசிச் சிரித்துக்கொண்டு இருந்தபோது நேரம் கடந்ததே தெரியவில்லை. சற்றும் எதிர்பாராமல், எனது தூரத்து உறவுக்காரர் ஒருவர் வேகமாக அங்கே ஓடிவந்தார்.

"நரேனின் அப்பா நெஞ்சுவலியால் இறந்து விட்டார்!" வந்ததும் வராததுமாகச் சொன்னார்.

வீட்டிற்கு வந்து பார்த்தபோது அம்மாவும் தம்பியும் சகோதரிகளும் அழுது கொண்டிருந்தனர். அந்தக் காட்சியைக் கண்டு பேசவோ அழவோ முடியவில்லை. ஏதோ பாரத்தை நெஞ்சில் ஏற்றிவைத்ததைப் போல இருந்தது!

ஒரு பெஞ்சில் தளர்ந்து உட்கார்ந்தேன்.

பதினாறு

குடும்பத்திற்கு வருமானம் கொண்டு வந்திருந்த ஒரே ஆள் இப்போது இல்லை. வருமானத்திற்கு அதிகமாகச் செலவு செய்யும் குணமுடையவராக இருந்தார் அப்பா. அதன் பலனாக, பிள்ளைகளுக்கு அவரால் எதையும் சேர்த்துவைக்க முடியவில்லை. ஒருவேளை, இவ்வளவு வேகமாக மரணத்தின் நிழல் தன் மீது விழும் என்று அப்பா நினைத்திருக்க மாட்டார்.

அப்பாவிற்குப் பணம் கொடுத்தவர்கள் பலரும் பணத்திற்காக வீட்டிற்கு வரத் தொடங்கினர். கூடவே உறவினர்களின் தனிக்குணங்களும் வெளிப்படத் தொடங்கின. பலரும் எதிரிகளின் தோற்றத்தை முகத்தில் அணிந்து கொண்டனர். குடும்ப வீட்டைக்கூட அபகரிப்பதற்காக உறவினர்களுள் சிலர் தயாராகினர்.

குடும்பத்தின் பாரம் முழுவதும் என்னுடைய தோள்களில் வந்து விழுந்தது! கஷ்ட காலத்தின் வரவினை ஏற்றுக்கொள்வதல்லாது வேறு எந்த வழிகளும் என் முன்னால் இல்லை. ஏறக்குறைய பரிபூரண சுகமும் பாதுகாப்பும் இருந்த ஒரு வாழ்க்கைச் சூழலில் இருந்து, சட்டென்று வறுமையின் குப்பைக் குழியில் தூக்கி எறியப்பட்டதைப் போல உணர்ந்தேன்!

பட்டினி என்னவென்பதைப் பலவேளைகளிலும் அறிந்தேன். துன்பம் நிறைந்த நாட்களின் கசப்பினை அறிந்தேன்.

கலங்காமல் விதியை எதிர்கொள்ளுதல் - ஒரேவழி, அது மட்டும்தான்!.

இதற்கிடையில்தான் தேர்வு முடிவுகள் வெளியாகின. பி. ஏ. பாஸாகிவிட்டேன் என்று அறிந்தபோது துன்பங்களுக்கு இடையிலும் மகிழ்ச்சியின் சிறியதொரு பிரகாசம் என் முன்னால் வெளிப்பட்டது. சட்டப் படிப்பிற்குச் சேரும்போது கல்லூரியில் மிகவும் ஏழ்மையான மாணவனின் தோற்றத்தைத்தான் என்னால் அணிந்துகொள்ள முடிந்தது. எந்த ஆடம்பரமும் இல்லாத சாதாரண ஆடைகள்; ஒட்டிய வயிறு; செருப்பைப் பற்றியோ சொல்ல வேண்டியதில்லை. பசியையும் சோர்வையும் நன்றாக அனுபவித்த கல்லூரி நாட்கள்.

என்னுடன் படிக்கும் மாணவர்களில் சிலர் அவர்களுடைய வீடுகளுக்கு என்னை அழைத்துச் சென்றனர். நண்பர்கள் படிக்கும் அறையில் சிறிது நேரம் உட்கார்ந்து பேசிக்கொண்டிருந்தேன். சாப்பிடுமாறு அவர்கள் அன்பினால் என்னை வற்புறுத்தினர். ஆனால், அந்த நிமிடத்தில், சட்டென்று அம்மா, தம்பி, சகோதரிகளின் முகங்கள் மனதில் தோன்றின. அவர்கள் வீட்டில் பட்டினியாக இருக்கிறார்களே என்று எண்ணியபோது எதுவுமே சாப்பிடத் தோன்றவில்லை.

"நண்பா, எனக்கு அவசரமாகப் போகவேண்டும். வேறொரு நாள் வந்து சாப்பிடுகிறேன்." இதைச்சொல்லி நண்பனின் வீட்டில் இருந்து அவசரமாக வெளியேறி நடந்தேன்.

வீட்டில் வந்து பார்த்தபோது, அங்கிருந்த சிறிதளவு உணவை அம்மா எல்லோருக்கும் பங்கிட்டு வைத்திருந்தார்.

"எனக்கு இன்று கொஞ்சம் சாப்பாடு போதும் அம்மா. நான் நண்பனின் வீட்டிலிருந்து சாப்பிட்டுதான் வந்தேன்." மற்றவர்கள் கூடுதலாகச் சாப்பிடட்டுமே என்று எண்ணிப் பொய் சொன்னேன்:

சில நாட்களில் அம்மாவிடம் சொன்னேன்:

"எனக்கு இன்று எதுவும் வேண்டாம். வயிறு நிறைந்திருக்கிறது." அப்படியொரு பொய் சொல்லி எதுவுமே சாப்பிடாமலும் இருந்தேன்.

குடும்ப வீட்டின் உரிமையைச் சுட்டிக்காட்டிச் சில உறவினர்கள் நீதிமன்றத்திற்குச் சென்றார்கள். வீட்டைப் பாகம் பிரிக்கவேண்டும் என்று அவர்கள் வாதிட்டனர். வீட்டினுடைய பெரும்பகுதியும் அவர்களுக்குக் கிடைத்தே ஆகவேண்டும் என்பதுதான் அவர்களுடைய பிடிவாதம். இது ஒரு மோசமான மனஅழுத்தத்திற்கு எங்களை இட்டுச்சென்றது. அத்தோடு அம்மாவும் ஏறக்குறைய தளர்ந்தே போய்விட்டார். மனதளவிலும் உடலளவிலும் அவர் பலவீனமானார்.

வழக்கு நீண்டுபோனது. முடிவில் இடர்ப்பாடுகள் அகன்று போயின. வழக்கின் தீர்ப்பு எங்களுக்குச் சாதகமானது! அப்பாடா, ஆசுவாசம்! பசியும் பட்டினியும்தான் என்றாலும் வீடு கைவிட்டுப் போகவில்லையே!

எதிர்பாராமல்தான் ஒரு வேலை கிடைத்தது. ஒரு சிறிய பள்ளிக்கூடத்தின் தலைமையாசிரியர். அப்பாவின் நண்பனான வித்யாசாகருக்குச் சொந்தமான தனியார் பள்ளிக்கூடம் அது. வித்யாசாகரின் மருமகன் கிருஷ்ணபிரசாத் தான் பள்ளிக்கூடத்தின் செக்ரட்டரி. எல்லாம் அவன் சொல்வது போலத்தான் நடக்கவேண்டும் என்ற எண்ணம் உடையவன். அவனுக்கு ஏனோ என்னுடைய நடவடிக்கைகள் பிடிக்காமல் போய்விட்டன. அவனுடைய கட்டுப்பாட்டில் என்னைக் கொண்டுவருவதற்காக அவன் ஒவ்வொரு அடவுகளையும் பயன்படுத்திப் பார்த்தான். நான் என்ன பணிந்துவிடும் ஆளா! இறுதியில் அவன் பழிவாங்குவதற்காக ஒரு சதித்திட்டம் தீட்டினான்: சீனியர் மாணவர்களைத் தன்வசப்படுத்தி, நான் பாடம் சொல்லித்தரத் திறமையில்லாத ஆசிரியன் என்ற புகாரை அவர்களிடமிருந்து எழுதி வாங்கி, அதை வித்யாசாகரிடம் கொடுத்தான்.

"அப்படியென்றால் நரேந்திரநாத்திடம் சொல்லிவிடு, இனி பள்ளிக்கூடத்திற்கு வரவேண்டாம் என்று!"

மானேஜரிடமிருந்து உத்தரவு வந்தது. கிருஷ்ண பிரசாத் மனதிற்குள் சிரிப்பதை அறிந்தேன்.

மிகக்கடினமான கஷ்டங்களைக் கடந்து சென்றுகொண்டிருந்தேன். இருந்தாலும் இறைநம்பிக்கை குறையவில்லை. இறைவன் கருணைமயமானவன் என்றுதான் மனது சொன்னது.

"ஓம் நமச்சிவாய" காலையில் எழுந்தவுடன் தினமும் தெய்வத்துதியை உச்சரிப்பேன்.

இதைக்கேட்ட அம்மா சொன்னார்:

"பேசாமல் இருடா மடையா! உன்னுடைய சிறுவயதிலிருந்தே, நீ இப்படித் தெய்வத்தை வணங்கத் தொடங்கியதல்லவா...!"

ஒரு நிமிடம் நின்றுவிட்டு அம்மா தொடர்ந்தார்:

"அப்படியிருந்தும் உன்னுடைய தெய்வம் உனக்காக என்ன செய்தது?"

அம்மாவின் கடினமான வார்த்தைகளுக்குப் பின்னால் ஏமாற்றம் நிறைந்திருப்பதை அறிந்தேன். குற்றமில்லாத தெய்வ விசுவாசியாக இருந்த அம்மாவின் மனது மாறியிருக்கிறது. என்னுடைய மனதிலும் தெய்வத்திடம் உள்ள விசுவாசம் குறைந்து அவநம்பிக்கை தலையுயர்த்தப் போகிறதோ? ஒரு நிமிடம் சந்தேகித்தேன். உண்மையில் தெய்வம் உண்டா? உண்டு என்றால் நம்முடைய ஆத்மார்த்தமான பிரார்த்தனையை அவர் கேட்கவில்லையோ? தெய்வம் உண்டு என்றால் என்னுடைய கோரிக்கைகளை அவர் கேட்காதது ஏன்? தெய்வத்தின் அன்பும் அரவணைப்பும் நிறைந்த இந்தப் படைப்பில் இந்த அளவிற்குத் துன்பங்கள் வரக் காரணம் என்ன? தெய்வத்தின் பிரபஞ்சத்தில் சாத்தான் எதற்குச் செங்கோல் பிடித்திருக்கிறது?!

தெய்வம் கருணைமயமானவன் என்றால், ஒரு பிடி உணவிற்கு வழியில்லாமல் ஆயிரக்கணக்கான மக்கள்

மரணமடைவது ஏன்? மனதில் தெய்வத்திடம் சண்டையிட்டுக் கொண்டிருந்தேன். தெய்வத்தைப் பற்றிய சந்தேகம் மனதில் நுரைத்துப் பொங்கத் தொடங்கியது.

"நரக வேதனைக்குப் பயந்து தெய்வத்தை நம்புவது கோழைத்தனம்" தட்சிணேசுவரத்தில் உள்ள சக பக்தர்களிடம் சொன்னேன்.

தெய்வத்தின் உண்மையையும், உண்மையின்மையையும் பற்றிய பல மேற்கத்தியத் தத்துவஞானிகளின் வார்த்தைகளைச் சுட்டிக்காட்டி அவர்களுடன் வாக்குவாதம் செய்தேன்.

இதைக் கேட்ட குருவினுடைய அன்புச் சிஷ்யர்களுள் ஒருவரான பவநாதன் சகிக்க முடியாத சங்கடத்தோடு சொன்னார்:

"நரேந்திரன் இவ்வளவு தரம்கெட்ட நிலைக்குச் சென்றுவிடுவார் என்று நான் கருதவில்லை"

அதைக் கேட்ட குருவிற்குக் கோபம் வந்தது. அவர் பவநாதனிடம் சொன்னார்:

"முட்டாள் நீ பேசாமல் இருடா! அப்படியெல்லாம் ஒருபோதும் நடக்காது. நீ இனிமேல் இப்படியெல்லாம் பேசக்கூடாது; பேசினால் நான் உன்னிடம் பேசமாட்டேன்."

குருவின் உறுதியான வார்த்தைகள் எனக்குச் சாதகமாக மாறும் என்று பவநாதன் சிந்தித்திருக்கவில்லை. நான் மனப்பூர்வமாகவே நாத்திகச் சிந்தனைகளை வலிந்து இழுத்து என் மனதில் நிறைக்கிறேனோ! தெளிவாகக் கண்ட பல திவ்வியமான அனுபவங்களும் அனுபூதிகளும் தரிசனங்களும், குறிப்பாக, குருவைச் சந்தித்த பிறகான அனுபவங்களையும் சேர்த்து வைத்துப் பார்த்தால், தெய்வம் இருப்பது உண்மையாக இருக்கவேண்டும் என்றுதான் விரும்புகிறேன்.

தெய்வத்தைக் காண்பதற்கு ஏதாவது வழி கிடைக்கும் என்று நம்புகிறேன். அல்லாத நிலையில் இந்த வாழ்க்கை

முழுமையற்றது. துக்கங்களின் துயரங்களின் இடையில் சத்தியத்திற்கான வழியை நான் கண்டடைந்தே ஆகவேண்டும்.

சந்தேகங்களுக்கும் உறுதிபாட்டிற்கும் இடையே பெண்டுலம் போல மனது ஆடிக்கொண்டிருந்தது.

●

பதினேழு

அடிவயிற்றில் அக்னிச் சிறகுகளின் சலனங்களை அறிந்தேன். பசியினால் உடல் தளர்ந்துபோனது. வழியருகே தென்பட்ட ஒரு வராந்தாவை நோக்கி மெல்லத் தளர்ந்த கால்கள் நடக்கத் தொடங்கின. சுற்றிலும் காண்பதெல்லாம் சுற்றுவதைப்போலத் தெரிந்தது. பின்பு எதுவும் நினைவில் இல்லை...

சுயநினைவு திரும்பியபோது கடை வராந்தாவின் குளிர்ந்த தரையில் படுத்திருந்தேன். பல சிந்தனைகளும் மனதில் ஓடிவந்தன. சோர்வும் தளர்வும் காரணமாக ஒன்றில் மட்டுமே சிந்தனையைச் செலுத்தமுடியவில்லை. ஒரு வேலையைத் தேடித்தான் இதுவரை அலைந்து கொண்டிருந்தேன் என்பது சிந்தனையில் ஓடிவந்தது.

மனதின் திரைகள் ஒவ்வொன்றாக விலக்கப்படுவதைப்போலத் தெரிந்தது. தெய்வத்தின் இந்தப் படைப்புகளில் துக்கமும் வேதனையும், பயமும் பீதியும், சந்தோசமும் திருப்தியும் எல்லாம் ஒன்றுசேர்ந்து வாழ்வது எப்படி? உள்ளார்ந்த அறிவுப்பார்வையின் முன்னால் இந்தச் சந்தேகங்கள் எல்லாம் அஸ்தமிப்பதாகத் தோன்றியது.

வீட்டிற்குத் திரும்பி வந்தபோது மனது திருப்தியானதைப் போல; ஏதோ திவ்வியமான அமைதியும் சக்தியும் காரணமாக மனது உற்சாகத்தைச் சேகரித்திருக்கிறது என்று தெரிந்தது.

மற்றவர்களின் பாராட்டும் ஆதரவும் எனக்கெதற்கு? உலக வாழ்க்கையில் ஈடுபட்டிருப்பவர்களின் அவமதிப்பு எனக்கொரு விசயமே இல்லை. பணம் சம்பாதிப்பதும் குடும்பத்தைக் காப்பாற்றுவதுமான ஒரு வாழ்க்கை அல்ல என்னுடைய வாழ்க்கை. தாத்தா செய்ததைப்போல இந்த உலகத்தைத் துறக்க வேண்டும். குருவின் ஆசியுடன் இந்த உலகத்தை விட்டுவிடவேண்டும். மனதில் உறுதி கொண்டேன்.

கல்கத்தாவிற்கு வந்த குரு என்னையும் அழைத்துக்கொண்டு தட்சிணேசுவரத்திற்கு வந்தார். அவரின் அறையில் நாங்கள் இருவரும் ஒருவர் கண்களை மற்றொருவர் பார்த்தபடி மௌனமாக அமர்ந்திருந்தோம். அவர் எதுவும் பேசவில்லை. என்னுடைய மனதை வாசித்து அறிந்த அவர் எல்லாவற்றையும் புரிந்திருக்கிறார் போல. ஆனால், என்னுடைய கண்களோ குளமாகின; கட்டுப்படுத்த முடியாமல் சட்டென்று அழுதேன்...

எங்களுடைய கருத்துப் பரிமாற்றமோ வார்த்தைகளின் வழியாக நடைபெறவில்லை; உணர்வுகளின் வழியே நாங்கள் பரஸ்பரம் பேசிக்கொண்டிருந்தோம். இப்படியொரு உரையாடலைக் கண்ட மற்றவர்கள் எல்லோரும் ஆச்சரியப்பட்டனர்.

"மௌனத்தின் வழியே உரையாடுவதற்கு எப்படி உங்களால் முடிகிறது?" ரமாபாய் என்ற பக்தை குருவிடம் கேட்டார்.

"உங்களுக்குப் புரியாது. அது எங்களுக்கு இடையேயான இரகசியம்!" குரு பதில் சொல்லிவிட்டு எனக்கு நேராகத் திரும்பினார்.

"தேவிக்குச் சேவை செய்வதற்காக நிச்சயிக்கப்பட்டவன் நீ. இந்த உலக வாழ்க்கையில் சிக்கி உழல வேண்டியவனல்ல; அதை உன்னாலும் செய்யமுடியாது என்பது எனக்கு நன்றாகவே தெரியும்." இதைச் சொன்னதும் குருவின் கண்கள் கலங்குவதைக் கண்டேன்.

அடுத்த நாள் குருவின் அனுமதியைப் பெற்று வீட்டிற்குப் புறப்பட்டேன். அப்பாவின் மற்றொரு நண்பரான ஒரு வக்கீலின் அலுவலகத்தில் தற்காலிகமான ஒரு வேலை கிடைத்தது. கூடவே சில புத்தகங்களையும் மொழிபெயர்ப்புச் செய்தேன். சிக்கனமான வாழ்க்கையின் தேவையைப் பூர்த்திசெய்ய ஒரு வழியைக் கண்டுபிடித்தேன் என்பது மட்டும்தான்; ஆனால், குடும்பச் செலவுகளுக்குக்கூட அது போதுமானதாக இல்லை; அதுமட்டுமல்ல, அது ஒரு நிரந்தரமான வேலையும் இல்லை.

என்னுடைய தேவைகளைக் குருவிடம் சொன்னாலோ? சொன்னால் குரு தெய்வத்திடம் சொல்வார்; குரு சொன்னால் தெய்வம் கேட்பார். அப்படி எனது கஷ்டங்கள் மாறும். என்னுடைய கோரிக்கையைக் குரு புறக்கணிக்க மாட்டார் என்பது உறுதி.

“மகனே, இதுபோன்ற விசயங்களைத் தெய்வத்திடம் என்னால் கேட்க இயலாது. நீயே நேரடியாக அம்மாவிடம் சொல். நீ தேவியை நிராகரிப்பதால்தான் உனக்கு இவ்வளவு கஷ்டங்கள் வருகின்றன.”

குருவிடம் சொன்னேன்:

“எனக்குத் தேவிமாதாவைத் தெரியாது. நீங்கள் எனக்காக அம்மாவிடம் பேசுங்கள்.”

“நான் அம்மாவிடம் பேசி என்ன பயன்! நான் உனக்காகத் தினமும் பிரார்த்தனை செய்துகொண்டுதானே இருக்கிறேன். நீ அம்மாவை அங்கிகரிக்கவில்லை; அதனால்தான் அம்மாவும் என்னுடைய கோரிக்கையை ஏற்றுக்கொள்ளாமல் இருக்கிறாள்.”

சற்று நிறுத்திவிட்டு அவர் தொடர்ந்தார்.

“சரி. இன்று இரவு நீ காளி கோவிலுக்குச் செல். மனதை முழுமையாகத் தேவியிடம் அர்ப்பணித்துக்கொண்டு உனக்கு விருப்பமான வரத்தைக் கேள். அதை அம்மா உனக்குத் தருவாள். அம்மாவிற்கு எல்லாம் தெரியும். தெய்வத்தின் கற்பனை செய்ய இயலாத சக்தி சொரூபிணிதான் அவள்.

தன்னுடைய அளவற்ற விருப்பத்தால் அவள் இந்த உலகத்தைப் படைத்திருக்கிறாள். நமக்காக எதுவும் தர அம்மாவால் முடியும்."

குருவின் பக்தி நிறைந்து ததும்பும் வார்த்தைகள். அந்த வார்த்தைகளை என்னால் நம்ப முடிகிறது. இரவு வருவதற்குக் காத்திருந்தேன்.

மாலை இருளத் தொடங்கியபோதே கோவிலுக்குச் செல்வதைப் பற்றிக் குரு மீண்டும் நினைவுபடுத்தினார். கோவிலுக்கு நடந்து சென்றுகொண்டிருக்கும்போது ஜெகதீஸ்வரியை உயிருடன் பார்க்கலாம் அல்லவா என்பதுதான் சிந்தனையாக இருந்தது. தேவி சொல்வதை எனக்கு நேரடியாகக் கேட்கவேண்டும்.

நடந்து கொண்டிருந்தபோதே கால்களில் நடுக்கம் அனுபவப்பட்டது; நெஞ்சின் உள்ளே படபடப்பும்!

தேவி சன்னதியில் வந்திருக்கிறேன். சிலையை நோக்கிக் கண்கள் ஆராதனையோடு பாய்ந்து சென்றன. சிலைக்கு உயிர் வந்திருக்கிறது! தேவி புலன்களால் உணர்ந்து கொள்ளக்கூடிய உருவமாக என்முன்னால் நின்று என்னிடம் பேசிக்கொண்டிருக்கிறாள். மனதில் பக்தியின், அன்பின் வேலி ஏற்றங்களை அறிந்தேன். ஆனந்தத்தால் உள்ளம் நிறைந்து கொண்டிருந்தது. மீண்டும் மீண்டும் தேவியைத் தொழுது கொண்டு பிரார்த்தித்தேன்:

"அம்மா, எனக்கு விவேகத்தைத் தாருங்கள்; ஞானத்தையும் பக்தியையும் தாருங்கள்; உங்களை எப்போதும் பார்த்துக்கொண்டிருக்கும் அருளையும் தாருங்கள்!"

அமைதி உள்ளத்தில் விளையாடத் தொடங்கியது. நான் இந்த உலகத்தை முழுமையாக மறந்திருக்கிறேன். உள்ளத்தில் தேவி மட்டும். அந்த அனுபூதியோடு குருநாதரின் அருகில் திரும்பிச் சென்றேன்.

"உனது குடும்பத்தின் துக்கங்களையும் துயரங்களையும் மாற்ற வேண்டுமென்று அம்மாவிடம் வேண்டினாயா?"

குருவின் கேள்வியைக் கேட்டுத் திகைத்தேன்.

“இல்லை குருவே!. நான் அந்தக் காரியத்தை மறந்தே போய்விட்டேன்”

குரு சட்டெனச் சொன்னார்:

“வேகமாகச் செல். உன்னுடைய தேவைகளை எல்லாம் தேவியிடம் சொல்...”

மீண்டும் கோவிலுக்கு நடந்தேன். இப்போது கால்களில் நடுக்கம் இல்லை. மனதில் படபடப்பும் இல்லை. ஆனால், தேவியைக் கண்டவுடனே நான் சொல்லவந்த விசயங்களை எல்லாம் மீண்டும் மறந்துபோனேன். தொழுது கொண்டே அம்மாவிடம் சொன்னேன்:

“அம்மா, பக்தியும் தெய்வச் சினேகமும் தந்து என்னை ஆசீர்வதியுங்கள்!”

திரும்பி குருவின் அருகில் வந்தபோது மீண்டும் அதே கேள்வியைக் குரு கேட்டார்:

“நீ போன விசயத்தை அம்மாவிடம் சொன்னாயா?”

என்னால் அதற்கு இயலவில்லை என்று மறுபதில் சொன்னேன்.

“இவ்வளவு சிறிய காரியத்தைக்கூடச் சொல்ல உன்னால் இயலவில்லையே! இன்னொருமுறைகூடச் சென்று பார். உன்னுடைய தேவையை அம்மாவிடம் சொல். வேகமாகப் போ”

மீண்டும் தேவியின் முன்னால் வந்தபோது மனதில் ஒரு கூச்சம் தோன்றியது. இவ்வளவு சாதாரண விசயத்திற்காகவா நான் பிரார்த்தனை செய்ய வந்திருக்கிறேன்! ஒரு ராஜாவின் முன்னால் ஒரு பிடி உணவிற்காக வேண்டுவதைப் போல.

“அம்மா, ஞானமும் பக்தியும் அல்லாமல் வேறு எதுவும் எனக்கு வேண்டாம்!”

குருவின் அருகில் திரும்பிச் சென்றபோது அவருக்கு எல்லாம் தெரிந்திருக்கிறது என்று தோன்றியது. மூன்றாவது முறையும் என்னுடைய பிரச்சினைகளைச் சொல்ல இயலவில்லை என்று அவருக்குப் புரிந்திருக்கிறது.

"எதுவுமே உனக்கு அம்மாவிடம் சொல்ல முடியவில்லை அல்லவா?" அவர் கேட்டார்.

"ஆகட்டும். உனது குடும்பத்தினரின் அத்தியாவசியத் தேவையான உண்பதற்கும் உடுப்பதற்கும் இனி சிக்கல் வராது. போதுமா?"

"உனக்காக நான் அம்மாவிடம் பிரார்த்தனை செய்கிறேன்."

பதினெட்டு

"**ம**னிதர்களிடத்திலும் சக உயிரினங்களிடத்திலும் காட்ட வேண்டியது கருணையல்ல."

ஒருநாள் குருநாதர் சிஷ்யர்களிடம் சிறியதொரு சொற்பொழிவை நிகழ்த்திக் கொண்டிருந்தார். தன் முன்னால் உள்ள விரிப்பின் மேல் சம்மணமிட்டு அமர்ந்திருக்கும் சிஷ்யர்களிடம் அவர் சொன்னார்:

"பின்பு எதைச் செய்ய வேண்டுமென்று தெரியுமா? சகல உயிரினங்களிலும் இரண்டறக் கலந்திருக்கும் ஜீவனை மதியுங்கள். அவற்றிற்காகச் சேவை செய்யுங்கள். உங்களுடைய பெருந்தன்மை யாருக்கு வேண்டும்? மற்றவர்களிடம் கருணைகாட்ட, உங்களுக்கு உயர்ந்த பதவியைத் தந்தவர்கள் யார்? நீங்களே உங்களை உயர்ந்த இடத்தில் வைத்திருக்கிறீர்கள் என்றுதான் தோன்றுகிறது."

குருவினுடைய வார்த்தைகளின் பொருள் எனக்கு வேகமாகப் புரிந்துவிட்டது. சில சிஷ்யர்கள் புரியாததைப்போன்று ஒருவரையொருவர் பார்த்துக் கொண்டிருந்தனர். இங்குள்ள எல்லாவற்றிலும் சர்வ வல்லமையுள்ள தெய்வீகச் சக்தியை எப்போதும் கண்டுகொண்டிருக்கின்ற குருநாதரைப் பொருத்தவரையில், 'எல்லாவற்றோடும் கருணை காட்டுங்கள்' என்ற எண்ணம் அகம்பாவமாகத் தெரிந்திருக்க வேண்டும். யாராவது தெய்வத்திடம் கருணை காட்டுகிறார்களா? இதற்குமேல்

வேறென்ன திமிர் இருக்கமுடியும்? தெய்வத்திடம் கருணை காட்டுவதற்கு மனிதன் யார்? 'கருணை' என்ற சொல்லே ஆணவத்தில் இருந்து தோற்றம் பெற்றது என்று குரு நம்பியிருக்கலாம்.

ஏராளமான ஆசார, அனுஷ்டானங்களின் இரும்புச் சட்டகத்தினுள் அகப்பட்டுப் போன, பகுத்தறிவுக்குப் பொருந்தாத பல நம்பிக்கைகள்தான் இந்துமதம் என்று நான் இதுவரை நினைத்திருந்தேன். நம்ப இயலாத ஏராளமான புராணக் கதைகளின் மிகப்பெரிய குவியல் அங்கே உள்ளது. ஆனால் குருவின் முன்னிலையில், அத்வைதத் தத்துவத்தின் சூழலில், இந்து மதத்தின் வடிவத்தையும் தோற்றத்தையும் ஒரு புதிய வெளிச்சத்தில் பார்க்க முடிகிறது. என்னுடைய கணக்குக்கூட்டல்கள் தவறானவை என்று உணர்ந்தேன். வாழ்க்கை சரியான திசையை நோக்கித்தான் பயணித்துக் கொண்டிருக்கிறது என்று மனதில் இருந்து யாரோ சொல்லிக் கொண்டிருந்தனர்.

உண்மையில் நான் இந்து மதத்தின் சாராம்சத்தைச் சரியாகப் புரிந்துகொள்ள குருவின் நெருக்கம்தான் காரணமாக அமைந்தது. அந்த நெருக்கம் தரும் அனுபூதியில் என்னுடைய ஆளுமை விரிவடைவதை அறிந்தேன். குருவின் வழிபாட்டு முறைகளும், அவருடைய சிறிய சொற்பொழிவுகளும், தியானமும், பின் சமாதி நிலையிலுள்ள அந்த இருப்பையும் பார்த்து இந்தச் சனாதன மதத்தின் பண்டைய, ஆனால் மிக நவீனமான வடிவத்தை என்னால் இதயத்தில் ஏற்றுக்கொள்ளமுடிகிறது. நான் அறியாமலேயே என்னுடைய மனது அவற்றை ஏற்றுக்கொண்டிருக்கிறது.

குருவினது ஆற்றல், பார்வை, அவருடைய ஆன்மிக அனுபூதி இவற்றையெல்லாம் அவர் எனக்கு அனுப்பியிருக்கிறாரா!

இப்போது சந்தேகங்கள் நிறைந்த நரேன் இறந்திருக்கிறார்! பக்தனான நரேன் முழுமையான சமர்ப்பண இதயத்தோடு பிறந்திருக்கிறார்!

சோதனைகளுக்குப் பஞ்சமில்லாத காலம்தான். சோதனைகளை எதிர்கொள்ள வேண்டுமென்பது நிச்சயம்தான். என்னுடைய பலவீனங்களையும் வலிமையையும் ஒப்பிட்டுப் பார்ப்பதற்காக நண்பர்கள் குறும்பு நிறைந்த ஒரு செயலை ஏற்பாடு செய்திருந்தனர்.

பணக்கார நண்பர்கள் சேர்ந்து செய்த வேலையாக இருந்தது அது. உற்சாகக் கொண்டாட்டத்திற்காக நகரத்திற்கு வெளியேயுள்ள அவர்களுடைய பூந்தோட்டத்திற்கு என்னையும் அழைத்திருந்தனர்.

ஒரு திறந்த ஜீப்பில் நண்பர்கள் என்னையும் அழைத்துக்கொண்டு பூந்தோட்டத்தின் வாசலுக்கு வந்தனர்.

பூந்தோட்டத்தின் அமைதியான சூழ்நிலையில் நண்பர்களின் விருந்தோம்பலுக்கான திரி ஏற்றிவைக்கப்பட்டது. உயர்தரமான உணவுகளைச் சாப்பிட்டுக்கொண்டே எல்லோரும் பாட்டுப்பாடுவதும் நடனம் ஆடுவதுமாக நேரத்தைக் கழித்துக்கொண்டிருந்தோம். கொண்டாட்டம் அதிகமானபோது நான் தளர்ந்து போய்விட்டேன்.

"நரேன், நீ ஓய்வு எடுக்கவேண்டுமா?"

என்னுடைய தோற்றத்தைப் பார்த்துவிட்டு விருந்துக்கு ஏற்பாடு செய்திருந்த நண்பன் கேட்டான்.

ஆமாம் என்று சொன்னபோது பக்கத்திலுள்ள ஓய்வறைக்கு என்னை அழைத்துக்கொண்டு சென்றார்கள்.

"இங்கே உனக்குச் சுகமாக ஓய்வெடுக்கலாம்."

அறையில் என்னை மட்டும் தனியே விட்டுவிட்டு நண்பர்கள் திரும்பிச் சென்றனர்.

அடைந்து கிடந்திருந்த ஜன்னலின் அருகேயிருந்த, ஒரு மரக்கட்டிலில் சென்று விழுந்தேன்.

உறங்கத் தொடங்கியபோது வாசலின் அருகே கால் பாதம் பதியும் சிறிய சத்தம் கேட்டது. கண் திறந்து பார்த்தபோது வாசலில் ஒரு அழகான பெண்!

அவள் நன்றாகத் தன்னை அழகுபடுத்தி இருக்கிறாள். வசீகரிக்கும் ஒரு புன்னகை அந்த உதடுகளில் மறையாமல் நின்றுகொண்டிருக்கிறது.

அழைக்காமலேயே அவள் அறையின் உள்ளே வந்தாள். கட்டிலோடு சேர்ந்து கிடந்திருந்த நாற்காலியில் கொஞ்சமும் கூச்சமில்லாமல் உட்கார்ந்தாள்.

சற்றுத் தடுமாற்றத்தோடு சட்டெனப் படுக்கையிலிருந்து எழுந்தேன்.

"என்னுடைய பெயர் மாயாராணி." அவள் தன்னைத்தானே அறிமுகப்படுத்தினாள்.

"நான் நரேந்திரநாதன்."

முகவுரை ஏதுமின்றி அவள் எதிர்கொள்ளும் சில சங்கடங்களைப் பற்றிச் சொல்லத் தொடங்கினாள். அவளுடைய வார்த்தைகளைக் கவனமாகக் கேட்டுக்கொண்டிருந்தேன். என்னுடைய கவனம் முழுவதும் அவளுடைய உரையாடலில்தான் இருக்கிறது என்பதைப் புரிந்துகொண்டபோது, மெல்ல ஒரு சிருங்காரபாவத்தை அவள் முகத்தில் அணிந்து கொண்டாள். தொடர்ந்து, அவளுடைய வருகைக்கான காரணத்தை என்னிடம் தெளிவாகச் சொன்னாள்.

மனதில் ஒரு நிமிடம் திகைத்தேன்! உள்ளேயுள்ள எந்த உணர்ச்சியையும் வெளியே காட்டவில்லை. சட்டென்று கண்களை மூடி குருவினைத் தியானிக்க மனம் எண்ணியது. தெய்வத்தில் மனதை முழுமையாக அர்ப்பணித்துக்கொண்டு, கண்களைத் திறக்காமல் அவளது முன்னால் சலனமின்றி உட்கார்ந்திருந்தேன்.

சற்று அதிக நேரம் அப்படி இருந்திருப்பேன். பின்பு மெல்லக் கண்களைத் திறந்து ரௌத்திரபாவத்தை முகத்தில் அணிந்துகொண்டேன். நொடிப்பொழுதில் கட்டிலிலிருந்து எழுந்தேன். மனக்குழப்பத்துடன் அவளும் நாற்காலியில் இருந்து எழுந்தாள். கடுமையான குரலில் அவளிடம் சொன்னேன்:

"மன்னித்துக் கொள்ளுங்கள் சகோதரி, எனக்கு இப்போது திரும்பிச்செல்ல வேண்டியிருக்கிறது. எனக்கு உன்னிடம் காருண்யம்தான் தோன்றுகிறது. எல்லா நன்மைகளும் உனக்கு உண்டாகட்டும். இதுபோன்ற வாழ்க்கை வாழ்வது தவறு என்று நீ ஒருநாள் புரிந்துகொள்வாய்..."

என்னுடைய வார்த்தைகளைக் கேட்டதும் அவளுடைய முகத்தில் இருந்த பிரகாசம் மறைந்துபோனது. அந்த முகம் வெளிறிப்போனதைக் கவனித்தேன். அவள் எதுவும் பேசவில்லை. மெல்ல அறையை விட்டு வெளியே போனாள்.

நண்பர்களின் அருகில்தான் அவள் ஓடிச்சென்றாள். அவள் அவர்களிடம் கோபமான குரலில் பேசுவதை என்னால் கேட்க முடிந்தது:

"நீங்கள் எல்லாரும் சேர்ந்து என்னை ஏமாற்றியிருக்கிறீர்கள்." அவளுடைய குரல் சற்று உயர்ந்தது:

"ஒரு மகத்தான மனிதனைச் சபலமடையச் செய்யத்தான் நீங்கள் என்னை அங்கே அனுப்பி வைத்திருக்கிறீர்களா?. கஷ்டம்!"

ஒரு மகாத்மாவின் முன்னிலையில், ஒரு சத்குருவின் முன்னிலையில் ஒருவரின் படைப்புச் சக்திகளும் திறன்களும் விழித்துக்கொள்ளும் என்று கேள்விப்பட்டிருக்கிறேன். குருவின் நெருக்கம் எனது ஆளுமையை அதிகரிப்பதற்கு உதவியதோ? எப்படியிருந்தாலும் என்னுடைய ஆன்மிக வளர்ச்சிக்குக் காரணம் அவர்தான்; சரியான மன வளர்ச்சிக்கு அவர் எப்போதும் ஊக்கமளித்துக் கொண்டேயிருந்தார். நான் எத்தகைய உயரங்களுக்குச் செல்வேன் என்பதும் அவருக்குத் தெரிந்திருக்கலாம். மற்ற சிஷ்யர்களிலிருந்தும் பக்தர்களிலிருந்தும் மாறுபட்ட ஒரு அன்பையும் அரவணைப்பையும் குரு என்னிடம் காட்டுவதாக எனக்கு முன்பே தோன்றியிருந்தது.

பிரபலமான பலரும் குருவினைப் பார்ப்பதற்காகத் தட்சிணேசுவரத்திற்கு வந்து கொண்டிருந்தனர். அவர்களில்

ஆன்மிக ஞானிகளும் அறிஞர்களும் மருத்துவர்களும் நீதிபதிகளும் அடங்கியிருந்தனர். அவர்களெல்லாம் குருவின் மகத்துவத்தை அறிந்துகொண்டு வருபவர்களாக இருந்தனர்.

அவருடைய தியான நிலையையும் நிர்விகல்ப சமாதி நிலையையும் சில மருத்துவர்கள் அறிவியல் பூர்வமாகப் பரிசோதித்துப் பார்த்தனர். அவரது ஒவ்வொரு வார்த்தைகளையும் அறிஞர்கள் குறிப்பெடுத்துக்கொண்டனர். அந்த வார்த்தைகள் உன்னதமான அறிவிலிருந்து ஆக்கப்பூர்வமாக உதித்து வந்த அமிர்தம் போன்ற சொற்கள் என்று அவர்கள் ஏற்றுக்கொண்டனர். அப்படியொரு உயர்ந்த மனதில் இருந்துதான் இதுபோன்ற சொற்கள் பிறக்கமுடியும் என்று அவர்கள் உணர்ந்து கொண்டனர்.

பரிபூரண பக்தியின் உருவமான குருவினது இடம் மிக உயர்ந்ததாகத் தோன்றியது. அவரது உள்ளத்தில் நிறைந்த அறிவின் பெருங்கடல் அலையடித்துக் கொண்டிருந்தது. எனின், பக்தியின் வெளிச்சத்தில் அந்த உள்ஞானம் வெளியே தெரியவில்லை: ஆயின், என்னுடைய விசயமோ அதற்கு நேர் எதிரானதாக இருந்தது. ஆனால் இப்போதோ, முழு இதயமும் பக்தியால் நிறைந்திருக்கிறது; அதேவேளையில் என்னுடைய பக்திபாவமும் இப்போது வெளிப்பட மறுத்து நிற்பதைப்போல இருக்கிறது.

ஒருமுறை தன்னைப் பார்ப்பதற்காக வந்த பணக்காரப் பக்தர்களிடம் குருநாதர் சொல்வதைக் கேட்டேன்:

"நரேந்திரனின் அப்பா இறந்துவிட்டார். அவனது வீடு பட்டினியில் கிடக்கிறது. உங்களில் வசதி உள்ளவர்கள் யாராவது ஏதாவது உதவி செய்தால் அது அவர்களுக்குப் பெரிய உதவியாக இருக்கும்." ஆனால், அதைக்கேட்டவுடனே அந்த நபர் அவ்விடத்தைவிட்டு வெளியேறினார்.

குருவின் இந்த வேண்டுகோளைக் கேட்டபோது உண்மையில் எனக்கு மிகவும் வருத்தமாக இருந்தது. எங்களுடைய கஷ்டங்களை வெளியே சொல்லி, குடும்பத்தின்

அபிமானத்தைப் புண்படுத்துவதாலோ என்னமோ மனது சொல்ல முடியாத வேதனையை அனுபவித்தது.

"குருவே, ஏன் இதையெல்லாம் நீங்கள் மற்றவர்களிடம் சொல்கிறீர்கள்?"

என்னுடைய சங்கடத்திற்கு மறுமொழியாக, வருத்தத்தால் தொண்டையில் இடறிய வார்த்தைகளைக் கோர்த்துக் குரு சொன்னார்:

"உனக்காக நான் எதையும் செய்வேன். வீடுதோறும் பிச்சை எடுப்பதற்கும் நான் தயார்."

குருவின் அன்பைக் கண்டு நான் அதிர்ச்சியடைந்தேன். எதிர்க்க இயலாத குருவின் அன்பு! இந்த அன்பினால்தான் என்னை அவர் அவரது அடிமையாக்குகிறார்.

பத்தொன்பது

குருவின் கீழ், அமைதியும் ஒழுக்கம் நிறைந்த ஆறு ஆண்டு பயிற்சிக் காலம், மனதில் நிறைந்து நிற்கிறது. குருவோடு சேர்ந்து வாழ்ந்த அர்த்தமுள்ள தினங்களின் பொற்காலம் அது! குரு, தான் கண்டடைந்ததை எல்லாம் சிஷ்யனுக்குத் தந்தபோது அதனைப் பெருமையுடன் ஏற்றுக்கொண்டேன். குரு சம்பாதித்த விலைமதிப்பற்ற ஆன்மிக சாம்ராஜ்யத்தின் வாரிசாக நான் மாறியிருக்கிறேன்.

எவ்வளவு அனுபூதி நிறைந்த நாட்கள்! எங்களின் சந்நியாசிகள் வெறும் சாதுக்கள். பிச்சையெடுத்துக் கிடைப்பதைக்கொண்டு ஒவ்வொரு நாளையும் கழித்துக் கொண்டிருந்தோம். மடத்தில் ஒரு குண்டுமணி அரிசிகூட இல்லாத நாட்களும் இருந்திருக்கின்றன. பிச்சையெடுத்துக் கொஞ்சம் அரிசி கொண்டுவந்தால், உப்பு இருக்காது. சில நாட்களில் உப்பும் சோறும் மட்டும்தான் இருக்கும். ஆனால், யாருமே அதைப் பொருட்படுத்தவில்லை. தியானத்தின் மிகப்பெரிய அலைகளில் நாங்கள் மிதந்து கிடந்தோம்!

சோறுடன், வெறும் பூசணி இலைகளை வேகவைத்து உப்பும் சேர்த்து ஒரு மாதம் முழுவதும் உண்டோம். ஆஹா, எவ்வளவு ஆனந்தமயமான நாட்கள்! அன்றைய தீவிரமான தவத்தினைப் பார்த்தால், பூதங்கள் கூட பயந்து ஓடிவிடும். குருவின் பவித்திரமான வாழ்க்கையை நான் நேரில் பார்த்து அனுபவித்திருக்கிறேன். பகுத்தறிவு வாதங்களாலோ பல்வேறு

சித்தாந்தங்களாலோ கொடுக்க இயலாத முழுமையான ஆன்மிக உண்மைகள் குருவினுடைய வாழ்க்கையின் வழியே தெளிவாகத் தெரிந்தன. சனாதன தர்மத்தின் மறுபிறப்பிற்காகக் குரு தன்னை முழுமையாக அர்ப்பணித்திருந்தாரோ!

நவீன காலகட்டத்தில், சனாதன தர்மத்திற்குப் புத்துயிர் கொடுப்பதற்கு எடுக்கும் எந்த முயற்சியும் ஏராளமான எதிர்ப்புகளை எதிர்கொள்ள வேண்டிவரும். அதனைத் தீவிரமாகத்தான் எடுத்துக் கொள்ளவேண்டும்...

எதிர்பாராமல்தான் குரு நோய்வாய்ப்பட்டார். தொண்டைப் புற்றுநோய் மோசமடையத் தொடங்கியது. பேசுவது அதிகமானதனால் தொண்டையில் வலியும் வேதனையும் அதிகமானது. அதிகமாகப் பேசக்கூடாது என்று மருத்துவர்கள் சொன்னார்கள். ஆனால், யார் கேட்பது! சிஷ்யர்களான எங்களாலும் அவரது பேச்சைக் கட்டுப்படுத்த முடியவில்லை.

நகரத்திற்கு வெளியேயுள்ள பானிஹட்டில் நடைபெறும் விழாவில் பங்கேற்பதற்காக நாங்கள் எல்லோரும் குருவோடு சேர்ந்து பயணமானோம். கொஞ்சம் அதிகமான தெய்வ கீர்த்தனைகளைப் பாடிக்கொண்டு அவர் அங்கே நடனம் ஆடவும் செய்தார். அதன் விளைவாக, திரும்பி வந்தபோது நோய் இன்னும் கூடுதலானது.

பேச்சினைக் குறைக்கவேண்டுமென்று மருத்துவர் மீண்டும் மீண்டும் சொல்லிக்கொண்டிருந்தார். ஆனால், தனக்கு அருகில் வலியும் வேதனையுமாக வரக்கூடிய பக்தர்களைச் சமாதானப்படுத்துவதற்காக அவர் தொடர்ந்து பேசிக்கொண்டே இருந்தார். கூடவே இடையிடையே ஆழ்ந்த தியானத்திற்குள்ளும் பயணித்தார். உணவில் சிறிதளவுகூட கவனமோ, நேர வரையறையோ இல்லாமலானது. அதிக நேரம் பிரார்த்தனையிலும் தியானத்திலும் மூழ்கினார்.

இதையெல்லாம் பார்த்துக்கொண்டு சக சிஷ்யர்களிடம் சொன்னேன்:

“நம்முடைய குருநாதர் இனி அதிக நாட்கள் உயிரோடு இருப்பார் என்று தோன்றவில்லை. அவருடைய நோயைப்பற்றி நான் மருத்துவரிடம் பேசினேன். இந்த நோயைத் தடுக்கும் மருந்து இதுவரை கண்டுபிடிக்கப்படவில்லையாம்.”

மேல் சிகிச்சைக்காகக் கல்கத்தாவிற்குச் செல்லவேண்டும் என்ற அபிப்ராயத்தை ஏனோ அவர் எதிர்க்கவில்லை.

“உங்கள் விருப்பம் அதுதான் என்றால் அப்படியே நடக்கட்டும்.” அவர் சொன்னார்.

சியாம்புகூரில் ஒரு வீட்டைச் சிகிச்சைக்காக எடுத்துக்கொண்டோம். குருவின் சிகிச்சைக்கான ஒவ்வொரு விசயங்களுக்காகவும் உற்சாகத்தோடு ஓடிக் கொண்டிருந்தேன். என்னுடைய குருபக்தியைக் கண்ட மற்ற சிஷ்யர்களின் மனம் இளகியது. குருவுக்குப் பணிவிடை செய்வதற்காக எல்லாரும் தங்களுடைய வாழ்க்கையைச் சமர்பிக்கத் தயாரானார்கள். அவருக்குச் சேவை செய்யவும் பணிவிடை செய்யவும் கிடைத்த மிகச்சிறந்த வாய்ப்பாக சிஷ்யர்கள் இந்த நேரத்தைத் தங்கள் இதயத்தோடு சேர்த்து வைத்தனர்.

குருவினைத் தெய்வத்தின் அவதாரமாகப் பார்க்க என்னால் முடியவில்லை. பல பக்தர்களும் அவர் ஒரு அவதாரம் என்றே நம்பினர். அவரை ஒரு சாதாரண மனிதனாகக் குறைத்து மதிப்பிடவும் என் மனம் அனுமதிக்கவில்லை.

“டாக்டர், நாங்களெல்லாம் குருவினைத் தெய்வத்திற்கு இணையான ஒரு ஆளாகத்தான் பார்க்கிறோம். அசைகின்ற மனித உலகத்திற்கும் அசைவற்ற தேவலோகத்திற்கும் இடைப்பட்ட ஒரு நிலையில் காண்கின்ற குருவினை எங்களால் முழுமையாக நிர்ணயிக்க முடியவில்லை!”

நோய் விவரத்தைப் பரிசோதித்துத் தெரிந்துகொள்ள வந்த மருத்துவரிடம் பணிவாகச் சொன்னேன். அவரின் உதடுகளில் சிறு புன்னகை வெளிப்பட்டது. அவர் எதுவும் பேசவில்லை. குருவினைப் பரிசோதித்துவிட்டுத் திரும்பும் நேரத்தில் மீண்டும் மருத்துவரிடம் சொன்னேன்:

“அவர் எங்களுக்குத் தெய்வமில்லை; ஆனால் தெய்வத்திற்கு இணையானவர்! சிலை வழிபாட்டுடன் ஏறக்குறைய சரிசமமாக வைத்துப் பார்க்கக்கூடிய அளவில் நாங்கள் அவரை வணங்குகிறோம்; அன்பு செய்கிறோம்...”

இந்த உலகத்தில் தனது வாழ்க்கை முடிவுக்கு வரும் நேரம் வந்துவிட்டது என்பதைக் குரு உணர்ந்திருக்கிறார் போல. முக்கியமான சிஷ்யர்கள் தெய்வத்தை உணர்ந்துகொள்ள வேண்டும் என்பதில் அவர் அவசரம் காட்டத் தொடங்கி இருக்கிறார். அதற்கு உலக விசயங்களில் உள்ள தீவிரமான ஆசைகள் மறைந்தே ஆகவேண்டும். ஆசைகளுக்கு முடிவு வரவேண்டும். இதையறிந்த குரு, சியாம்புகூரில் வைத்துத் தியாக தரிசனங்கள் நிறைந்த சிறிய சொற்பொழிவைச் சிஷ்யர்களுக்கு வழங்கினார்.

“நரேந்திரன்தான் உங்களுடைய நாயகன்!” குரு மற்ற சிஷ்யர்களிடம் சொன்னார். தனது முதன்மை சிஷ்யனின் அறிவும் அனுபூதிகளும் மற்ற சிஷ்யர்களுக்கு வழிகாட்டுதலாக அமையவேண்டும் என்று குரு நினைத்திருக்கலாம். குருநாதனை மற்ற சிஷ்யர்கள் சரியாகப் புரிந்துகொண்டது என் வழியாகத்தான். அப்படி குருவினைப் பற்றிய எனது எண்ணங்களை மற்றவர்களும் அங்கிகரிக்கத் தொடங்கினர்.

சியாம்புகூரில் சிகிச்சை முடிந்து மீண்டும் காசிபுரப் பூங்காவிற்கு வந்தோம்.

“குருவே, உங்களைப் போன்ற மகாமனிதர்களுக்கு எந்த நோயையும் தியானத்தால் மாற்றமுடியும் என்று கேள்விப்பட்டிருக்கிறேன். அப்படியொரு உறுதியுடன் மனதினை நோய்வாய்ப்பட்ட இடத்தில் ஒருநிலைப்படுத்தி அதைச் சோதித்துப் பார்க்கக் கூடாதா?” மடத்திற்கு வந்துகொண்டிருந்த அறிஞரான ஒரு பக்தர் குருவிடம் கேட்டார்.

அவருக்கான மறுமொழி இதுவாக இருந்தது:

“நீங்கள் ஒரு அறிஞராக இருந்தும்கூட அபத்தமான ஒன்றைச் சொல்கிறீர்களே! நான் என்னுடைய மனதை

எப்போதோ தெய்வத்திடம் சமர்ப்பித்துவிட்டேன். அதை எப்படி எனக்கு இனித் திரும்ப எடுக்க முடியும்? இரத்தமும் சீழும் நிறைந்து அழுகிப் போயிருக்கும் இந்த உடல் பாகங்களில் எப்படி என்னுடைய மனதை நிலைநிறுத்த முடியும்?!"

அறிஞருக்கு பதில் எதுவும் இல்லாமல் ஆனது. அவர் சென்ற பிறகு குருவிடம் கேட்டேன்:

"அவர் சொன்னதைக் கொஞ்சம் சோதித்துப் பார்க்கக்கூடாதா?"

ஒரு நிமிடம் நிறுத்திவிட்டுத் தொடர்ந்தேன்:

"எங்களுக்கு வேண்டியாவது உங்களுடைய இந்த நோயை நீங்கள் குணப்படுத்த வேண்டும்."

அவர் சொன்னார்:

"நான் சொந்தமாகவே இப்படி விரும்பிக் கஷ்டப்படுகிறேன் என்றா நீங்கள் நினைக்கிறீர்கள்? இந்த நோய் மாறவேண்டும் என்று எனக்கும் விருப்பம் உண்டு. ஆனால், அது மாறுவதாகத் தெரியவில்லை. எல்லாம் ஜெகதீஸ்வரியின் விருப்பம்போல!"

"அப்படியென்றால் உங்களைக் குணப்படுத்தவேண்டி ஜெகதீஸ்வரியிடம் பிரார்த்தனை செய்யக்கூடாதா? உங்களின் கோரிக்கையை அம்மா புறக்கணிக்க மாட்டார்"

"உனக்கு அப்படியெல்லாம் சொல்லலாம். ஆனால், இப்படியான கோரிக்கைகள் எதுவும் என்னுடைய நாவில் இருந்து வராது."

"குரு அப்படிச் சொல்லக்கூடாது. உங்களுடைய இந்த நிலைமையை அம்மாவிடம் நீங்கள் சொல்லியே ஆக வேண்டும். எங்களுக்கு வேண்டியாவது சொல்ல வேண்டும்."

"பார்க்கலாம். என்ன செய்ய முடியுமென்று பார்ப்போம்."

குரு நம்பிக்கை தந்தபோது மனதில் பாரம் குறைந்ததைப் போன்று உணர்ந்தேன்.

அடுத்த நாள் அவரிடம் கேட்டேன்:

"நீங்கள் அம்மாவிடம் கேட்டீர்களா...? அம்மா என்ன பதில் சொன்னாள்?"

குரு சொன்னார்:

"நான் அம்மாவிடம் வேண்டினேன். என்னுடைய தொண்டையைச் சுட்டிக்காட்டிக் கொண்டு அம்மாவிடம் கேட்டேன்: அம்மா, தொண்டையில் இருக்கின்ற இந்தப் புண்ணின் காரணமாக என்னால் எதுவுமே சாப்பிட முடியவில்லை. கொஞ்சம் ஏதாவது சாப்பிட வழிசெய்து தாருங்கள்!"

சற்று நிறுத்திவிட்டுத் தழுதழுத்த குரலில் தொடர்ந்தார்:

"அப்போது, உங்களையெல்லாம் சுட்டிக்காட்டிக்கொண்டு அம்மா சொன்னாள்: 'இதோ தெரிகிற வாய்களின் வழியே எல்லாம் நீ சாப்பிடவில்லையா?!' அதைக்கேட்டு என்னால் எதுவும் சொல்ல முடியவில்லை."

குருதேவனின் வார்த்தைகளைக் கேட்டு நாங்கள் நடுங்கினோம். அவருடைய உடல் மீதான சிந்தனையின்மை எங்களை எல்லாம் ஆச்சரியப்படுத்தியது. குருவின் ஆன்மிக அனுபூதியில் அற்புதம் தோன்றியது. அத்வைத சிந்தனைகளின் ஆழம் அந்த வார்த்தைகளில் தெளிவாகத் தெரிந்தது.

●

இருபது

இப்போது தியானம் எளிமையாகவும் இயல்பாகவும் நிகழத் தொடங்கியிருக்கிறது. ஆன்மிக சக்தியின் உதயம் உள்ளத்தில் பேரானந்த ஒளியாக அனுபவப்படுகிறது.

சிவராத்திரி தினம் இந்த அனுபவத்தில் இன்னும் கூடுதல் தெளிவு கிடைக்கும் என்று குரு சொல்வதுண்டு. சிவராத்திரி மகத்துவத்தின் முழுமையை அடைவதற்காக நாங்கள் எல்லோரும் பூங்காவனத்தில் உள்ள ஒரு அறையில் உண்ணாவிரதத்தில் மூழ்கி இருந்தோம். கூடுதல் நேரத்தையும் தியானத்திலும் ருத்ர பூஜையிலும் கழித்துக் கொண்டிருந்தோம்.

நட்சத்திரங்கள் நிறைந்திருந்த வானத்தைச் சட்டென்று மேகங்கள் வந்து மூடத் தொடங்கின. எதிர்பாராமல் மழை பெய்யத் தொடங்கியது. தியானமும் பூஜையும் முடிந்து சிறிது நேரம் மற்ற சிஷ்யர்களுடன் பேசிக்கொண்டிருந்தேன். கடைசியில் எல்லோரும் விடைபெற்றுச் சென்றபோது அறையில் காளிபிரசாத் மட்டும் இருந்தான். என்னால் பெற்றுக்கொள்ள முடிந்த அத்வைத அனுபூதியைக் காளிபிரசாத்துக்குப் பகிர்ந்து கொடுக்க வேண்டுமென்ற ஒரு உணர்வு!

"நீ ஒரு வேலை செய்ய வேண்டும்." காளிபிரசாத்திடம் சொன்னேன்:

"நான் கண்மூடி அமர்ந்திருப்பேன். கொஞ்ச நேரம் கழித்து நீ என்னை மெல்லத் தொடவேண்டும்."

"அது எதற்கு?" அவனது சந்தேகத்தை வெளிப்படுத்தினான்.

"அதைப் பின்னர் நான் சொல்கிறேன்."

நண்பன் சம்மதம் சொன்னபோது நாங்கள் இருவரும் சேர்ந்து மீண்டும் தியானத்திற்குத் தயாரானோம்...

சிறிது நேரம் கழிந்தவுடன் எதிர்பார்த்தது போலவே, காளிபிரசாத் என்னுடைய வலதுகாலின் மூட்டுப் பகுதியில் தொட்டான். ஒரு ஆற்றல் வாய்ந்த சக்தி அவனுடைய கைவிரல்களில் இறங்கத் தொடங்கியபோது சட்டென அந்தக் கையை இழுத்தான். அதற்குப் பின்பும் சிறிது நேரம் கழித்துத்தான் என்னால் கண்களைத் திறக்க முடிந்தது. திறந்து பார்க்கும்போது அவனுடைய வலதுகை நடுங்குவதைக் கண்டேன்.

"தொட்டபோது உனக்கு என்ன தோன்றியது?" காளிபிரசாத்திடம் கேட்டேன்.

"மின்சாரத்தைத் தொட்டதுபோலக் கை மரத்துப் போனது."

திடீரென்று மற்றொரு சிஷ்யன் அறைக்கு வந்தான். வந்தவுடனே அவன் காளிபிரசாத்திடம் கேட்டான்:

"நரேனின் உடம்பில் நீ தொட்டதனாலா உன்னுடைய கை நடுங்குகிறது?"

"ஆமாம். கை நடுங்காமல் இருப்பதற்கு எவ்வளவோ முயற்சித்துப் பார்த்தேன். முடியவில்லை. அதுதான் கையை வேகமாக இழுத்தேன்."

நள்ளிரவு பூஜை முடிந்து மீண்டும் நாங்கள் தியானத்தில் அமர்ந்தோம். காளிபிரசாத் இப்போது ஆழ்ந்த தியானத்தில் வழுக்கி விழுந்தான். வெளியுலகத்தைப் பற்றிய உணர்வு அவனுக்கு இல்லாமலாகி விட்டதைப்போலச் சலனமற்று இருக்கிறான்.

சிவராத்திரியின் கடைசி யாமம் அருகில் வந்தபோது அவன் மெல்ல கண்களைத் திறந்துகொண்டு தியானத்தில் இருந்து விழித்தான். நாங்கள் எல்லாரும் சேர்ந்து குருநாதனின் அறையை நோக்கி நடந்தோம். தியான பீடத்தில் இருக்கும் அவருடைய முகம் பிரகாசித்துக் கொண்டிருந்தது.

"நரேன், போதுமான அளவு சம்பாதிப்பதற்கு முன்பே நீ உன்னுடைய சக்தியைப் பாழாக்குகிறாய்! நீ அதனைச் சேமிக்கவில்லை; எங்கே எப்படி அதைச் செலவழிக்க வேண்டுமென்று உனக்குத் தெரியவேண்டுமானால் அதனை முதலில் சேகரிக்கப் பழகிக்கொள்ள வேண்டும்."

குருவின் எதிர்வினையைப் பார்த்த எல்லாரும் திகைப்புடன் ஒருவரையொருவர் பார்த்துக்கொண்டிருந்தனர். அவர் தொடர்ந்தார்:

"உன்னுடைய சிந்தனையைக் காளிபிரசாத்தின் மனதில் நிறைப்பதன் காரணமாக அவனுக்கு எவ்வளவு பெரிய துரோகத்தை நீ செய்கிறாய் என்று தெரியுமா? பல நாட்களாக அவன் வேறொரு மார்க்கத்தைப் பின்பற்றிக் கொண்டிருக்கிறான். இப்போது எல்லாம் தாறுமாறானது!"

குரு மீண்டும் கண்களை மூடினார். சிறிது நேர மௌனத்திற்குப் பிறகு கண்களைத் திறந்து அவர் நினைவுபடுத்தினார்:

"போகட்டும். இனி ஒருபோதும் இப்படிச் செய்யக்கூடாது."

அரவணைப்போடு கூடிய ஒரு கட்டளையாக இருந்தது அது. குருவின் இந்தத் தண்டனை முறை என்னுள் ஆச்சரியத்தை ஏற்படுத்தியது. அவர் இப்படி எதிர்வினையாற்றுவார் என்று கருதவில்லை. சிறிதுநேரம் எதுவும் பேசாமல் அப்படியே நின்றிருந்தேன். அவர் இங்கே தியானத்தில் அமர்ந்திருக்கும்போதும் மற்றொரு அறையில் நடந்த சம்பவத்தை அறிந்திருக்கிறார்!

என்னுடைய துறவறத்திற்கான காலம் அருகில் வந்திருக்கிறது. கயாவிற்குப் போகும் புனித யாத்திரைக்கு, சக சிஷ்யர்களான தாரகனும் காளிபிரசாத்தும் என்னோடு வரத் தயாராக இருக்கிறார்கள். புத்த மத நூல்களின் வழியே மனது பயணித்தபோது உயிர்த்து எழுந்த உற்சாகம்தான் பயணத்திற்குக் காரணமானது. ஸ்ரீபுத்தரின் அமிர்த மொழிகள் விழுந்த மண்ணினைப் பார்ப்பதற்கு மனது துடித்தது. பரிசுத்தமான அந்தப் போதி மரத்தின் அடியில் தியானத்தில் இருக்க வேண்டும்.

கங்கை நதியைக் கடந்து நாங்கள் பாலி ரெயில்வே ஸ்டேஷனுக்கு வந்து சேர்ந்தோம். மடத்தில் உள்ள வேறு யாரிடமும் சொல்லாமல்தான் புறப்பட்டோம். குருவிடம் ஏற்பட்ட மனச்சங்கடத்தால் அவரிடமும் சொல்லவில்லை. காசிபுரத்தின் பூங்காவனத்தில் எங்களைக் காணாமல் அவர்கள் எல்லாம் பதட்டமடையட்டும்!

நாங்கள் கயாவில் இரயிலில் இருந்து இறங்கினோம்.

போதி மரத்திற்கு ஏழு மைல் தூரம் நடக்க வேண்டும். ஸ்ரீபுத்தரின் வாழ்க்கையோடு தொடர்புடைய கயாவின் அமைதியான சூழல் என்னை மிகவும் கவர்ந்தது. கால்நடைப் பயணத்திற்கான ஊக்கத்தைத் தந்ததும் அதுதான். ஏகாந்தமான சூழல் மனதினை ஆனந்தத்தில் ஆழ்த்தியது.

அப்பாடா!, போதி மரத்தின் அடியில் வந்திருக்கிறோம். எவ்வளவு அமைதியான பூமி! மரத்தின் அடியில் உள்ள கல்பீடத்தில் நாங்கள் தியானத்தில் அமர்ந்திருக்கும்போது அந்திவேளை விரியத்தொடங்கியது. சாயங்காலத்தின் அழகான சுற்றுச்சூழலும், ஆன்மிக அனுபூதியை அள்ளித் தருகின்ற ஏகாந்தமும், மனதினை உள்ளார்ந்த பல தலங்களுக்கும் இட்டுச் சென்றன. ஆனந்தத்தில் திளைத்துக்கொண்டு அதிக நேரம் அப்படியே அசையாமல் அமர்ந்திருந்தோம்.

சந்தோசத்தால் கண்கள் ததும்பத் தொடங்கின. அருகில் இருந்து தியானம் செய்துகொண்டிருந்த தாரகனின் கழுத்தைக் கட்டியணைத்து, அவனைத் தழுவினேன்.

தாரகன் திடுக்கிட்டு எழுந்தான்.

"நரேன், உனக்கு என்ன ஆச்சு?"

என்னுடைய செயல்பாடுகளில் மாற்றத்தைக் கண்டு அவன் கண்விழித்தான். அந்தக் கண்களைப் பார்த்துக் கொண்டு சொன்னேன்:

"தியானத்தின் மேல் ஸ்ரீபுத்தருக்கு இருந்த அன்பும், ஆச்சரியம் நிறைந்த அவரது இரக்கமும் காருண்யமும், புத்தத் தர்மத்தின் தொடுதலைப் பெற்று உருமாற்றம் அடைந்த பாரதபூமியின் பிந்தைய வரலாறும் எல்லாம் ஒரு திரைப்படம்போல என்கண் முன்னால் வந்து சென்றன. அப்படி மனது உணர்ச்சி வசப்பட்டபோதுதான் உன்னைக் கட்டி அணைக்க வேண்டுமென்று தோன்றியது...!"

காசிபுரத்தில் பதட்டமடைந்த சக சிஷ்யர்களின் மனக்கவலையைக் கண்ட குரு சொன்னார்:

"நீங்கள் எதற்கு இப்படிப் பயப்படுகிறீர்கள்? நரேனும் நண்பர்களும் எங்கே போய்விட முடியும்? எவ்வளவு நாள்தான் அவர்களுக்கு அம்மாவைப் பிரிந்து இருக்க முடியும்?! அவர்கள் உடனே திரும்பி வருவர்."

குரு உறுதியாகச் சொல்லியும் சிஷ்யர்களுக்கு நம்பிக்கை வரவில்லை. அதைக்கண்டு அவர் புன்னகைத்துக் கொண்டே சொன்னார்:

"உலகமெல்லாம் தேடி நடந்து பாருங்கள். சரியான மதம் எங்கும் இல்லை என்பதை உங்களால் அறிந்துகொள்ள முடியும்"

குரு தன்னுடைய நெஞ்சில் கை வைத்துக்கொண்டு சொன்னார்:

"ஆன்மிகமாக ஏதாவது உண்டு என்றால் அது இங்கே உண்டு! சொந்த இதயத்தில் சத்தியத்தை நிலைநிறுத்தாமல் அங்குமிங்கும் அலைந்து நடப்பதால் யாதொரு பயனுமில்லை."

புத்த கயாவில் மடாதிபதியின் விருந்தினர்களாக மூன்று நாள் மட்டும் தங்கியிருந்தோம். திடீரென்று, ஏனோ குருநாதரைக் காணவேண்டுமென்று தோன்றியது. மனதில் யாரோ இருந்து வற்புறுத்துவதைப்போல.

"தாரகா, நாம் திரும்பிச் செல்ல நேரமாகி விட்டது."

"இவ்வளவு சீக்கிரமாகவா?" தாரகனுக்குப் புறப்பட மனமில்லை.

"ஆமாம். உடனே போகவேண்டும். ஆனால் திரும்பிச் செல்ல கையில் பணமும் இல்லை."

"மடாதிபதி நமக்கு உதவிசெய்யாமல் இருக்கமாட்டார்." காளிபிரசாத் சொன்னான்.

மடாதிபதி எந்தத் தயக்கமும் காட்டாமல் திரும்பிச் செல்வதற்கான பணத்தைத் தந்தார். நாங்கள் கயாவிடம் விடைபெற்றோம்.

காசிபுரப் பூங்காவனத்திற்கு வந்து சேர்ந்தபோது கயா ஒரு கனவானது, நினைவின் ஒரு காவியமாக மாறிப்போயிருந்தது. எங்களைப் பார்த்ததும் குருவின் முகம் சந்தோசத்தால் விரிந்தது. அவர் எழுந்து, ஆனந்த நடனம் ஆடுகின்ற பாதச்சுவடுகளுடன் எங்களின் அருகில் வந்தார்; மூன்று பேரையும் மாறிமாறிக் கட்டியணைத்தார்.

கயாவின் காட்சிகளையும் அனுபவங்களையும் அனுபூதிகளையும் நாங்கள் எல்லோரிடமும் பகிர்ந்துகொள்ளத் தொடங்கினோம்.

"புத்தரின் தத்துவச் சிந்தனை என்ன?"

சக சிஷ்யனான மகேந்திரன் எனக்கு நேராகத் திரும்பிப் பார்த்துக் கேள்வியை முன்வைத்தான்.

"தான் பெற்றுக்கொண்டதை வார்த்தைகளால் வெளிப்படுத்தும் திறமை புத்தருக்கு இல்லை. அதனால்தான் மக்கள் அவரை நாத்திகன் என்று அழைத்திருக்கலாம்."

குரு மறுத்தார்:

"இல்லை. அவர் எதற்கு நாத்திகன் ஆகவேண்டும்? புத்தர் நாத்திகனாக இருக்கவில்லை. தன்னுடைய அனுபூதிகளை வார்த்தைகளால் வெளிப்படுத்த முடியவில்லை; அவ்வளவுதான்"

குருவிடம் சொன்னேன்:

"புத்தர் கடவுள் இருப்பதைப் பற்றி எதுவுமே பேசவில்லை. ஆனால், சகல உயிரினங்களிடமும் கருணை காட்டுபவராக இருந்தார் அவர். ஒரு இளவரசனாக இருந்தும்கூட எல்லாவித இல்லற சுகங்களையும் வெறுத்தார். சித்திகளையோ அப்படிப்பட்ட அபாரத் திறமைகளையோ அவர் நம்பவில்லை. ஆசையின் மூலம் உண்டாகும் அழிவைப் பற்றி மட்டுமே அவர் பேசியிருந்தார். ஒரு மரத்தின் அடியில் தியானத்தில் இருந்து அவர் சொன்னார்: 'எனக்கு நிர்வாணம் அடைய முடியவில்லை என்றால் இப்படியே இருந்து நான் இறந்து போகட்டும்!' என்று."

விசிறியைக் கையில் எடுத்துக்கொண்டு குருநாதர் சொன்னார்:

"நம்முடைய நரேந்திரன், தான் யார் என்ற அறிவு கிடைக்கும் அந்த நிமிடத்தில் இருந்து ஒரு நிமிடம்கூட அந்த உடலில் இருக்க விரும்பமாட்டான். தானாகவே நரேன் தனது உடலை விட்டு நீங்குவான்."

சிறிது நேர மௌனத்திற்குப் பிறகு அவர் தொடர்ந்தார்:

"நரேந்திரனின் அத்வைத அனுபூதியைத் தற்காலிமாக ஜெகதீஸ்வரி மறைத்து வைக்கட்டும் என்று நான் பிரார்த்திக்கிறேன். அவன் செய்து முடிக்கவேண்டிய பணிகள் ஏராளம் உண்டு. ஆனால் நரேன், தான் யார் என்று சுயமாகவே அறிவதற்கு இடையிலுள்ள இந்தத் திரை, மிக மிக லேசானது! அது எந்த நேரத்திலும் அறுந்து போகலாம்."

குருவின் வார்த்தைகளுக்கு முன்னால் எதுவும் பேசஇயலவில்லை. அவர் மெல்லக் கண்களை மூடினார். சாதாரணமாகவே ஆழ்ந்த தியானத்தில் செல்வதற்கும், அதிலிருந்து எப்போது வேண்டுமென்றாலும் விழித்து எழுவதற்கும் அவரால் முடிகிறது. ஆனாலும் அவர்கூட, சமாதி நிலையில் உள்ள தியானத்தில் இருந்து எழுவதற்கு, தியானத்திற்குள் செல்லும் முன்பு மிகச் சாதாரணமான ஏதாவது எதிர்பார்ப்பையோ விருப்பத்தையோ மனதில் வைத்துக்கொள்கிறார். அந்த எதிர்பார்ப்பின், விருப்பத்தின் கயிற்றினைப் பிடித்துக்கொண்டு அவர் தியானத்திலிருந்து வெளியே வரவும் செய்கிறார்.

●

இருபத்தி ஒன்று

குருவினுடைய நோய் அதிகமாகிக் கொண்டேயிருந்தது. உடல் இன்னும் கூடுதலாக மெலிந்தது. நாங்கள் எல்லோரும் துக்கத்திலும் மனக்கவலையிலும் ஆழ்ந்தோம். அவருக்குப் பணிவிடைசெய்ய நாங்கள் இன்னும் கூடுதல் கவனம் எடுத்துக்கொண்டோம். சொந்த வீட்டிலுள்ளவர்களின் எதிர்ப்புகளையும் வசைகளையும் பொருட்படுத்தாமல் இளைஞர்களான சிஷ்யர்கள் எல்லோரும் காசிபுரப் பூங்காவைச் சொந்த வீடுகளாக்கினர். எங்களுடைய எல்லாமுமான குருநாதர் கைவிட்டுப்போகப் போகிறாரோ என்று பயந்தோம்.

அவரது தொண்டையில் இருந்து இரத்தம் வெளியேறுவதைக் கண்ட எல்லோருடைய இதயமும் துடித்தது. ஆனால் குருவினுடைய பக்தி உணர்வை மட்டும் அது எதுவுமே பாதிக்கவில்லை. அவர் பழையபடியே உற்சாகத்தால் பிரகாசித்துக் கொண்டிருந்தார்.

குரு சொன்னார்:

"உடலும் வேதனையும் பரஸ்பரம் அவர்களுக்கான கடமைகளைச் செய்யட்டும். ஆனால் என்னுடைய மனமே, நீ எப்போதும் ஆனந்தத்தில்தான் இருக்கவேண்டும்! சாதாரணமாக, நோய் உடலுக்கானது; அது இயற்கை நியதியும்கூட. தெய்வ வடிவங்கள் பலவற்றையும் நான் காண்கிறேன். என்னுடைய இந்த உடலும் அதில் ஒன்றுதான்."

குருவினுடைய சமாதிக்கான நேரம் அருகில் வந்திருக்கிறது. அவர் என்னை அருகே அழைத்தார். ஏதோ சொல்ல நினைக்கிறார் என்று கருதினேன். ஆனால், அவர் எதுவும் பேசவில்லை. சிறிது நேரம் என்னையே உற்றுப் பார்த்துக்கொண்டிருந்தார். பின்பு மெல்லக் கண்களை மூடி ஆழ்ந்த தியானத்திற்குள் போய்விட்டார்... திடீரென்று மின் அதிர்வினைப்போல ஏதோ ஒரு சக்தி என்னுள் நுழைந்தது! வெளியுலகச் சிந்தனைகள் எதுவுமே இல்லாமலானது!

நினைவு திரும்பியபோது குருநாதர் கண்ணீர் ததும்பும் கண்களுடன் என் முன்னால் அமர்ந்திருந்தார். அழுவதற்கான காரணத்தைக் கேட்டேன். அவர் சொன்னார்:

"நரேன், என்னிடம் இருந்ததெல்லாம் உனக்கு நான் தந்திருக்கிறேன்! இன்று நான் ஒரு பிச்சைக்காரன்; எதுவுமே இல்லாத வெறும் பிச்சைக்காரன். நான் உனக்கு வழங்கிய சக்தியின் உதவியால் நீ மகத்தான செயல்கள் பலவற்றையும் செய்வாய். அவற்றைச் செய்துமுடித்த பிறகே நீ வந்த இடத்திற்குத் திரும்பிச் செல்வாய்."

பல ஆண்டுகால தீவிர தவத்தினாலும், முயற்சியாலும் குரு பெற்றுக்கொண்ட ஆன்மிகச் செல்வங்கள் எல்லாம் திடீரென்று என்னிடம் வந்துசேர்ந்திருக்கின்றன. குருவினுடைய வாழ்க்கை இலட்சியம் நிறைவேறியதோ? உலகத்தின் நன்மைக்காக குருநாதர் எல்லாவற்றையும் எனக்கு விருப்பத்தானம் செய்திருக்கிறாரோ?.

இறுதி நாட்களில் குரு அனுபவித்த வேதனை முற்றிலும் தாங்கமுடியாததாக இருந்தது. அவர் உடனடியாக இந்த உலகத்தைவிட்டுச் சென்றுவிடுவார் என்றும் நாங்கள் திக்கற்றவர்களாகி விடுவோம் என்றும் சிந்தித்த சிஷ்யர்கள் எல்லோரும் சோகத்தில் ஆழ்ந்தனர்.

மருத்துவரை அழைத்துக்கொண்டு வந்த போது அவரும் கையறு நிலையில்தான் இருந்தார்.

“மூச்சு விடுவதற்குச் சிரமமாக இருக்கிறது” குரு மருத்துவரிடம் மெதுவான குரலில் சொன்னார். ஆனால், சட்டென்று அவர் தியானத்தில் மூழ்கினார். அது எப்போதும் போலுள்ள தியானமாகத் தெரியவில்லை. இதைப் பார்த்த சிஷ்யர்கள் பலரும் அழத் தொடங்கினார்கள்.

நடு இரவு கடந்தபோது குரு தியானத்தில் இருந்து வெளியே வந்தார்.

“பசிக்கிறது.” மிகவும் மெதுவாக உச்சரித்தார்.

சிறிதளவு கஞ்சி குடித்தபோது கொஞ்சம் ஆசுவாசம் அந்த முகத்தில் தெரிந்தது. மிக மெதுவான குரலில் அவர் ஒவ்வொன்றையும் சொல்லத் தொடங்கினார். பின்பு மூன்று முறை தேவியின் நாமத்தை மென்மையாக உச்சரித்துக்கொண்டு படுக்கையில் சாய்ந்து படுத்தார். சட்டென்று அந்த உடல் நடுங்கியது. குருவினுடைய உடலெல்லாம் சிலிர்ப்பதைப்போல எங்களுக்குத் தெரிந்தது; திடீரென்று அவரின் பார்வை மூக்கின் மீது நிலைகுத்தியது. ஒரு திவ்வியமான புன்னகை அந்த உதடுகளில் தென்பட்டது. குருநாதர் மகாசமாதியில் உறைந்திருக்கிறார்!

காசிபுரப் பூங்காவில் இருந்து நாங்கள் வராக நகரத்திலுள்ள மடத்திற்கு மாறினோம். தனிமையும் தியானமும் நிறைந்த துறவற வாழ்க்கையைத் தொடங்குவதற்கு மனம் வெதும்பிக் கொண்டிருந்தது.

புனித யாத்திரைக்கான இடங்களில் முதலில் காசியும் பின்பு அயோத்தியும் மனதில் ஓடிவந்தன.

பக்தர்கள் பாடுகின்ற ஸ்ரீராம கீர்த்தனங்களை மிகுந்த மகிழ்ச்சியோடு கேட்டுக்கொண்டே, அயோத்தியில் நீண்டநேரம் அவர்களோடு அமர்ந்திருந்தேன்.

லக்னோ வழியாகத்தான் ஆக்ராவிற்கு வந்தேன். முகலாயர்களின் வலிமையையும் திறமையையும் நினைவுபடுத்திக்கொண்டே, கட்டடக்கலையின் சான்றாக

மிளிர்ந்து நிற்கின்ற ஆக்ராவின் கோட்டைகளையும் உயர்ந்த கட்டிடங்களையும் அரண்மனைகளையும் கண்டுகொண்டு நடந்தேன். தாஜ்மகாலின் அழகு மனதைக் கவர்ந்தது. தாய்நாட்டின் மீது கொண்ட அன்போடுதான் இந்த உலக அதிசயத்தையும் பார்க்க முடிந்தது. தாஜ்மகாலின் ஒவ்வொரு அங்குலமும் ஒவ்வொரு நாளும் பார்த்து மகிழ்வதற்குத் தகுதியானது என்று மனம் சொன்னது.

ஆக்ராவில் இருந்து பிருந்தாவனத்திற்கு...

முப்பது மைல் கால்நடையாகவே பயணித்தேன். கிண்டியும் தடியும் இரண்டு புத்தகங்களும் மட்டும்தான் பயணத்தில் என்னுடன் துணைக்கு இருந்தன.

பிருந்தாவனத்திற்கு அருகில் வந்தேன். வழியருகில் ஒருவன் தரையில் உட்கார்ந்து குழல் வழியே புகைபிடித்துக் கொண்டிருப்பதைப் பார்த்தேன். நடந்து நடந்து தளர்ந்ததினால், அவனிடமிருந்து அதை வாங்கிப் புகைக்க வேண்டுமென்று தோன்றியது. ஒரு உற்சாகம் கிடைக்குமல்லவா!.

"நானும் புகைபிடிக்க விரும்புகிறேன். அந்தக் குழலினை எனக்குக் கொடுக்க முடியுமா?"

"மகாராஜாவே, நீங்கள் என்ன சொல்கிறீர்கள்? நான் ஒரு தோட்டியல்லவா!" அவன் சற்றுத் தள்ளி உட்கார்ந்துகொண்டு தயக்கத்துடன் சொன்னான்.

எதுவும் பேசாமல் திரும்பி நடந்தேன். கொஞ்சதூரம் சென்றபோது மனதில் குற்ற உணர்ச்சி தோன்றியது. என்ன! சாதி, குலப் பெருமைகளை எல்லாம் விட்டுவிட்டுத் துறவறத்தை ஏற்றுக்கொண்ட என்னுள்ளும் சாதியச் சிந்தனையோ? பரம்பரை பரம்பரையாக மனதில் வேரோடிப்போன சாதிய எண்ணம் காரணமாக அல்லவா, அவன் சொன்ன போது நான் திரும்பி நடந்தேன்! நான் ஒரு தோட்டி என்று அந்த மனிதன் சொன்னபோதே நான் சாதியச் சிந்தனையின் பொறியில் விழுந்து விட்டேன் அல்லவா!

வேகமாக வந்தவழியே திரும்பி நடக்கத்தொடங்கினேன். ஆனால், இதற்குள்ளாகவே அரைநாழிகை தூரத்தைக் கடந்திருக்கிறேன்.

திரும்பிச் செல்லும்போது அவன் அவ்விடத்தை விட்டுச் சென்றிருப்பானோ?

பாக்கியம்!. அப்போதும் அவன் குழலைப் புகைத்துக்கொண்டு அங்கேதான் இருந்தான். என்னை மீண்டும் பார்த்தபோது அவனுக்கு ஆச்சரியம் தோன்றியது.

"நான் புகைபிடிப்பதற்கு ஒரு குழலைத் தயாராக்கித் தாருங்கள்."

இம்முறையும் அவன் எதிர்ப்பினை வெளிக்காட்டத் தயாரானான். நான் ஒத்துக்கொள்ளவில்லை. உறுதியாகச் சொன்னேன்:

"நீங்கள் புகைபிடித்துக் கொண்டிருக்கிற இதே குழலில் இருந்து நானும் புகைபிடிக்க வேண்டும்"

பிடிவாதம் காட்டியபோது அவன் புகைக்குழலைத் தயாராக்கித் தந்தான். சந்நியாச விரதத்தை ஏற்றுக்கொண்ட ஒருவன், சாதி மதங்களுக்கும், வருண வேறுபாடுகளுக்குமெல்லாம் எதிரானவனாக மாறிவிட்டானா என்று ஒவ்வொரு நிமிடமும் ஆத்ம பரிசோதனை செய்ய வேண்டியிருக்கிறது. யாரையும் தாழ்ந்தவராகப் பார்க்கக்கூடாது என்று மனது எச்சரித்தது.

மனதிருப்தியுடன் புகைபிடித்துக் கொண்டே சிறிது நேரம் அவனோடு உட்கார்ந்திருந்தேன். இறுதியில் புகைக்குழலைத் திருப்பிக்கொடுத்துவிட்டு அவனுக்கு நன்றி சொன்னேன். பிருந்தாவனத்தை நோக்கிய பயணம் தொடர்ந்தது.

இராதாகிருஷ்ணனின் ஆனந்தபூமியான பிருந்தாவனம் சொர்க்கத்தைப் போன்றதொரு உணர்வு நிறைந்ததாகத் தூரத்தில் தென்படத் தொடங்கியது. கண்ணனின் புல்லாங்குழல் ஓசை ஓடிவந்து காதுகளைத் தழுவியது. வெறுமையும் ஓட்டையும்

ஆன புல்லாங்குழலில் இருந்து வருகின்ற ஆனந்த ஓசையை இப்போது இன்னும் தெளிவாகக் கேட்கமுடிந்தது. ஏதோவொரு கிருஷ்ண பக்தன் எங்கிருந்தோ புல்லாங்குழல் ஊதுகிறான்.

பட்டணத்தின் மையத்திலுள்ள காலபாபுவின் தோட்ட வீட்டில் தங்குவதற்கு ஓரிடம் கிடைத்தது. சந்தோசம் நிறைந்து நிற்கும் மனதில் பக்தியின் பிரகாச நிலா ஒளிர்ந்தது. பகவான் கிருஷ்ணனின் வாழ்க்கை வரலாற்றை உண்மையிலேயே பதிவு செய்த பூமியில்தான் நான் இப்போது ஓய்வெடுத்துக் கொண்டிருக்கிறேன். ஐந்தாயிரம் ஆண்டு காலத் திரைச்சீலை நினைவிலிருந்து மங்கிப்போயிருக்கிறது. கண்ணன் கண்முன்னே மறுபிறப்பு எடுத்திருக்கிறான்.

ஸ்ரீகிருஷ்ணனின் வண்ணங்கள் நிறைந்த அழகான வாழ்க்கையின் ஏராளமான லீலைகளுக்குச் சாட்சியான பிருந்தாவன பூமியை முழுவதும் நடந்து சுற்றிப் பார்த்தேன். யமுனை நதிக்கரையில் சிறிது நேரம் தியானத்தில் அமர்ந்தேன். பகவான் பிறந்த மண்ணானதால், பாரதத்தில் ஏறக்குறைய எல்லா ஆன்மிக இயக்கங்களுக்கும் இடம் கொடுத்த இடம்தான் பிருந்தாவனம். ஏராளமான கோவில்களும் ஆசிரமங்களும் நிறைந்த புண்ணிய பூமி.

பிருந்தாவனத்தை விட்டுச்செல்ல வேண்டிய நேரமாகிவிட்டது. கோவர்த்தன மலையை நோக்கிய பயணத்திற்குத் தயாரானேன். கோவர்த்தன மலையைச் சுற்றிவர வேண்டும். அப்போது யாசகம் கேட்காமல் கிடைக்கின்ற உணவையே உண்ண வேண்டும். அதை ஏற்கனவே மனதில் முடிவுசெய்துவிட்டேன். இந்தப் பயணத்தில் யார் முன்னாலும் உணவிற்காகக் கை நீட்டப்போவதில்லை.

மதியம் ஆனவுடன் நல்ல பசி. பாத யாத்திரை முடிவடையவுமில்லை. அப்போது பயங்கரமான மழையும் கொட்டத் தொடங்கியது. கடுமையான பசியாலும் ஓய்வில்லாத நடையாலும் தளர்ந்து போய்விட்டேன்.

“சுவாமிஜி.”

யாரோ பின்னால் இருந்து அழைக்கிறார்கள். திரும்பிப் பார்க்கவில்லை. அதைக் கவனிக்காமல் மீண்டும் முன்னோக்கி நடந்தேன்.

"சுவாமிஜி... நான் உங்களுக்காக உணவு எடுத்துக்கொண்டு வந்திருக்கிறேன்."

என் பின்னாலிருந்து அந்த நபர் உரக்கச் சொன்னார். இதைக் கேட்டதும் ஓடத் தொடங்கினேன். அந்த நபரும் என்னைப் பின்தொடர்ந்து வந்தார். கொஞ்சதூரம் ஓடிய பிறகு அந்த நபர் என் முன்னால் ஓடி வந்து, என்னை வழிமறித்துக் கொண்டு அழாத குறையாகச் சொன்னார்:

"சுவாமிஜி நான் கொண்டு வந்திருக்கின்ற இந்த உணவை நீங்கள் சாப்பிட வேண்டும்."

அவர் ஓடிவந்த வேகத்தில் என்முன்னால் நின்று மூச்சுவாங்கிக் கொண்டிருந்தார். உணவை வாங்கியவுடன் அவரின் முகத்தில் மகிழ்ச்சி ஊஞ்சலாடுவதைக் கண்டேன். பின்பு எதுவும் பேசாமல் அவர் திரும்பிச் சென்றார்.

கோவர்த்தனத்தில் இருந்து ராதாகுஞ்சிற்குச் சென்றேன். ராதையுடன் தொடர்புடைய இந்த இடம் மிகவும் பவித்திரமான ஒரு புனிதப் பயணப் பூங்காவனம். நான் உடுத்தியிருந்ததோ ஒற்றை வேட்டி மட்டும்தான். ராதாகுஞ்சில் உள்ள குளத்தில் குளிப்பதற்கு முன்பு, வேட்டியை அவிழ்த்துத் துவைத்துப் பிழிந்து, குளக்கரையின் புற்செடிகளுக்கு மேல் காய்வதற்காக விரித்துப் போட்டேன்.

நிர்வாணமாகக் குளத்தில் இறங்கினேன். குளிர் உறைந்த நீரில் மூழ்கி எழுந்தேன். கொடுங்காட்டின் அமைதியை நுகர்ந்துகொண்டு சிறிதுநேரம் குளத்தில் மூழ்கிக் கிடந்தேன்.

குளித்து முடித்துக் கரையில் வந்து பார்க்கும்போது, காய்வதற்காகப் போட்டிருந்த வேட்டியைக் காணவில்லை. கோபிகைகள் கவர்ந்து சென்றிருக்கலாமோ! எல்லா இடமும் தேடி நடந்து பார்த்தேன்; எங்கும் காணவில்லை.

திடீரென்று, மரத்தின் கிளைகள் அசைவதுபோலத் தெரிந்தது. பார்த்தபோது, மரக்கொம்பில் ஒரு குரங்கு என்னுடைய வேட்டியைப் பிடித்துக்கொண்டு உட்கார்ந்து இருந்தது. அது தன்னுடைய குறும்பு நிறைந்த கண்களால் என் உடலைத்தான் பார்த்துக்கொண்டிருந்தது. அதனுடைய கையிலிருந்த வேட்டியை வாங்குவதற்காகப் பல வித்தைகளையும் பயன்படுத்திப் பார்த்தேன். ஒரு பயனுமில்லை.

ராதாகுஞ்சின் தேவதையான ராதாவிடம்தான் சட்டென்று கோபம் வந்தது. இனி வேறொரு வழியும் இல்லை. உடுதுணி இல்லாமல் எப்படி இந்தக் காட்டிலிருந்து வெளியே செல்வது! இந்தக் கொடுங்காட்டிலே கிடந்து சாவதற்குத் தீர்மானித்தேன்.

அடர்ந்த காட்டில் கொஞ்சதூரம் நடந்து சென்றபோது, பின்னால் இருந்து ஒரு காலடிச் சத்தம்! திரும்பிப் பார்த்தபோது யாரோ ஒருவர் வேகமாக நடந்து வந்துகொண்டிருந்தார். அவரது இடது கையில் ஒரு காவி வேட்டியும், வலது கையில் மண்பாத்திரத்தில் கொஞ்சம் உணவும் இருந்தது. என்னவொரு அற்புதம்! எனக்கு வேண்டியதெல்லாம் எப்படியோ, எங்கிருந்தோ, யாரோ கொண்டுவந்து தருகிறார்கள்.

"சுவாமிஜி இதை வாங்கிக் கொள்ளுங்கள்" அவர் சொன்னார். சட்டென்று காவித் துணியை வாங்கி நிர்வாணத்தை மறைத்தேன். அவர் சந்தோசமாகத் தந்த உணவையும் வாங்கிக்கொண்டேன். என்னுடன் எப்போதும் யாரோ இருப்பதுபோல உணர்ந்தேன்!

குளக்கரைக்குத் திரும்பிச் சென்று பார்த்தபோது, காய்வதற்காகப் போடப்பட்டிருந்த என்னுடைய வேட்டி காய்ந்து கிடந்தது! ஆச்சரியம், அல்லாமல் வேறென்ன!

இருபத்தி இரண்டு

நான் செய்து முடிக்க வேண்டிய செயல்களைப் பற்றிக் குருநாதர் இடையிடையே சுட்டிக்காட்டியது நினைவிற்கு வந்தது. அச்செயல்களைச் செய்து முடிப்பதற்கான போதிய திறமையின்மையைப் பற்றிச் சிந்திக்கும்போது மனதில் ஏமாற்றத்தின் நிழல் விழுவதை அறிந்தேன்.

தாய்நாட்டின் இன்றைய நிலைமை திருப்திகரமானதாக எப்போதும் குருநாதருக்குத் தெரிந்திருக்கவில்லை. பாரதத்தின் சொந்தமான சனாதன மதம் வருந்தத்தக்க ஒரு சூழ்நிலைக்குத் தாழ்ந்துபோயிருக்கிறது. நாடெங்கும் துக்கமும் பட்டினியும். சாதிய வேறுபாடுகள் கொடூரமான பூதத்தைப்போல நாட்டை வேட்டையாடிக் கொண்டிருக்கின்றன.

சொந்த நாட்டின் ஆன்மிகச் சக்தியை மீட்டெடுப்பதுதான் முதன்மையானது. அந்தச் சக்தி, உலகம் முழுவதையும் தட்டி எழுப்பப் போதுமானதாக இருக்கவேண்டும். உண்மையில் குருநாதரின் கருத்துக்களை நிறைவேற்றுவதற்காக உழைக்கவேண்டிய அவரது உடல்தான் நான்.

துறவிகள் அதிக காலம் ஒரே இடத்தில் தங்கக்கூடாது. யாரிடமும் தனிப்பட்ட அன்பைக் காட்டக்கூடாது. ஒரே இடத்தில் தங்கினால் அவ்விடத்தில் உள்ளவர்களோடு உள்ள அன்பு மனதினைப் பின்னோக்கி இழுக்கும். அன்பும் ஒருவகையான பிணைப்புதான்...

ரிஷிகேஷிற்கான பயணம் மிகவும் கடினமானதாக இருந்தது. பயணத்தின் இடையே, ஒரு சிஷ்யன் கிடைத்தான். இரயில்வே ஸ்டேசன் மாஸ்டரான சரத்சந்திர குப்தன். உத்தியோகபூர்வ வாழ்க்கையைத் துறந்து பயணத்தில் அவனும் கூடவே வந்தான்.

"உனக்குச் சுக வாழ்க்கை அனுபவம் மட்டும்தானே இருக்கிறது. ஒரு சந்நியாசி எதிர்கொள்ள வேண்டிவரும் கஷ்டங்களை ஏற்றுக்கொள்ளத் தயாராக இருக்கிறாயா?"

சரத்சந்திரனிடம் கேட்டேன்.

"சுவாமிஜியோடு சேர்ந்து செய்யும் பயணத்தை நான் விரும்புகிறேன்". அவன் சற்றும் யோசிக்காமல் பதில் சொன்னான்.

ஆனால், நாட்கள் செல்லச் செல்ல என்னோடு சேர்ந்து செய்யும் பயணத்தை அவன் கடினமானதாக உணரத்தொடங்கினான். பல இடத்திலும் அவன் பயணக்கஷ்டத்தைச் சகிக்கமுடியாமல் தளர்ந்துபோகவும், சில வேளைகளில் சுயநினைவின்றிக் கீழே விழவும் செய்தான்.

நதிகளை நீந்திக் கடப்பதற்கும் அபாயகரமான பாதைகளைத் தாண்டுவதற்கும் அவன் பயப்பட்டான். அப்பொழுதெல்லாம் ஒரு குழந்தையைப்போல அவன் கையைப்பிடித்து முன்னோக்கி நடத்தினேன். என்னுடைய அரவணைப்பிலும் கவனிப்பிலும் அன்பிலும் அவன் ஆசுவாசம் கண்டடைந்தான். இருந்தாலும் ஒருநாள் அவன் கேட்டான்:

"சுவாமிஜி என்னைக் கைவிட்டு விடுவீர்களா?"

அதைக்கேட்டு அவனை உற்றுப்பார்த்தேன். பின்பு கடுமையான குரலில் மறுமொழி கொடுத்தேன்.

"மடையனே, பயணத்தின் இடையே உன்னுடைய செருப்புகளைக்கூட நான் சுமந்திருக்கிறேன் என்ற விசயத்தை நீ மறந்துவிடுகிறாய்!"

வனாந்தரத்தினுள் நடந்து கொண்டிருக்கும்போது, புதர்க்காடுகளுக்கு இடையில் ஒரு மனிதனது உடல் என்று கருதத்தக்க வகையிலான எலும்புகளையும் காவி வேட்டியின் கிழிந்த பகுதிகளையும் கண்டோம். சரத்திடம் சொன்னேன்:

“பாரு, இங்கே புலியோ என்னவோ ஒரு சந்நியாசியைப் பிடித்துத் தின்றிருக்கிறது! உனக்குப் பயம் தோன்றுகிறதா?”

வேகமாக இருந்தது அவனுடைய பதில்:

“இல்லை சுவாமிஜி! நீங்கள் கூடவே இருக்கும்போது நான் எதற்குப் பயப்படவேண்டும்!”

இப்போது அவனுடைய வார்த்தைகளில் ஆத்ம விசுவாசத்தின் பிரகாசத்தைக் கவனித்தேன்.

ரிஷிகேஷில் மற்ற சந்நியாசிகளோடு நாங்கள் கொஞ்சகாலம் தங்கியிருந்தோம். யோகாவில் ஒன்றி, இயற்கையின் அழகு மற்றும் அமைதியில் மனம் நிறைந்து நின்ற ரிஷிகேஷ் காலம்! பனியைச் சூடிக்கொண்ட மலைத்தொடர்களைப் பார்க்கும்போது மனதில் உற்சாகம் முளைவிட்டது. ஆத்மாவில் ஆனந்தம் சிறகு விரித்தது. ஆழ்ந்த சந்நியாசத்திற்குள் பயணித்துக்கொண்டிருக்கும் சந்நியாசிகள். எங்கும் பிரார்த்தனையின் அதிர்வலைகள் நிறைந்து நிற்கும் சூழல். ஆனால், சிஷ்யனோ கடுமையான நோயினால் பாதிக்கப்பட்டான்.

சரத்சந்திரனையும் அழைத்துக்கொண்டு அவனுடைய ஊருக்குத் திரும்புவதைத் தவிர வேறுவழியில்லை என்றாகிவிட்டது. அப்படியிருக்கவே, எதிர்பாராமல் என்னையும் நோய் தாக்கியது. ரிஷிகேஷில் இருந்து கிடைத்த மலேரியாவால் உடல் வேர்ப்பிடிப்பில்லாத மரத்தைப்போல விழுந்தது!

வராக நகரத்தில் உள்ளவர்கள் நோய் விவரத்தை அறிந்திருக்கிறார்கள். மடத்திற்குத் திரும்பிச்செல்ல வேண்டுமென்று சகோதர சந்நியாசிகள் வற்புறுத்துகின்ற செய்தி

எப்படியோ ரிஷிகேஷை வந்துசேர்ந்தது: 'உடனே திரும்பி வருக.'

நோயின் களைப்பைப் பொருட்படுத்தாமல் திரும்பிச் செல்வதற்குத் தயாரானோம். சரத்சந்திர குப்தனால் சொந்த ஊரில் நிம்மதியாக இருக்கமுடியவில்லை. அவனும் அதிகம் தாமதியாமல் வராக நகரத்திற்கு வந்து சேர்ந்தான்.

மடத்தில் தியானத்திலும் பஜனையிலும் உற்சாகத்தை மீட்டெடுத்தேன். இடைவிடாத சங்கீதக் கீர்த்தனைகளால் மடத்தின் சூழல் மிக அழகானதாக மாறியிருந்தது. புனித யாத்திரையின் துன்பங்களில் இருந்து உடலும் மனமும் விடுதலை பெற்றது.

சகோதர சந்நியாசிகளுக்கு என்னுடைய வரவு உற்சாகத்தைக் கூட்டியது. சில வகுப்புகளை அவர்களுக்காகத் தொடங்கி வைத்தேன்.

"வேதங்களிலும் உபநிடதங்களிலும் பகவத்கீதையிலும் இரண்டறக் கலந்திருக்கும் சத்தியத்தின் நித்திய தரிசனங்களை எல்லோருக்கும் திறந்து கொடுத்தால் மட்டுமே பாரதத்தின் மறுமலர்ச்சி சாத்தியமாகும். இந்த அறிவு, வர்க்க - வருண வித்தியாசங்கள் இல்லாமல் எல்லோருக்கும் கிடைக்கவேண்டும். பாரதத்தில் வேதத்தை அறிந்துகொள்ள, சிலருக்கு உரிமை இல்லை என்று சொல்வதற்கு நமக்கென்ன அதிகாரம் இருக்கிறது? தொடக்க காலங்களில் எப்போதோ, மனிதர்களின் குணங்களையும், தொழிலையும் மட்டுமே அடிப்படையாகக் கொண்டு தோற்றம்பெற்ற சாதியப் பிரிவினைகள் என்ற வேறுபாடு, இப்போது பிறப்பும் பாரம்பரியமும் குலமும் பார்த்துத் தீர்மானிக்கப்படுகிறது. என்னவொரு அவலம்!"

சக சந்நியாசிகள் செவிகொடுத்துக் கேட்டுக் கொண்டிருக்கிறார்கள். அவர்களோடு இன்னும் அதிகமாகப் பேசுவதற்கு வேண்டிய உற்சாகம் உள்ளத்தில் கிடைத்ததைப்போல உணர்ந்தேன். அறியாமையில் இருந்து

உருக் கொண்ட விமர்சன அம்புகளில் இருந்து இந்து தர்மத்தைக் காப்பாற்ற அவர்களைத் தயாராக்கினேன். பாரதப் பண்பாட்டில் இருந்து பிறந்த ஞானத்தின் நித்திய ஆதாரமாக இருக்கும் பண்டைய நூல்களைப் பற்றிய விளக்கங்களை அளித்தேன். எல்லாரும் எதிர்பார்ப்போடு மௌனமாக உட்கார்ந்திருக்கிறார்கள். அறிவியல்பூர்வமான கருத்துக்களை எல்லாம் இன்னும் கூடுதலாகக் கவனிக்கிறார்கள்.

ஆசாரங்களைவிட அறிவுதான் முக்கியம் என்று அவர்கள் புரிந்துகொள்ளத் தொடங்கியிருக்கிறார்கள்.

இருபத்தி மூன்று

குருவின் வார்த்தைகள் நினைவிற்கு வந்தன. ஒரு அந்திசாயும் வேளையில் அவரின் முன்னால் தியானத்தில் மூழ்கி இருந்தேன். அமைதியான நிமிடங்களுக்குள் கலந்து, வேறு ஒரு உலகத்தில் இருப்பதைப்போல, ஆனந்தத்தில் இலயித்து, உடலை மறந்து, சூன்யமாய், சொல்ல முடியாத ஒரு அனுபூதியில் ஆழ்ந்திருந்தேன்...!

அப்போதுதான் அந்தச் சப்தம் வேறு ஒரு உலகத்திலிருந்து கேட்பதைப்போல, ஒரு குளிர்காற்றாகக் காதுகளை வந்து தழுவியது.

"பரம சத்தியத்தை உணர்ந்துகொள்கின்ற அனுபூதியை நீ இப்போது அனுபவித்திருக்கிறாய்! இப்போதைக்கு நான் இதைப் பூட்டிவைக்கிறேன். சாவி எனது கையில் இருக்கட்டும். உனக்கு இங்கே செய்து முடிக்கவேண்டிய வேலைகள் ஏராளமாக இருக்கின்றன. அந்த வேலையையெல்லாம் நீ செய்துமுடித்தால் இந்த அனுபூதி உனக்கு நிரந்தரமாகக் கிடைக்கும்..."

மனிதச் சமூகத்தின் முன்னேற்றத்திற்காக, நிர்விகல்ப சமாதியின் அளவிடமுடியாத ஆனந்தத்தைக்கூட, கைவிடவேண்டுமென்று மனது நிரந்தரமாகச் சொல்லிக்கொண்டிருந்தது. ஏகாந்தவாசமும், உடல் உணர்வை அடக்கி வைத்திருப்பதும் மட்டுமல்ல எனது குறிக்கோள்;

ஆற்றல் வாய்ந்த செயல்பாடுகளின் வழியாகப் பயணித்து, கடமைகளை முடிக்கவேண்டும் என்பதும்தான்.

உடல் அளவிலும், மன அளவிலுமான பல துன்பங்களின் வழியே காலம் என்னை அழைத்துச்சென்று கொண்டிருந்தது. ஓய்வில்லாத பயணத்தினால் கால் மூட்டுகளில் வலியும், இடுப்பு எலும்புகளில் வேதனையும் அதிகமாகிக் கொண்டே இருந்தன. இந்த வேதனைகளையும் சகித்துக்கொண்டு நான் எப்படிக் குன்றுகளும் மலைகளும் ஏறி இறங்குவது! பவனாஹாரி பாபா தவம் செய்யும் குகைக்கு அருகில் சென்று அவரின் ஆசீர்வாதத்திற்காகப் பிரார்த்திக்க வேண்டும்.

காசிக்குப் பக்கத்தில் இருக்கும் கிராமத்தில் ஒரு பிராமண குடும்பத்தில்தான் பவனாஹாரி பாபா பிறந்திருக்கிறார் என்று கேள்விப்பட்டிருக்கிறேன். உண்மையை உணர்ந்து கொள்ளவேண்டும் என்ற இலட்சியத்தோடு அவர் உலகமெல்லாம் பயணித்திருக்கிறார். கத்தியவாரில் அமைந்துள்ள கிர்நார் மலையின்மேல் வைத்துதான் யோக இரகசியங்களில் அவருக்கு ஞானம் கிடைத்திருக்கிறது.

இறுதியாகக் காசிக்கு அவர் திரும்பி வந்தார். கங்கை நதிக்கரையில், மண்ணின் அடியில் உருவாக்கிய ஒரு குகை அறையில் தங்கியிருந்தார். பகல் நேரங்களில் குகையில் பல மணிநேரங்கள் தியானத்தில் மூழ்கினார். இரவு நேரங்களில் குகையில் இருந்து வெளியே வந்து நதிக்கரைக்குச் சென்று தவத்தில் மூழ்கினார். ஒரு கைப்பிடி வேப்பிலையோ, ஒன்றோ இரண்டோ வற்றல் மிளகாயின் வெளிப்புறத் தோலையோ மட்டும் கொண்டு பசியை ஆற்றினார். சமைத்த உணவைத் தெய்வத்திற்குப் படைத்தார். அந்தப் படையலைக்கூடப் பின்பு அவர் உண்ணவில்லை. அதற்குப்பதிலாக, ஏழைகளுக்கோ துறவிகளுக்கோ அதைக் கொடுத்தார். உணவு சிறிது மட்டுமே உண்பதால் இருக்கலாம், மக்கள் அவரை பவனாஹாரி பாபா என்று அழைத்திருந்தனர்.

பாபாவை நேரில் காண்பது என்பது கடினம். அவர் குகை அறையைவிட்டு வெளியே வருவதில்லை. ஏதாவது

பேசவேண்டுமென்றால்கூட வாசற்படி வரைதான் வருவார். உள்ளே நின்றுகொண்டு அவர் பேசும்போது கவனித்தேன்: தனித்துவமான குணங்கள் நிறைந்து நிற்கின்ற ஒரு மகா சித்தன் என்று தோன்றியது.

என்னைப் பார்த்தபோது அவர் மகிழ்ச்சி அடைந்தார். எவ்வளவு பணிவான குணம் பாபாவிற்கு!

"பாபாஜி எவ்வளவு நாட்களாக இந்தக் குகை அறையில் வாழ்கிறீர்கள்?"

பதில் இல்லை.

"உங்களுடைய அனுஷ்டானங்களை எல்லாம் எனக்குத் தெரிந்துகொள்ள வேண்டும் என்று தோன்றுகிறது."

பதிலை வெறும் ஒரு புன்னகையில் முடித்தார்.

எந்தக் கேள்விக்கும் பதில் தராமலிருந்த, பவனாஹாரி பாபா இறுதியாக இதை மட்டும் சொன்னார்:

"இங்கே கொஞ்ச நாட்கள் தங்கியிருந்து, நீங்கள் என்னை ஆசீர்வதிக்க வேண்டும்!"

திடுக்கிட்டேன்! நான் பாபாஜியை ஆசீர்வதிப்பதா? இதைவிடப் பெரிய முட்டாள்தனம் வேறு உண்டா? இப்படியும் இருக்கிறாரா ஒரு யோகி!

மீண்டும் சில கேள்விகளைக்கூட பாபாஜியின் முன்னால் எடுத்துவைத்தேன். அப்போது அவர் சொன்னார்:

"இந்த அடிமைக்கு என்ன தெரியும்?" மீண்டும் பணிவான வார்த்தைகள்.

பாபாஜி தன்னுடைய அறிவு எதையும் வெளியே சொல்வதாகத் தெரியவில்லை. நான் தெரிந்துகொள்ள விரும்பிய யோக வித்தைகள் எதையும் சொல்லித்தருவதற்கான விருப்பத்தையும் அவர் வெளிகாட்டவில்லை. ஆனால், எனக்கு பாபாஜியிடம் இருந்து யோக வித்தைகளைப் படித்தே

ஆகவேண்டும். வேறுவழியின்றி இந்தத் தந்திரத்தைப் பயன்படுத்தினேன்:

"உங்களிடமிருந்து மந்திர தீட்சை பெற்றுக்கொள்ள நான் தயார். நீங்கள் என்னை சிஷ்யனாக ஏற்று, எல்லா யோக வித்தைகளையும் எனக்குச் சொல்லித் தாருங்கள்."

அதற்கு மறுமொழியாகப் பாபா மீண்டும் சொன்னார்:

"இங்கு கொஞ்ச நாள் தங்கியிருந்து என்னை ஆசீர்வதிக்க வேண்டும்."

நான் ஒரு பிச்சைக்காரனாக அவரின் வாசற்படியை வந்தடைந்தபோது, அவர் என்னிடமிருந்து கற்றுக் கொள்வதற்குத் தயாராக நிற்கிறார்! ஒருவேளை, இந்த யோகி ஒரு சித்தனாக மாறி இருக்கமாட்டார். ஏராளமான விரதங்களும் அனுஷ்டானங்களும் நிறைந்து ததும்பும் ஆத்ம தத்துவம் என்னும் கடலின் முழுமையைச் சில குறிப்பிட்ட எல்லைகளுக்குள் ஒதுக்கி நிறுத்த முடியாது. அதனால் வெறுமனே இந்தச் சாதுவினைத் தொந்தரவு செய்வது சரியல்ல. மனதில் அப்படியொரு தீர்மானம் எடுத்துக்கொண்டு பாபாவிடம் விடைபெற்றுச் செல்ல மனம் எண்ணியது.

குருநாதரின் முகம் சட்டென்று மனதில் மின்னல் போலத் தோன்றியது. அந்த முகத்தின் அரவணைப்பையும் அன்பையும் திவ்வியமான தோற்றத்தையும் கண்டபோது கண்கள் நிரம்பின. பாபாஜியிடம் சிஷ்யனாவதற்கு முயற்சிக்கும் போதெல்லாம் குருநாதர் முன்னால் வெளிப்படுகிறார்.

இல்லை. பவனாஹாரி பாபாவின் சிஷ்யன் ஆக வேண்டியதில்லை. குருநாதர் ஜெயிக்கட்டும். ஆன்மிகச் சக்தியின் முழுமை என் குருவில் உண்டு. அவருடைய கால்பாதத்தில் அமர்ந்து ஞானம் பெற்றுக்கொண்ட எனக்கு வேறு யாருடைய உதவியும் தேவையில்லை. நான் இனி எந்தவொரு மகாத்மாவினுடைய சிஷ்யனும் ஆகப் போவதில்லை. குருநாதருக்கு இணையானவர் யாருமில்லை.

ஒரு திவ்வியமான மனிதனை வணங்குவதைப் பற்றிப் பதஞ்ஜலி யோகசூத்திரத்தில் சொல்லியிருக்கிற வார்த்தைகள் சிந்தனையில் ஒளிர்ந்தன: 'வீதராக விஷயம் வா சித்தம்.'

'ஒரு புண்ணிய ஆத்மாவினை நீங்கள் வணங்க வேண்டும். அந்த மகாத்மாவினை மனதில் ஏற்றுக்கொண்டு, அந்தக் குருவினுடைய இதயத்தை மனதில் நிறுத்திக்கொள்ள வேண்டும். எதனோடும் பற்றுதலோ ஆசையோ அற்ற அந்த மிகச் சிறந்த இதயத்தை உள்வாங்கும் சக்தி உங்களுக்கிருந்தால் உங்கள் மனது அமைதியாகும்!'

எனக்கு இனி வேறு யாருமே குருவாக வேண்டாம். ஒருமுறைக்கூட அவர் என்னுடைய எந்தக் கோரிக்கையையும் நிராகரித்ததில்லை. அதேசமயம் எண்ணிலடங்காத என்னுடைய தவறுகளை மன்னித்ததும் உண்டு. அப்பாவும் அம்மாவும் தராத அன்புதான் குருநாதர் எனக்குத் தந்தது.

பேலூர் கிராமத்தில், கங்கைக் கரையில் ஒரு கோயிலோ, நினைவிடமோ அந்தப் புண்ணிய ஆத்மாவின் பெயரில் நிறுவ வேண்டும். அவர் தன்னுடைய உடலை விட்டுப் பிரிந்தபோது அந்த உடலை அக்னிக்கு இரையாக்க வேண்டிவந்தது. அப்படி நடப்பதற்குப் பல காரணங்கள் இருந்தன. இருந்தாலும் அந்த உடலைச் சாம்பல் ஆக்கியது தவறாகிவிட்டது என்று தோன்றியது. இனி இப்போது பாதுகாத்து வைத்திருக்கின்ற சாம்பலைக் கங்கைக்கரையில் ஏதாவது இடத்தில் பத்திரமாக வைக்க வேண்டும். அதற்கு ஒரு நினைவு மண்டபம் கட்டவேண்டியது உண்டு. சிஷ்யர்களாகிய எங்களைப் பாதித்திருக்கிற குற்ற உணர்விற்குச் சிறிதளவு பரிகாரமாவது ஏற்பட வேண்டுமெனில் அதைச் செய்தே ஆகவேண்டும்.

வங்காளத்தில் அந்தப் புண்ணிய ஆத்மாவிற்கு ஒரு நினைவுச் சின்னம் இதுவரை நிறுவ இயலவில்லை. குருநாதரின் பிறப்பினால் வங்காளதேசம் பரிசுத்தமான புண்ணிய பூமியாக மாறி இருக்கிறது. அவர் மேற்கத்திய நாகரிகத்தின் கவர்ச்சியான தூக்கத்திலிருந்து மக்களை விழிப்படையச் செய்வதற்காகப்

பிறந்த மகாமனிதர். பட்டதாரிகளான சிஷ்யர்கள்தான் குருவிற்கு அதிகம்.

வங்காள மக்கள் இதைச் செய்கிறேன், அதைச் செய்கிறேன் என்று சொல்வதிலெல்லாம் எந்தக் கஞ்சத்தனத்தையும் காட்டுவதில்லை. பெரிய வாக்குறுதிகளை எல்லாம் தருவார்கள். ஆனால், செயல் என்று வரும்போது காசு தருவதற்குத் தயக்கம் காட்டுவார்கள். சிஷ்யர்களான நாங்கள் குருவினுடைய சாம்பலையும் சுமந்து கொண்டு இனி எங்கே செல்வது? எங்கு செல்வதற்கும் நாங்கள் தயாராகத்தான் இருக்கிறோம். மகாத்மாவினுடைய சாம்பலைப் பாதுகாப்பாக நிறுவுவதற்கு ஒரு சிறிதளவு பூமிகூடக் கிடைக்காததில் மனது துடித்துப்போகிறது!

அவர் பிறந்த மண்ணில் நினைவிடம் கட்டமுடியவில்லை என்ற சூழல் வருமோ? தியாகத்தின் சரியான அர்த்தங்களைப் பற்றிச் சிந்திப்பதற்குக்கூட வங்காள தேசத்தின் மக்களால் இயலவில்லை. தன்னலமும் உலக வாழ்க்கைக்கான சுகங்களைத் தேடுவதிலுமுள்ள அதீத ஆர்வம் அவர்களுக்கு! தியாகமும் ஆன்மிகமும் என்னவென்று சரியாகத் தெரிந்துகொள்ளவில்லை; தெரிந்து கொள்ள வேண்டுமென்ற ஆர்வமும் அவர்களிடம் இல்லை. உலக வாழ்க்கையின் பிணைப்புகளில் அகப்பட்டிருந்தால் பின்பு எப்படி உண்மைக்கு அருகில் வரமுடியும்!

உலகத்தின் உறுதியான நிலையே நமக்குச் சுதந்திரம் தருகிறது என்று அவர்கள் நம்புகின்றனர். ஆனால், உலகத்தின் நிச்சயமின்மையில் உள்ள சுதந்திரம்தான் சரியான சுதந்திரமாக இருக்கமுடியும் என்று அவர்களால் புரிந்துகொள்ள இயலவில்லை. பெரும்பாலான நேரங்களில் உறுதியானநிலை என்பதும் நிச்சயமின்மை என்பதும் நாம் சார்ந்துள்ள உலகத்தை அடிப்படையாகக் கொண்டுதான் அமைகிறது. அந்த உலகத்தின் நிச்சயமின்மையைப் பற்றியுள்ள அறிவில் நமக்குத் தெளிவிருந்தால், நிர்விகல்பமான உண்மையில் நம்மால் உறுதியுடன் நிற்க முடியும். இந்த அறிவும் அனுபவமும்

இருக்குமேயாயின், நிலையில்லாத இந்த உலகத்தில் நம்மை மிகச் சிறந்தவர்களாக மாற்றுவதற்கு இவையே போதும். வங்காள மக்கள் இன்னும் இதைப் புரிந்துகொள்ளவில்லை.

மடத்தின் கட்டுகளில் இருந்து விலகி நிற்பதற்கான நேரம் வந்துவிட்டது. என்னுடைய சிந்தனையைக் கவர்ந்திழுப்பதற்காக நான்கு பக்கங்களில் இருந்தும் பல விசயங்கள் வந்து என்னைக் கட்டிப்போட்டுக் கொண்டிருக்கின்றன. துறவற வாழ்க்கைக்கு இவையெல்லாம் தடைபோட்டுக் கொண்டேயிருக்கின்றன. இந்தக் கட்டுகளை எல்லாம் விலக்கிவிட்டு ஓரிடத்தில் நிலையாக உட்காரவேண்டும். ஏகாந்தமும் அமைதியும் நிறைந்த ஓரிடத்தில் இருந்து ஆழ்ந்த தியானத்தில் மூழ்க வேண்டும். சொந்த உண்மை, சொந்த நாட்டின் பிரச்சனை இவைகள்தான் முன்னால் உள்ளன. இவற்றைச் சரிசெய்தே ஆகவேண்டும். இதற்கான பயணத்தை இன்னும் ஆரம்பிக்கவில்லை. திரும்பி வரமாட்டேன் என்ற உறுதியோடு இமயமலைக்குச் செல்லவேண்டும் என்று மனதில் உறுதி எடுத்துக்கொண்டேன்.

●

இருபத்தி நான்கு

திபெத்தில் லாமாக்களைப் பற்றியும் அங்குள்ள மக்களைப் பற்றியும், கேதர்நாத்தின் தெய்வீக உணர்வின் சிறப்புகளைப் பற்றியும், 'பூமியின் சொர்க்கமான' காஷ்மீரின் அழகினைப் பற்றியுமான பல வருணனைகளையும் கதைகளையும் கேட்டிருக்கிறேன். அகண்டானந்தர் சுவாமி இமயமலை சென்று திரும்பி வந்தபோது சொன்ன வார்த்தைகள்தான் இவை.

பயணச் செலவுகளுக்காக, கொஞ்சம் பணத்தையாவது கையில் வைத்திருக்க வேண்டும். உடனடியாக அல்மோராவிற்கும் அங்கிருந்து கார்வாலிற்கும் செல்லவேண்டும். கார்வாலில் கங்கை நதிக்கரையில் அமர்ந்து நீண்ட நேரம் தியானத்தில் மூழ்கவேண்டும். இமயமலை, அன்போடு என்னைக் கைநீட்டி அழைத்துக்கொண்டிருக்கிறது.

கல்கத்தாவை விட்டுச் செல்வதற்கு முன்னால், கங்கை நதியின் மறுகரையில் அமைந்திருக்கும் குசுரி கிராமத்திற்குச் சென்றேன். அங்கே வாழ்ந்துகொண்டிருக்கும் அன்னையைப் பார்த்து ஆசீர்வாதம் வாங்கவேண்டும். படியேறும்போது அம்மா எனக்காகக் காத்துக் கொண்டிருக்கிறார் என்று தோன்றியது.

வணங்கிக் கொண்டே சொன்னேன்:

"அம்மா, மெய்ஞ்ஞானத்தை உணர்ந்துகொள்ளாமல் நான் இனித் திரும்பி வரமாட்டேன். நீங்கள் என்னை ஆசீர்வதிக்க வேண்டும்."

குருநாதரின் பெயரை உச்சரித்துக் கொண்டே அன்னை எனது தலையில் கை வைத்தார். அம்மா கேட்டார்:

"மகனே, யாத்திரை புறப்படும் முன்பு உன்வீட்டிற்குச் சென்று உன்னைப் பெற்ற தாயைப் பார்க்க வேண்டாமா?"

"இல்லை அன்னையே, நீங்கள் மட்டும்தான் என்னுடைய அம்மா." என்னுடைய உறுதியான விசுவாசத்தைக் கண்டு சாரதா தேவி மீண்டும் ஆசீர்வதித்தார்:

"சென்று வா மகனே."

எல்லாவிதமான அன்புப் பிணைப்புகளையும் மனதில் இருந்து அகற்றியே ஆகவேண்டும். உறவுகள் பிணைப்புகளாகின்றன; பிணைப்புகள் தடைகளாகின்றன. என்னுடைய உயர்ந்த இலட்சியத்திற்கு எந்த உறவும் தடையாக இருக்கக்கூடாது. யாரிடமும் அதீத அன்பும் வேண்டாம்; அகன்று இருத்தலும் வேண்டாம். என்னுடைய இலட்சியத்தை நிறைவேற்றுவதற்கு மனதில் எதுவும் வந்து ஒட்டாமல் பார்த்துக்கொள்ளவேண்டும்.

கல்கத்தாவில் இருந்து வெளியே வந்தபோது ஏகாந்தத்தையும், பல்வேறு கிராமச் சூழல்களில் உள்ள தெய்வீகமான அழகையும் கண்டு மனம் அமைதியானது! புதிய தேசங்களும் புதிய மனிதர்களும் அவர்களுடைய ஆடை அலங்காரங்களும் மொழியும் எல்லாம் சேர்ந்து மனதின் உள்ளே ஒருவிதமான சந்தோஷத்தை நிறைத்தன. பாரதத்தின் தொன்மையான ஞானமும் அறிவும் துடித்து நிற்பது கங்கையின் கரைகளில்தான். புண்ணிய நதியினுடைய கரையில் இருந்து விலகுந்தோறும் இவை குறைந்துகொண்டே வருகின்றன. கங்கையின் மகிமை அதுதான்.

பிரமதா தாஸ் மித்ராவுடன் காசியில் தங்கினேன். கங்கையும் யமுனையும் சரஸ்வதியும் சங்கமிக்கும் திரிவேணிக்குக் கிழக்கேயுள்ள பாரதத்தின் புண்ணிய நகரம். காசியின் கங்கைக் கரையில் பாரதத்தின் ஆன்மிகக் கலாச்சாரம்

ஜொலித்து நிற்கிறது. பூமியின் இந்த மோட்ச இடத்திற்கு உடலோடு வருகின்ற ஆத்மாக்களின் பெருவெள்ளம்!

பிரமதா தாஸ் மித்ராவுடன் பல்வேறு வேத சாஸ்திரங்களைப் பற்றிக் கலந்துரையாடினேன். இமாலய பூமியைக் காண்பதற்கான ஆர்வத்தில் நண்பனோடு அதிக நாட்கள் காசியில் தங்கவில்லை. விடைபெறும்போது அவனிடம் சொன்னேன்:

"இனி நான் இங்கே வரும்போது இந்தச் சமூகத்தின் மீது ஒரு ஆன்மிகப் பிரகாசமாக நான் பிரகாசிப்பேன். இந்தச் சமுதாயமும் என்னைப் பின்தொடரும்! பாரத ரிஷி பரம்பரையின் ஜீவனாக இருக்கும் ஞானத்தை மறுபிறப்புச் செய்ய வேண்டிய நேரம் வந்துவிட்டது!"

அயோத்தியில் ஜானகீவர சரணனின் ஆசிரமத்தில்தான் சென்று தங்கினேன். அகண்டானந்தர் சுவாமியின் பிடிவாதம் காரணமாகத்தான் அயோத்திக்கு மீண்டும் வந்தேன். ஜானகீவர சரணன் சமஸ்கிருதத்தில் நல்ல புலமை பெற்றவர்; பாரசீக மொழியும் அவருக்குத் தெரியும்; ஆன்மிக விசயங்களில் மிகுந்த ஈடுபாடும் கொண்டவர்.

நைனிடாலில் இருந்துதான் பத்ரிநாத்தை நோக்கிய பயணம் தொடங்கியது. நைனிடாலின் இயற்கை அழகினை இரசித்துக்கொண்டு, ராமபிரசன்ன பட்டாச்சாரியரின் விருந்தாளியாக ஏறக்குறைய இரண்டு வாரங்கள் அங்கே தங்கிய பிறகுதான் இமாலயப் பயணத்திற்குத் தயாரானேன். கால்நடையாகத்தான் பயணம். கையில் சல்லிக்காசுகூட எடுத்துக்கொள்ளாமல் நடந்துகொண்டே இருந்தேன். வழியிடையே தீர்த்த யாத்திரை செல்லும் ஒருவரும் என்னோடு வந்து சேர்ந்தார்.

வழியோரத்தில் ஒரு அரசமரத்தின் அடியில் சென்று அமர்ந்து ஏறக்குறைய ஒரு மணிநேரம் தியானத்தில் ஆழ்ந்தேன். கண் திறந்து பார்க்கும்போது சக பயணியைக் காணவில்லை. சற்று நேரத்திற்குப் பின் அவன் தூரத்தில் மரங்களுக்கு

இடையினூடாக நடந்து வருவதைக் கண்டேன். கையில், இலைகளால் செய்த ஒரு பாத்திரத்தைப் பிடித்திருக்கிறான். குடிப்பதற்கான தண்ணீரை அருவியில் இருந்து எடுத்து வருவதற்காகச் சென்றிருக்கிறான் என்று புரிந்தது. நல்ல தாகமெடுத்தது. அவன் கொண்டு வந்த நீரைக் குடித்துவிட்டு சொன்னேன்:

"இங்கே, இந்த அரச மரத்தின் அடியில் நிம்மதியாக அமர்ந்திருந்தபோது வாழ்க்கையின் மிகப்பெரிய பிரச்சனைகளில் ஒன்றிற்குப் பரிகாரத்தைக் கண்டுபிடித்திருக்கிறேன்: இந்தப் பிரபஞ்சமும் இதில் காணப்படுகின்ற பிண்ட அண்டமும் ஒன்றுதான் என்று எனக்குப் புரிந்துவிட்டது!"

அல்மோராவில் வந்து சேர்ந்தபோது அகண்டானந்தர் சுவாமி அங்கே என்னை எதிர்பார்த்துக் காத்துக்கொண்டிருந்தார். அம்பா தத்தனின் பூங்காவன இல்லத்திற்குத்தான் அவர் என்னை அழைத்துக்கொண்டு சென்றார். அங்கு வைத்து, என்னை அப்படியே நடுக்கிய ஒரு துயர வார்த்தை வீட்டில் இருந்து வந்து சேர்ந்தது: சகோதரி தற்கொலை செய்திருக்கிறாள்!

தந்திச் செய்தி கிடைத்தபோது இதயம் தகர்ந்ததைப்போலத் துடித்தேன். சகோதரியின் உருவம் மனதில் மறையாமல் உயிரோடு நின்றுகொண்டிருந்தது. இந்தத் துக்கத்திற்கு இடையிலும் சில உண்மைகளைக் காண்பதற்கு மனம் அலைந்து கொண்டே இருந்தது...

வனாந்தரங்களுக்கு உள்ளே செல்லும் என்னுடைய பயணத்திற்கான நேரம் வந்திருக்கிறது. அடர்ந்த வனாந்தரச் சூழலில் கொஞ்சகாலம் தங்கியிருக்க ஆத்மா வெதும்பிக் கொண்டிருந்தது. கார்வாலுக்குப் புறப்படும்போது அகண்டானந்தர் சுவாமியும் சாரதானந்த சுவாமியும் வைகுண்ட நாதனும் கூடவே வந்தார்கள். சுமை தூக்குவதற்காக ஒரு நபரையும் கூடவே சேர்த்திருந்தனர்.

பத்ரிநாத்தைக் குறிக்கோளாக்கிய பயணம் கர்ண பிரயாகை வந்தடைந்திருந்தது. பிந்தர் நதியும் அலக்நந்தாவும் இணைகின்ற

புண்ணிய பூமியில் மூன்று நாட்கள் தங்கியிருந்தேன். நந்த மலையில் இருந்து வருகின்ற நந்தாகினி நதியும் அலக்நந்தாவும் சேர்கின்ற நந்த பிரயாகையின் வழியே பயணித்துச் சாமோலிப் பட்டணத்தைக் கடந்து, பிபல்கொடி வழியே ஜோஷிமட்'டை வந்தடைந்தோம். ஸ்ரீசங்கராச்சாரியர் (ஆதி சங்கரர்) நிறுவிய ஜோதிர் மடம்தான் ஜோஷிமட் பட்டணமானது.

பத்ரிநாத்திற்குப் போக இயலாத தடை ஏற்பட்டது. அங்கு செல்வதற்கான வழியை அரசு தற்காலிகமாக மூடி வைத்திருந்தது. கடுங்குளிரும் பஞ்சமும் பத்ரிநாத்தினைப் புனித யாத்திரை செல்வோரிடமிருந்து அகற்றியது. உற்சாகத்தை மொத்தமாகத் தொலைத்துவிட்டுக் காய்ச்சலினால் படுக்கையில் கிடந்தேன். சத்திரத்தில் ஒரு வாரம் முடியாமல் படுத்திருந்தேன். ஓய்விற்குப் பிறகு மெல்ல ருத்ர பிரயாக்'கிற்குப் புறப்பட்டேன்.

கேதர்நாத்தில் இருந்து வரக்கூடிய மந்தாகினி நதி அலக்நந்தாவோடு இணைவதைப் பார்த்துக்கொண்டு, ருத்ரநாத கோவிலின் முற்றத்தில் நின்றபோது சொல்லமுடியாத ஒரு அனுபூதியால் இவ்வுலகை மறப்பதை அறிந்தேன். சில இடங்களில் தெய்வீகமான அதிர்வுகளை இன்னும் தெளிவாக அறியமுடிந்தது. இயற்கைக்கும் மனிதனுக்கும் இடையே எந்த வித்தியாசமும் இல்லாத ஒரு அனுபவம். இங்குள்ள வனாந்தரங்களின் ஏகாந்தத்தையும் அமைதியையும் அனுபவித்துத்தான் பார்க்கவேண்டும். வார்த்தைகளுக்கு அப்பாற்பட்ட ஒரு அனுபூதி. பனியைச் சூடிக்கொண்ட மலைச்சிகரங்களின் காட்சிகள் உள்ளத்தில் ஆர்வத்தையும் உற்சாகத்தையும் நிறைத்தன.

ருத்ர பிரயாக்கில் வைத்து மீண்டும் காய்ச்சல் என்னைப் பிடித்துக்கொண்டது. உடல்நிலை மோசமானது. தெய்வ சித்தம் என்பதுபோல கார்வால் மாவட்டத்தின் கமிஷினரைச் சந்தித்தேன். அவர் சில ஆயுர்வேத மருந்துகளைத் தந்தார். நோய் சற்றுக் குறைந்தது. ஒரு பல்லக்கினை ஏற்பாடு செய்து, ஒன்பது மைல்களுக்கு அப்பால் உள்ள கார்வாலின் ஸ்ரீநகர் பட்டணத்திற்கு என்னைக் கொண்டு சென்றனர். கொஞ்சம்கூட

நடக்க முடியாததால் பல்லக்கு வேண்டாம் என்று சொல்லவும் முடியவில்லை.

ஸ்ரீநகர் பட்டணத்தின் வழியாக ஓடிக்கொண்டிருப்பது, கங்கைக்குப் பெரும் பங்களிப்பை நல்கும் நதியான அலக்நந்தாதான். தேவலோக அழகு நிறைந்த நதியின் கரையிலுள்ள ஒரு குடிசையில்தான் தங்கினேன். துரியானந்த சுவாமி வாழ்ந்திருந்த குடிசையாக இருந்தது அது. இங்கு வைத்து பல உபநிடதங்களைப் பற்றியும் உரையாடினேன். அதிலுள்ள ஆழ்ந்த உண்மைகளை மற்றவர்களுக்கு விளக்கிச் சொன்னேன்.

பின்பு டெக்ரிக்குத்தான் சென்றேன். துறவிகளாக வருகின்ற சந்நியாசிகளுக்காகத் தயார் செய்து வைத்திருந்த ஒரு அறை எனக்குத் தங்குவதற்காகத் கிடைத்தது பாக்கியமாகி விட்டது. கங்கை நதிக்கரையில் தியானத்திற்கு ஏற்ற ஒரு இடத்தைக் கண்டுபிடிக்க வேண்டும்.

“சுவாமிஜிக்குத் தியானம் செய்வதற்குப் பொருத்தமான ஓரிடத்தை நான் கண்டுபிடித்துத் தருகிறேன்.” டெக்ரி ராஜாவினுடைய திவான் எங்களுக்கு உதவுவதற்காக எங்களுடனே கூடினார். சந்நியாசிகள் கங்கைக்கரையில் தியானிப்பதற்காகத் தேர்ந்தெடுக்கும் இடத்தைத் திவான் தெரிந்து வைத்திருந்தார்.

ஆனால், இப்போது காய்ச்சல் அகண்டானந்தர் சுவாமியைப் பிடிக்கத் தொடங்கி இருந்தது. அவரை உடனே சமபூமிக்குக் கொண்டுசென்று சிகிச்சையளிக்க வேண்டுமென்று வைத்தியர் சொன்னார்.

குதிரையின் மேல்தான் முசோரிக்குப் பயணமானோம். அங்கிருந்து டேராடூனிற்கும். தவமும் மௌனமும் கடைபிடிக்க முயற்சிக்கும் பொழுதெல்லாம் தடைகள்! கடுமையான தவத்திற்காக டெக்ரியில் இருந்து கணேச பிரயாகிற்குச் செல்வதற்கான எல்லா ஏற்பாடுகளும் பூர்த்தியாகி இருந்தன. ஆனால், சந்நியாசியின் ஆரோக்கியம் தடையாக வந்தது.

அவருக்கு நல்ல சிகிச்சை அளிப்பதற்கான கடமை அதைவிடப் பெரிதல்லவா!

அகண்டானந்தாவைத் தங்கவைத்துச் சிகிச்சையளிக்க வேண்டும் என்பதனால் டேராடூன் முழுவதும் சுற்றி நடந்தேன். ஒரு வீட்டில் சென்று பணிவோடு வேண்டினேன்:

"என்னுடைய சந்நியாசி சகோதரனுக்கு உடல்நிலை சரியில்லை. அவரை உங்களுடைய வீட்டில் தங்க வைத்து தேவைப்படும் உணவைக் கொடுக்க இயலுமா?"

"இங்கே முடியாது. போய் விடுங்கள்!." பெரும்பாலான வீடுகளில் இருந்தும் கருணையில்லாத மறுபதில். இறுதியில் ஆனந்த நாராயணன் என்ற நல்லவரான வக்கீல், தேவைப்படுவதை எல்லாம் நான் செய்து தருகிறேன் என்று உறுதியளித்தார். அவர் ஒரு சிறிய வீட்டை வாடகைக்கு எடுத்து நோயாளியை அங்கே தங்கவைத்தார்.

சாரதானந்த சுவாமியுடனும் வைகுண்ட நாதனுடனும் சேர்ந்து டேராடூனிற்குச் சற்றுத் தூரமாகத் தங்கியிருந்து பிச்சை எடுத்து வாழ்ந்தேன். ஒரு வாரத்திற்குப் பிறகு அகண்டானந்தர் சொன்னார்:

"நோய் சற்றுக் குறைந்திருக்கிறது. என்ன ஆனாலும் உங்களுடன் சேர்ந்து ரிஷிகேசிற்கு வரக்கூடிய ஆரோக்கியம் எனக்கு இல்லை. நான் அலகாபாத்திலுள்ள ஒரு நண்பனிடம் செல்கிறேன்"

அகண்டானந்தாவை அலகாபாத்திற்கு வழியனுப்பி வைத்துவிட்டு, நாங்கள் ரிஷிகேசிற்குப் பயணமானோம்.

இமாலய மலைத்தொடர்களின் அடிவாரத்தில், கங்கை நதியால் சூழப்பட்டுக் கிடக்கின்ற மனோகரமான மலையடிவாரப் பகுதிதான் ரிஷிகேஷ். ஆயிரக்கணக்கான யோகிகளும் சந்நியாசிகளும், தியானத்திலும் யோகப் பயிற்சிகளிலும் மூழ்கி அங்கே வாழ்கின்றனர். ரிஷிகேசின் குளிர்காற்றில்கூட மந்திரஒலிகள் கேட்கின்றன.

கங்கை நதியையும் கானக பூமியையும் தழுவி வருகின்ற காற்றின் புண்ணியத் தொடுதலைப் பெற்று, நதிக்கரையிலுள்ள அடர்ந்த வனாந்தரங்களின் அழகில் மனமொன்றி நிற்கும்போது நேரமும் இங்கே அசைவற்று நின்று போகிறது!

கங்கையின் கரையில், தவமிருக்கின்ற ரிஷிகளின் வள்ளிக்குடில்களை ஆங்காங்கே காணமுடிந்தது. சந்திரேஸ்வர மகாதேவர் கோவிலிற்கு அருகில் உள்ள ஒரு சிறிய குடிசையில் சக சந்நியாசிகளோடு சேர்ந்து பிச்சையெடுத்துக் கொஞ்சநாள் வாழ்ந்தேன்.

ரிஷிகேசில் ஏராளமான மகாத்மாக்களைக் கண்டேன். பார்த்தால் பைத்தியம் என்று தோன்றுகின்ற ஒருவர் ஆடையின்றிப் பொது வழியில் நடந்துகொண்டிருந்தார்; கற்களை வாரி எறிந்து கொண்டும், கூச்சலிட்டுக் கொண்டும் பல சிறுவர்கள் அவருக்குப் பின்னால் நடந்து கொண்டிருந்தனர். அவருடைய முகத்திலிருந்தும் கழுத்திலிருந்தும் இரத்தம் வடிந்து கொண்டிருந்தது; ஆனாலும் அவர் வாய்விட்டுச் சிரித்து கொண்டிருந்தார்!

“குரு மகாராஜ், சற்று நில்லுங்கள்...”

ஓடிச்சென்று அவரைப் பிடித்துக் காயத்தைக் கழுவினேன். வடிந்து கொண்டிருந்த இரத்தத்தை நிறுத்துவதற்காக ஒரு துண்டுத்துணியை எடுத்து, அதனை எரித்து, அந்தச் சாம்பலைக் காயத்தில் புரட்டினேன். சந்நியாசி அப்போதும் கலகலவென்று சிரித்துக் கொண்டே இருந்தார்.

சிறுவர்களும் தானும் சேர்ந்து நடத்திய கல்லெறி விளையாட்டைப் பற்றி அவர் இப்படிச் சொன்னார்:

“எல்லாம் அப்பாவின் திருவிளையாடல்!”

அவர் மீண்டும் சத்தமாகச் சிரிக்கத் தொடங்கினார்.

●

இருபத்தி ஐந்து

நிர்பாக்கியம் மீண்டும் கடுமையான நோயை அழைத்துக்கொண்டுவந்தது. காய்ச்சல் பாதித்துத் தளர்ந்தேன்; தளர்ந்து விழுந்தேவிட்டேன்! வெறும் தரையில், சொரசொரப்பான கம்பளித் துணியின் மேல் சுயநினைவின்றிக் கிடந்தேன். எத்தனை நாள் அப்படிக் கிடந்திருப்பேன் என்று தெரியவில்லை.

நினைவு வந்தபோது, சக சந்நியாசிகள் வருத்தத்தோடு என்னையே உற்றுப் பார்த்துக் கொண்டிருப்பதைக் கண்டேன். ரிஷிகேசில் அவசரச் சிகிச்சை வேண்டுமெனில் அதற்கான சிகிச்சை மையங்கள் எதுவும் அருகில் இல்லை.

கவலையோடு இருக்கிற சக சந்நியாசிகளின் முன்னால் தெய்வதூதனைப்போல மலைவாழ் மனிதர் ஒருவர் வெளிப்பட்டார்.

"ஒரு மருந்து சொல்லித் தருகிறேன். அது இங்கே அங்காடித் தெருவில் கிடைக்கும். வாங்கிக் கொண்டு வந்து தேனில் குழைத்துக் கொடுத்துப் பாருங்கள்." அவர் ஏறக்குறைய என்னை முழுவதுமாக உற்றுப் பார்த்தபிறகு சொன்னார்.

பாக்கியம்! மருந்து பலித்தது. நோயின் கடுமை கொஞ்சம் கொஞ்சமாகக் குறையத் தொடங்கியது. சக சந்நியாசிகளின் முகத்தில் வெளிப்பட்ட சந்தோசத்தைக் கவனித்தேன்.

ரிஷிகேசில் இருந்து ஹரித்வாரிற்கு அவர்கள் என்னையும் அழைத்துக்கொண்டு சென்றனர். அகண்டானந்தர் சுவாமி மீரட்டைச் சென்றடைந்திருக்கிறார் என்று தெரிந்துகொண்டது ஹரித்வாருக்குச் சென்றபோதுதான்.

"நமக்கு அகண்டானந்தாவின் அருகில் செல்லலாம். மீரட்டில் அவருடன் கொஞ்சநாள் வசிக்கலாம். அங்கே ஓய்வெடுக்கலாம்." சாரதானந்த சுவாமியும் வைகுண்டநாதனும் அக்கருத்தில் உடன்பட்டனர்.

டாக்டர் திரைலோக்யநாத் கோஷின் வீட்டில் அகண்டானந்தர் சுகம்பெற்று வந்துகொண்டிருந்தார். இதைவிட மெலிந்த அகண்டானந்தாவை இதுவரை யாருமே பார்த்ததில்லை. இரண்டு வாரகாலம் அகண்டானந்தாவோடு சேர்ந்து அங்கேயே ஓய்வெடுத்தேன்.

"நான் உங்களை எல்லாம் விட்டுப் பிரியப் போகிறேன்."

ஓய்வு முடிந்து ஆரோக்கியத்தை மீட்டெடுத்த உடன் எல்லோரிடமும் சொன்னேன்.

"என்னையும்கூட சுவாமிஜி அழைத்துக்கொண்டு போகவேண்டும்." அகண்டானந்தர் பிடிவாதம் பிடித்தார்.

"துறவியாக அலையும்போது என்னோடு யாரும் இருக்கக்கூடாது."

யாரும் எதுவும் பேசாமலிருந்தபோது மனதிலுள்ளதைத் தெளிவாகத் திறந்து காட்டினேன்:

"சக சந்நியாசிகளான உங்களிடமுள்ள அன்பும் மாயைதான்! உங்களுக்கு நோய் வந்தால் நான் உங்களைக் கவனிக்கவேண்டும். எனக்கு நோய் பிடித்தால் நீங்கள் என்னைக் கவனித்துக் கொள்ளவேண்டும். இப்படியே போனால் என்னுடைய இலட்சியமும் உறுதியும் தடைபடக்கூடும். என்னைச் சுற்றி, மாயையின் எந்தவொரு உருவத்தையும் வைத்துக் கொண்டிருக்கக்கூடாது என்று நான் உறுதி எடுத்துவிட்டேன்."

என்னுடைய உறுதிப்பாட்டிற்கு முன்னால் எல்லோரும் மௌனமாக நின்று ஒருவரையொருவர் பார்த்துக்கொண்டிருந்தனர்.

"அதனால் நீங்கள் என்னைத் தனியாகச் செல்ல அனுமதிக்க வேண்டும்."

"சுவாமிஜியின் விருப்பம் போல." இறுதியில் அகண்டானந்தர் சம்மதம் சொன்னார்.

நேசம் நிறைந்த சக சந்நியாசிகளைப் பிரிந்து தனியாக டில்லியை நோக்கிப் புறப்பட்டேன்...

தில்லி நகரத்தில் நுழையும்போது விவிதிஷானந்தன் என்ற புதிய பெயரைத்தான் வைத்துக் கொண்டேன். பொருட்களைக் கட்டிய சிறியதொரு மூட்டையைத் தோளில் தூக்கி, வரலாற்று நினைவுகளை உணர்த்துகின்ற மகாநகரத்தில் உற்சாகம் நிறைந்தவனாகப் பயணித்துக் கொண்டிருந்தேன். நகரம் முழுவதும் சுற்றித்திரிந்தேன். அரண்மனைகளையும் சமாதிகளையும் பழமையான ராஜாக்களின் வாழ்விடங்களையும், பழைய காலத்தின் எச்சங்களையும் கண்டுகொண்டே நடந்தேன். உலகமயமான எல்லாக் காட்சிகளின் அழிவினைப் பற்றியும் அறிந்துகொண்டேன். அழிவில்லாத மெய்யுண்மை என்ற ஆத்ம சொரூபத்தின் மகிமையைப் பற்றிச் சிந்தித்தேன்.

தில்லி நகரத்தை, பாரத மக்களின் பண்பாட்டின் வெளிப்பாடாகப் பார்த்தேன். உன்னதமும் அதிசயமும் நிறைந்த மிகப் பழமையான பாரதப் பண்பாட்டின் அடையாளம் கூடத்தான் இந்த நகரம்.

மீரட்டில் இருந்து புறப்பட்ட அகண்டானந்தரும் நண்பர்களும் டில்லிக்கு வந்து சேர்ந்திருக்கிறார்கள். என்னவொரு அற்புதம்! நான் தில்லிக்குச் செல்கிறேன் என்று அவர்களிடம் சொல்லவில்லை. எதிர்பாராமல்தான் பரஸ்பரம் சந்தித்தோம். என்னைத் தனியாக எவ்விடத்திற்கும் விடுவதற்கு அவர்களுக்கு மனமில்லை என்பது போலத்தான் இந்த மறுசந்திப்பு நிகழ்ந்தது. உண்மையில் அவர்கள் என்னைப்

பார்ப்பதற்காக அங்கே வந்தவர்கள் அல்ல என்னும் விசயம் தாமதமாகத்தான் எனக்குத் தெரிந்தது. பார்த்தவுடன் ஆச்சரியம் நிறைந்த கண்களோடு அகண்டானந்தர் சொன்னார்:

"நீங்கள் இங்கே தங்கியிருக்கிறீர்கள் என்று எங்களுக்குத் தெரியவில்லை. பழமையான மாமன்னர்களின் தலைநகரைக் காண்பதற்காகத்தான் நாங்கள் வந்தோம். வந்தபோதுதான், ஆங்கிலம் பேசுகின்ற விவிதிஷானந்த சுவாமியைப் பற்றி அறிந்து கொண்டோம். அவரைப் பார்க்கவேண்டுமென்ற ஆர்வம் தோன்றியது. அப்படித்தான் சற்றும் எதிர்பாராமல் உங்களுடைய முன்னால் வந்து சேர்ந்தோம்."

சந்தித்ததில் உள்ள சந்தோசம் எல்லோருடைய முகத்திலும் வெளிப்பட்டது. ஆனால், சற்றுத் தயக்கமும் அந்த முகங்களில் நிழலாடியது.

"என் அன்பிற்குரிய சகோதரர்களே, என்னைச் சற்றுத் தனியே விடுங்கள் என்று நான் உங்களிடம் சொல்லி இருக்கிறேன். என்னைத் தேடிப் பின்னால் வரக்கூடாது. இதை நான் மீண்டும் சொல்கிறேன். யாரும் என்னைப் பின்தொடரவேண்டாம். நான் இதோ டில்லியையும் விட்டுச்செல்கிறேன். யாரும் என் பின்னால் வரவோ என்னைப் பற்றி விசாரிக்கவோ கூடாது."

ஒரு நிமிடத்திற்குப் பிறகு, குரல் தாழ்த்தி மெதுவாகக் கேட்டேன்:

"நான் சொல்வதை நீங்கள் கேட்கமாட்டீர்களா"

யாரும் எதுவும் பேசவில்லை.

"எல்லாக் கட்டுகளையும் நான் உடைத்தே ஆக வேண்டும். ஆத்மா என்னை எவ்விடத்திற்கு அழைத்துச் செல்கிறதோ அவ்விடத்திற்குச் செல்வேன். அதொரு மணல் பிரதேசமோ, கொடுமையான காடோ, மலைச் சிகரங்களோ, பட்டணத்தின் நடுவிலோ... எந்த இடமாக இருந்தாலும் சரி, நான் தனியாகச் செல்வேன். நீங்கள் ஒவ்வொருவரும் அவரவர் தர்மத்துக்கு ஏற்ப,

உங்களுடைய ஒவ்வொரு இலட்சியத்திற்காகவும் முயற்சி செய்யுங்கள்."

இவ்வாறு நண்பர்களிடம் சொல்லி வழியனுப்பியபோதும், கொஞ்சநாள்கூட டில்லியில் தங்க வேண்டுமென்று தோன்றியது. பின்புதான் ஆல்வாரிற்குப் புறப்பட்டேன்.

கட்டுகளை எல்லாம் உடைத்து, வேலிகளை எல்லாம் தகர்த்து, பயத்தை எல்லாம் கைவிட்டுப் பயணம் தொடர்ந்தது; புராணக்கதைகளில் நிறைந்து நிற்கும் மனோகரமான இராஜபுதனத்தில் உள்ள ஆல்வார் நகரத்தை நோக்கிய பயணம் அது. இரயிலில்தான் பயணம்.

ஆல்வார் ஸ்டேசனில் இறங்கி, இராஜபுத்திர அரண்மனையை நோக்கி நடந்தேன். மகாராஜாவின் சிறப்பான வரவேற்பினை ஏற்றுக்கொண்டேன். ஒரு சந்நியாசியின் வாழ்க்கையைப் புரிந்துகொள்வதற்கும் விமர்சிப்பதற்குமான ஏராளமான கேள்விகளை ராஜா மனதில் நிறைத்து வைத்திருந்தார்.

"சுவாமிஜி, நீங்கள் ஒரு பெரிய பண்டிதன் என்று கருதித்தான் இந்தக் கேள்வியை நான் கேட்கிறேன். உங்களுடைய உடல்வலிமையைப் பார்க்கும்போது, உங்களுக்கு மாதந்தோறும் ஒரு நல்ல தொகை சம்பாதிப்பதற்கான வலிமை இருக்கிறது. அப்படியிருந்தும் எதற்காக இப்படிப் பிச்சை எடுத்து வாழ்கிறீர்கள்?"

ராஜாவின் மொழியிலே அவருக்கான பதிலைத் திருப்பிக் கொடுத்தேன்:

"மகாராஜாவே, நீங்கள் எப்போதும் வெள்ளைக்காரர்களோடு சேர்ந்து கொண்டு, அரசாட்சியில் அலட்சியம் காட்டுவது ஏன் என்று தயவுகூர்ந்து எனக்குச் சொல்வீர்களா?"

அருகில் நின்றிருந்த அரசப் பணியாளர் என்னுடைய வார்த்தையைக் கேட்டு நடுங்கிப் போனார். 'எவ்வளவு திமிர் பிடித்த சந்நியாசி! இதற்கு இவர் கழிவிரக்கம்

கொள்ளவேண்டியது வரும்,' என்று அவர் சிந்தித்திருக்கக்கூடும். ஆனால், மகாராஜா அமைதியாக இருந்தார். சற்று யோசித்துவிட்டு ராஜா சொன்னார்:

"ஆனால், அது எனக்குப் பிடித்திருப்பதனால்தான் என்பது மட்டும் உறுதி"

அதற்கு மறுபதில் சொன்னேன்:

"நல்லது. நான் ஒரு பரதேசியாகச் சுற்றித் திரிவதும் எனக்குப் பிடித்திருப்பதனால்தான்."

ராஜா வேறொரு விசயத்தை எடுத்து முன்வைத்தார்.

"சரி, சுவாமிஜி. எனக்குச் சிலை வழிபாட்டில் நம்பிக்கை இல்லை. என்னுடைய நிலைமை என்னவாகும்?"

ஒரு புன்னகையோடு ராஜா கேட்டார். அதைக் கேட்டபோது எனக்கு அவ்வளவு சந்தோசம் தோன்றவில்லை.

"நீங்கள் என்ன கேலி செய்கிறீர்களா?" ராஜாவிடம் கேட்டேன்.

"இல்லை சுவாமிஜி. பாருங்கள், மற்றவர்களைப்போல மண்ணையோ, மரத்தையோ, கல்லையோ, பஞ்சலோகங்களையோ கொண்டு செய்த சிலைகளை வணங்குவதற்கு என்னால் கொஞ்சங்கூட இயலாது. அதனால், வரும் ஜென்மத்தில் எனக்கு நரகம் வந்து சேருமோ?"

மகாராஜாவினுடைய எண்ணெய் ஓவியமொன்று (Oil Painting) அரண்மனைச் சுவரில் தொங்கிக் கொண்டிருப்பதைக் காண நேர்ந்தது.

"அந்த ஓவியத்தை எடுத்துத் தருவீர்களா?"

ராஜா பணியாளரிடம் சொல்லி அந்த ஓவியத்தைச் சுவரில் இருந்து எடுக்கச் செய்தார்.

"இது யாருடைய ஓவியம்?" திவானிடம் கேட்டேன்.

"இது எங்கள் மகாராஜாவின் ஓவியம்" அவர் வேகமாகப் பதில் சொன்னார்.

"சரி. இந்த ஓவியத்தில் நீங்கள் எச்சில் உமிழுங்கள்." திவானிடம் கட்டளையிடுகின்ற குரலில் சொன்னேன். எல்லோரும் அதைக் கேட்டு நடுங்கினார்கள்.

"துப்புங்கள், அதில்". திரும்பத் திரும்பச் சொன்னேன். யாருமே அசையவில்லை. எல்லோரையும் ஒருமுறை சுற்றிப் பார்த்துக்கொண்டு மீண்டும் சொன்னேன்: "நீங்கள் யார் வேண்டுமானாலும் இந்த ஓவியத்தின் மீது எச்சில் உமிழலாம். அப்படிச் செய்வதற்கு நீங்கள் ஏன் தயக்கம் காட்டுகிறீர்கள்?"

திவான் திகைத்து நின்றுகொண்டிருக்கிறார். பயமும் பக்தியும் அதிர்ச்சியும் நிறைந்த முகத்துடன் எல்லோரும் என்னையும் மகாராஜாவையும் மாறி மாறிப் பார்த்துக் கொண்டிருந்தார்கள்.

"அந்த ஓவியத்தில் துப்புங்கள்... நானல்லவா சொல்கிறேன்."

குரல் உச்சத்தில் ஆனபோது திவானின் குரலும் உயர்ந்தது.

"சுவாமிஜி நீங்கள் எங்களிடம் கேட்பது என்ன? இது எங்களுடைய மகாராஜாவின் பிரதிபிம்பம்! இதனை எங்களால் அவமதிப்புச் செய்ய இயலாது."

"சரி. ஆனால், அது மகாராஜா இல்லையே வெறும் ஒரு பேப்பர் துண்டு தானே? இதில் உங்களுடைய மகாராஜாவின் எலும்போ சதையோ இரத்தமோ எதுவுமில்லை. இது மகாராஜாவைப் போலப் பேசுவதோ, அசைவதோ, கட்டளை இடுவதோ இல்லை. இருந்தும் நீங்கள் இதில் எச்சில் உமிழ்வதற்குத் தயாராகவில்லை. காரணம், இந்தப் புகைப்படத்தில் துப்பினால் உங்களுடைய மகாராஜாவை அவமதிப்பதாக உங்களுக்குத் தோன்றும்."

மகாராஜா ஒரு சாட்சியைப் போல நின்றுகொண்டிருந்தார். அவரது முகத்தைப் பார்த்துத் தொடர்ந்தேன்:

"பாருங்கள் மகாராஜாவே, ஒருவிதத்தில் பார்க்கும்போது இந்த ஓவியம் நீங்கள் கிடையாது. இருந்தாலும் வேறொரு விதத்தில் பார்க்கும்போது இது நீங்கள்தான். அதனால்தான் இதில் எச்சில் உமிழ்வதற்கு நான் சொன்னபோது உங்களுடைய பணியாளர்கள் மனக்குழப்பம் அடைந்தனர். இதில் உங்களுடைய சாயல் உள்ளது. இது உங்களை நினைவுபடுத்துகிறது. இதில் அவர்கள் உங்களைக் காண்கிறார்கள். அதனால் அவர்களுடைய மன்னரிடம் தோன்றுகின்ற மரியாதை இந்த ஓவியத்திடமும் அவர்களுக்குத் தோன்றுகிறது. சிலை வழிபாடு நடத்துகின்ற பக்தர்களின் நிலையும் இதுதான்!"

ஒரு நிமிடம் கண்களை மூடிய பிறகு ராஜாவிடம் தொடர்ந்தேன்:

"கல்லே, நான் உன்னை ஆராதிக்கிறேன்; மரமே நான் உன்னை வணங்குகிறேன்; உலகமே நான் உன்னை ஆராதிக்கிறேன். இப்படியெல்லாம் சொல்லிக்கொண்டு எந்தவொரு இந்துவும் வழிபாடுசெய்து நான் இதுவரை பார்த்ததில்லை. எல்லோரும் வணங்குவது, ஒரேயொரு தெய்வத்தைத்தான். அந்த ஞானத்தின் தூய வடிவம் அவரவர்களுடைய அறிவிற்கும் எண்ணங்களுக்கும் ஏற்ற அடிப்படையில் தரிசனம் கொடுக்கவும் செய்கிறது. மகாராஜாவே, நான் என்னுடைய விசயத்தைத்தான் சொன்னேன். உங்களுக்காக என்னால் பேச இயலாது."

இதையெல்லாம் கவனமாகக் கேட்டபிறகு மகாராஜா சொன்னார்:

"சுவாமிஜி, எனக்கு இதுவரை சிலை வழிபாட்டினுடைய பொருள் என்னவென்று தெரிந்திருக்கவில்லை. இப்போது எனக்குப் புரிந்துவிட்டது. எனக்கு நீங்கள் கருணை காட்டவேண்டும்."

"மகாராஜாவே, தெய்வத்தைத் தவிர மற்ற யாருக்கும் யாரிடமும் கருணை காட்ட இயலாது. அவர் கருணை மயமானவர். அவரோடு நீங்கள் வேண்டிக்கொள்ளுங்கள்."

திவானோடு சேர்ந்து சில நாட்கள் அங்கே தங்க வேண்டுமென்று ராஜா வேண்டினார். ஆனால், ஒரு நிபந்தனை வைத்தேன்:

"பணமும் அந்தஸ்தும் உள்ளவர்கள் எப்போது வேண்டுமானாலும் வந்து சந்திப்பதைப்போல, ஏழைகளும் கல்வியறிவு அற்றவர்களும் அவர்களது விருப்பம்போல என்னை வந்து பார்ப்பதற்கான ஏற்பாடு செய்யவேண்டும்"

திவான் இந்த நிபந்தனையை அங்கிகரித்தார்.

இருபத்தி ஆறு

ஆல்வாரில் பல இளைஞர்களும் சமஸ்கிருத மொழியில் ஆர்வம் காட்டுவதாக எனக்குத் தோன்றியது. அவர்கள் எனது பக்கத்தில் வரத்தொடங்கினார்கள். இளைஞர்களிடம் சொன்னேன்:

"நீங்கள் சமஸ்கிருதத்தைப் படியுங்கள். கூடவே மேற்கத்திய சாஸ்திரங்களையும் படியுங்கள். இப்போது நம் நாட்டினுடைய வரலாறோ மொத்தமாக உருகுலைந்து போய்க்கிடக்கிறது. பாரதத்தினுடைய வரலாற்றை ஆங்கிலேயர்கள் எழுதியதனால் நம்முடைய மனதினைப் பலவீனமாக்குவதற்கு அந்த வரலாறே போதுமானதாக அமைந்துவிட்டது. அவர்கள் நம்முடைய பின்தங்கிய நிலையைப் பற்றி மட்டுமே சொல்கிறார்கள்; கொஞ்சம்கூட முன்னேற்றம் அடையாத மக்களாக நம்மைக் காட்டுகிறார்கள். நம்முடைய பாரம்பரியத்தைப் பற்றியோ, வளமான சனாதனப் பண்பாட்டினைப் பற்றியோ, நம்முடைய வேத உபநிடதங்களில் உள்ள தத்துவச் சிந்தனைகளைப் பற்றியோ, ஞானத்தின் அடிப்படையில் தோன்றிய ஆச்சார அனுஷ்டானங்களைப் பற்றியோ எந்தத் தெளிவும் இல்லாத வெளிநாட்டவர்களுக்கு, பாரதத்தைப் பற்றிய வரலாற்றை எந்த விருப்பு வெறுப்பும் இல்லாத நடுநிலையோடு எப்படி எழுத முடியும்?"

இளைஞர்கள் கவனமாகக் கேட்டுக் கொண்டிருந்தனர். அதைப் பார்த்தபோது உற்சாகம் கூடியது.

"பல தவறான சிந்தனைகளும் தவறான முடிவுகளும் அவர்கள் எழுதிய வரலாற்றில் வந்து சேர்ந்திருக்கின்றன. என்னவாக இருந்தாலும், நம்முடைய தொன்மையான வரலாற்றை எப்படி ஆய்வு செய்வது என்பதை அவர்கள்தான் நமக்குக் காட்டித்தந்தனர்."

"இனி நம்முடைய வேத சாஸ்திரங்களையும் புராணங்களையும் பழமையான வரலாறுகளையும் படித்து, அவற்றில் இருந்து சரியான வரலாற்றினை எழுத வேண்டியது நம்முடைய கடமையாகும். பாரதத்தின் வரலாற்றை எழுதுவது பாரத மக்களாக இருக்கவேண்டும். நீங்கள் அதற்கு முயற்சிக்கவேண்டும். நம் நாட்டின் பழமையான மகத்துவம் நிறைந்த பாரம்பரியத்தையும் பண்பாட்டினையும் மக்களுடைய சிந்தனையில் திரும்பவும் கொண்டுவருவதற்கு நீங்கள் முயற்சித்துக் கொண்டே இருக்கவேண்டும்..."

நாட்கள் பல கடந்துபோனபோது என்னில் உள்ள துறவற மனது மீண்டும் உணர்வு பெற்று எழுந்தது. ராஜாவிடம் சொன்னேன்:

"இனி நான் போகவேண்டும். சந்நியாசி எப்போதும் பயணித்துக்கொண்டே இருக்கவேண்டும்; தெய்வத்தை மனதில் நினைத்துக்கொண்டு தொடர்ந்து பயணித்துக்கொண்டே இருக்கவேண்டும்."

"சுவாமிஜியோடு கொஞ்சதூரமாவது வரவேண்டும் என்று நாங்கள் ஆசைப்படுகிறோம்."

ஆல்வாரில் உள்ள ஆதரவாளர்கள் பிடிவாதம் பிடித்தபோது அனுமதித்தேன்:

"சரி, ஆகட்டும். ஆனால், கொஞ்சதூரம் சென்றபிறகு என்னைத் தனியாக விட்டுவிட வேண்டும்."

மேற்கூரை மூடிய ஒரு காளை வண்டியில்தான் ஆல்வாரில் இருந்து பயணத்திற்குப் புறப்பட்டேன். பண்டுப்போல் வரைக்கும் வேனிற்காலச்சூடு கடுமையாக இருந்தது. அது தெரிந்ததனால்தான் சீடர்கள் மேற்கூரை உள்ள வண்டிதான் வேண்டுமென்று சொன்னார்கள். பயண வழிகள் ஏறக்குறைய ஆள்நடமாட்டமில்லாத பாலைவனமாகவே இருந்தன.

பண்டுப்போலில் புகழ்பெற்ற ஹனுமான் கோவில் வளாகத்தில் எல்லோரும் சேர்ந்து இரவைக் கழித்தோம். அடுத்தநாள் காளைவண்டி வேண்டாமென்று நினைத்தேன். சக பயணிகளோடு சேர்ந்து அடர்ந்த காட்டின் வழியே கால்நடையாகப் பயணம் தொடர்ந்தது.

“கொடிய விலங்குகள் சுற்றித்திரியும் இடம்தான் இந்த அடர்ந்த காடு!” புலியோ அல்லது வேறு ஏதாவது கொடிய மிருகத்தினுடைய கர்ஜனையோ வனாந்தரத்தின் மிகத் தூரத்திலிருந்து கேட்டபோது பயத்துடனே ஒருவர் சொன்னார். சிலரது முகங்களில் பயத்தின் நிழல் விழுந்திருக்கிறது. அவர்களுடைய பயம் மாறுவதற்காகச் சில கதைகளைச் சொல்லிக்கொண்டு, பதினாறு மைல் தூரம் காடுகளில் தென்பட்ட வழிகளின் வழியே நடந்தேன். சுவாரஸ்யமான கதைகளைச் சொல்லும்போது எல்லாரும் வாய்விட்டுச் சிரித்தனர். மனது கதைகளில் மூழ்கியபோது கொடிய மிருகங்களைப் பற்றிய அவர்களுடைய சிந்தனைகள் மறைந்தன.

நடந்து தளர்ந்த நாங்கள், இறுதியில் தஹ்லாவை வந்தடைந்தோம். முற்றிலும் தனித்து விடப்பட்ட ஒரு கிராமம்தான் தஹ்லா. அங்குள்ள பழமையான சிவன் கோவிலில் இருந்து கிடைத்த பிரசாதத்தை உண்டு பசியை ஆற்றினேன். கோவிலில் இரவைக் கழித்தேன்.

அடுத்த நாள் விடிந்த உடனே, நாராயணி என்ற கிராமத்திற்குத்தான் பயணம் தொடர்ந்தது. அந்த இடம்வரைதான் ஆதரவாளர்கள் என்னோடு வர அனுமதி

அளித்திருந்தேன். நாராயணியில் இருந்து ஜெய்ப்பூரிற்குத் தனியாகத்தான் இரயிலில் பயணித்தேன்.

ஜெய்ப்பூரிலும் கொஞ்சம் ஆதரவாளர்கள் என்னைச்சுற்றிக் கூடினர். அவர்களுக்கு ஆன்மிக ஞானத்தின் சில பகுதிகளைச் சொல்லிக் கொடுத்துக் கொண்டே இருக்கும்போது, சூரிய நாராயணன் என்ற பெயர் உள்ள ஒரு பண்டித சிரோமணி என்னைப் பார்ப்பதற்காக அறைக்கு வந்தார். அறிவுப் புலமையால் அந்த ஊரின் புகழ்பெற்ற ஒரு மனிதராம் அந்தப் பண்டிதர். அங்கே பேசிக்கொண்டிருந்த விசயத்துடன் தொடர்புபடுத்தி அவர் கேட்டார்:

"சுவாமிஜி, நான் ஒரு வேதாந்தி. இந்துப் புராணங்களில் சொல்லப்பட்டிருக்கிற அவதாரங்களின் தெய்வீகத்தன்மைகள் எதையும் நான் நம்பவில்லை. நாம் எல்லோரும் பிரம்மம் என்றுதான் நான் நம்புகிறேன். அப்படியானால் எனக்கும் அவதாரத்திற்கும் இடையே என்னதான் வித்தியாசம்?"

அதற்குத் தக்கதொரு மறுமொழியை அவருக்குக் கொடுக்கவேண்டுமென்று நிச்சயித்தேன்:

"நீங்கள் சொல்வது சரிதான். மீனையும் ஆமையையும் பன்றியையும்[7] இந்துக்கள் அவதாரமாகக் கருதுகின்றனர். கூடவே தாங்களும் ஒரு அவதாரம் என்று சொந்தமாகக் கருதவும் செய்கின்றனர். ஆனால், இங்கே சொன்ன மூன்றில் உங்களுக்கு எதனோடு பொருத்தம் இருப்பதாகத் தோன்றுகிறது?"

அறையில் கலகலவென்ற சிரிப்பு முழங்கியது. பண்டிதர் மௌனமாகத் தலை குனிந்து உட்கார்ந்திருக்கிறார்.

பயணத்தைத் தொடங்குவதற்கான நேரம் ஆகியிருக்கிறது. இந்து ராஜாக்களின் மற்றும் முகலாய ஆட்சியாளர்களின் நினைவுகளை அசைபோடுகின்ற ஆஜ்மீருக்குத்தான் புறப்பட்டேன்.

---

[7] மச்சம் கூர்மம் வராகம் (பத்து அவதாரங்களில் முதல் மூன்று அவதாரம்)

ஆரவல்லி மலைத்தொடர்களால் சூழப்பட்ட மிகப்பழமையான அஜ்மீர் நகரம் பலவிதமான வரலாற்றின் மிச்சங்களைத் தாங்கி, தாராகர் குன்றுகளின் சரிவில் பரந்து கிடக்கிறது. செயற்கையாக உருவாக்கப்பட்ட அனாசாகர் ஏரியின் கரையில்தான் இந்த நகரம் கட்டியெழுப்பப்பட்டிருக்கிறது. பன்னிரண்டாம் நூற்றாண்டில், அர்னா ராஜாவினுடைய ஆட்சிக் காலத்தில் கட்டப்பட்ட இந்த ஏரிக்கு ஐந்நூற்றிற்கு அதிகமான ஏக்கர் பரப்பளவு உள்ளதாம். ஏரியின் கரையில் குளிர்ந்த காற்றைப் பெற்று நடக்கும்போது, தூரமாக ஆரவல்லி மலைத்தொடரின் மேலே உள்ள தாராகர் கோட்டையையும் அரண்மனையின் கட்டிட அழகுகளையும் நோக்கிக் கண்கள் சென்றன.

அக்பர் சக்கரவர்த்தி கட்டிய பதினாறாம் நூற்றாண்டின் அரண்மனைகளையும், கட்டிடக்கலைகளால் மிளிர்ந்து நிற்கும் சமணக் கோவில்களையும் பார்த்தபிறகு, இராஜபுதனத்தின் முக்கியமான கோடைவாழிடப் பகுதியான மவுண்ட் அபுவிற்குச் சென்றேன்...

அடர்ந்த காடுகளால் சூழப்பட்ட ஒரு உயர்ந்த பீடபூமிதான் இராஜபுதனத்தின் தென்மேற்கு எல்லையில் உள்ள மவுண்ட் அபு. அங்கே கண்ட தில்வாரா கோவில் மனதினை மிகவும் கவர்ந்தது. பளிங்குக் கற்களால் கட்டப்பட்ட கட்டடக்கலை அழகின் கொடுமுடியாகத் திகழ்கிறது இந்தக் கோவில். என்னவொரு அழகு! ஆன்மிகத்தின் பரிசுத்தத்தையும் மகிமையையும் பறைசாற்றி நிற்கின்ற வழிபாட்டுத் தளம்.

அமைதியான மாலை வேளைகளில், மவுண்ட் அபுவிலுள்ள பெய்லி வீதியின் வழியே வெறுமனே நடந்தேன். கூடவே சீடர்களும் இருந்தனர். சுற்றிலுமுள்ள மனோகரமான காட்சிகளைப் பார்ப்பதற்கு ஏற்ற இடம்தான் பெய்லி வீதி; கீழே விசாலமான மவுண்ட் அபு ஏரியும்.

நடைபாதையை விட்டு, மேலே தென்பட்ட பாறைக் கூட்டங்களை இலட்சியமிட்டு நடந்தேன். அங்கே சென்று,

ஒரு சமமான சிறிய பாறைக்கல்லின் மீது அமர்ந்தேன். சத்தமாகப் பாடவேண்டும் என்று தோன்றியது. சீடர்கள் கூடவே இருந்து தாளமிட்டுக் கொண்டிருந்தனர்.

"இங்கே உள்ள ஏகாந்தமான ஒரு குகையில் அமர்ந்து, எனக்குக் கொஞ்ச நாட்கள் தவமிருக்க வேண்டும்." நண்பர்களிடம் சொன்னேன்.

"இரண்டு சொரசொரப்பான போர்வைகளும், ஒரு தண்ணீர்ப் பாத்திரமும், ஏதாவது சில புத்தகங்களும் மட்டும் போதும் துணைக்கு."

மவுண்ட் அபுவிலுள்ள குகையில் தங்கி இருக்கும்போது, கேத்ரி ராஜாவினுடைய வக்கீலான முகமது ஹாஸிம் சாகேப் குகைக்கு அருகில் வந்தார்.

"சுவாமிஜியின் பெயர் என்ன?" வந்தவுடனே அவர் கேட்டார்.

"விவிதிஷானந்தன்."

கொஞ்சநேரம் அவர் பேசிக்கொண்டே அருகில் அமர்ந்திருந்தார். பல நாட்கள் இப்படி அவர் வருவதும் போவதுமாக இருந்தார்.

"சுவாமிஜிக்காக நான் ஏதாவது உதவிசெய்ய வேண்டியதுண்டா?" ஒருநாள் திரும்பிச்செல்லும் நேரத்தில் அவர் கேட்டார்.

"பாருங்கள் வக்கீல் சாகேப், மழைக்காலம் வெகு அருகில் வந்திருக்கிறது. இந்தக் குகைக்குக் கதவு ஒன்றுமில்லை. தாங்களால் இயலும் என்றால் இதற்கு ஒரு வாசல் வைத்துத் தாருங்கள்."

"இந்தக் குகை கொஞ்சங்கூடச் சரியில்லை சுவாமிஜி. நீங்கள் அனுமதி தருவீர்களேயானால் நான் ஒரு விசயத்தைச் சொல்கிறேன்: இங்கே பக்கத்தில் இருக்கும் ஒரு பங்களாவில் நான் தனியாகத்தான் வசிக்கிறேன். நீங்கள் அங்கே வந்து என்னுடன் தங்கக்கூடாதா?"

அவர் மனதார அழைப்பதாகத் தோன்றியது. அழைப்பை ஏற்றுக்கொண்டபோது அவர் நினைவுபடுத்தினார்:

"ஆனால் சுவாமிஜி, நான் ஒரு முஸ்லீம். இருந்தாலும் நீங்கள் உண்ணும் உணவிற்கான ஏற்பாட்டினை நான் கட்டாயமாகச் செய்வேன்."

பங்களாவில் தங்கி இருக்கும்போது, கேத்ரி மகாராஜாவினுடைய தனிச்செயலாளரான ஜெகன் மோகன்லாலினை வக்கீல் ஒருநாள் அழைத்துக்கொண்டு வந்தார்.

என்னிடம் அறிமுகம் செய்துகொள்வதற்காக ஜெகன் மோகன்லால் அறையின் உள்ளே வந்தபோது, ஒரு கோவணத்தை மட்டுமே கட்டிக்கொண்டு நான் கட்டிலில் படுத்து உறங்கிக்கொண்டிருந்தேன்.

"ஏய், இது வெறும் சாதாரண பிச்சைக்காரன்! கள்வர்களுடைய, மோசடிக்காரர்களுடைய கூட்டத்தில் தென்படுகின்ற வெறும் சாது!"

அவர் சத்தமாகச் சொல்வதைக் கேட்டுத்தான் விழித்தேன். கட்டிலில் எழுந்து உட்கார்ந்தபோது அவர் கேட்டார்:

"சுவாமிஜி, நீங்கள் ஒரு இந்து சந்நியாசி. இருந்தும்கூட முஸ்லீமுடன் நீங்கள் தங்கியிருப்பது எப்படி? உங்களுக்கு இங்குள்ள உணவு பிடித்திருக்கிறதா?"

ஜெகன் மோகன்லாலினுடைய கேள்வியைக் கேட்டபோது வாய்விட்டு சிரித்துக் கொண்டே சொன்னேன்:

"சார், என்னதான் நீங்கள் சொல்கிறீர்கள்? நான் ஒரு சந்நியாசி. உங்களுடைய வர்ண வேறுபாடுகளுக்கு எல்லாம் அப்பாற்பட்டவன் நான். ஒரு தோட்டியுடன் அமர்ந்தும் என்னால் உணவு உண்ண முடியும். இறைவன் இதற்கு அனுமதி தந்துள்ளான். அதனால் தெய்வத்தைப் பார்த்து எனக்குப் பயமில்லை. சாஸ்திரங்கள் இதனை வரவேற்கின்றன. அதனால் சாஸ்திரங்களைப் பார்த்தும் பயமில்லை. ஆனால், எனக்கு

உங்களைப் போன்றவர்களைப் பார்த்துத்தான் பயம்! உங்களுக்கு இறைவனைப் பற்றியோ சாஸ்திரங்களைப் பற்றியோ எதுவும் தெரியவில்லை. நான் எல்லாவற்றிலும் பிரம்மத்தைப் பார்க்கிறேன். உயர்வாகவோ தாழ்வாகவோ எனக்கு எதுவுமே இல்லை. சிவ சிவ!"

ஜெகன் மோகன்லால் அமைதியானார். அவர் கேத்ரி மகாராஜாவின் அரண்மனைக்கு வருமாறு என்னை அழைத்தார்.

"சரி. இரண்டு நாள் கழித்து நான் அரண்மனைக்கு வருகிறேன்."

அரண்மனைக்கு வந்தபோது மகாராஜா இதயப்பூர்வமாக வரவேற்றார். ஜெகன் மோகன்லால் எல்லாவற்றையும் மகாராஜாவிடம் சொல்லி இருக்கிறார். பொதுநல விசாரிப்புகள் முடிந்தபிறகு மகாராஜா கேட்டார்.

"சுவாமிஜி, வாழ்க்கை என்றால் என்ன?"

"ஒடுக்குவதற்காக வெதும்பிக் கொண்டிருக்கின்ற சூழலில் இருந்து, ஒரு ஜீவனில் ஏற்படும் வளர்ச்சியும், முன்னேற்றமும்தான் வாழ்க்கை என்றுதான் நான் சொல்ல நினைக்கிறேன்."

மகாராஜாவின் முன்னால் ஸ்ரீராமகிருஷ்ணரின் வாழ்க்கையைச் சொல்லிக் கொண்டிருந்தேன். என்னுடைய ஒவ்வொரு வார்த்தைகளையும் அவர் கவனமாகக் கேட்டுக்கொண்டிருந்தார். உண்மையைத் தரிசிக்க வேண்டுமென்ற தீவிரமான ஆர்வம் மகாராஜாவிடம் வெளிப்படுவதைக் கண்டேன். அவருக்கு மந்திர தீட்சை வழங்குவதற்கான நேரம் வந்திருக்கிறது.

பக்தனான ராஜா என்னுடைய சிஷ்யத்துவத்திற்காக என் முன்னால் கைகூப்பி நின்றுகொண்டிருந்தார்.

இருபத்தி ஏழு

மீண்டும் சுதந்திரமாக, எதிலும் ஈடுபாடில்லாமல் பயணிப்பதற்கான ஆசை மனதில் அதிகமானது. துறவறப் பயணம் அகமதாபத்தை வந்தடைந்தது. பெருநகரத்தின் வழியே பல நாட்கள் பிச்சை எடுத்துக்கொண்டு சுற்றித்திரிந்தேன். இறுதியில் ஒரு உபசரிப்பாளர் கிடைத்தார்: மாவட்ட துணை நீதிபதியான லால்சங்கர் உமியாசங்கர்.

நகரத்தின் வரலாற்றுச் சிறப்புமிக்க பல இடங்களையும் அவருடன் சென்று பார்த்தேன். ஒருகாலத்தில், குஜராத்தை ஆண்ட சுல்தான்களின் தலைநகரமாக இருந்தது அகமதாபாத். பாரதத்தின் மிக அழகான நகரங்களில் ஒன்று. அங்குள்ள சமண மதக் கோவில்களின் அழகும், முகமதியப் பண்பாட்டின் வெளிப்பாடான மசூதிகளும் சமாதிகளும் மனதினை மிகவும் கவர்ந்தன. ஏராளமான சமண மதப் பண்டிதர்கள் நிறைந்துள்ள நகரம் அது. அவர்களிடமிருந்து சமண மதத்தைப் பற்றி இன்னும் அறிந்துகொள்ள வேண்டுமென்ற ஆசை தோன்றியது.

அகமதாபாத்தில் இருந்து நேராக வாத்வானிற்குச் சென்றேன்; பின்பு லிம்ப்திக்கும். பருத்தி விவசாயத்திற்குப் பெயர்பெற்ற பட்டணத்தில் பிச்சை எடுத்து உணவு உண்டேன். ஆரம்பத்தில் தங்குவதற்கெல்லாம் எந்த வசதியும் கிடைத்திருக்கவில்லை. கிடைக்குமிடத்தில் படுத்து உறங்கினேன். துறவற மனது எந்தச் சூழ்நிலையையும் நன்றியுணர்வோடு ஏற்றுக்கொண்டது.

அங்கே சந்நியாசிகள் வசிக்கின்ற ஒரு இடமிருக்கிறது என்று பின்புதான் தெரிந்தது. பட்டணத்தில் இருந்து சற்றுத் தூரத்தில், ஆளில்லாத ஒரு பகுதியில் இருந்தது அந்த இடம். தேடி அங்கே சென்றபோது சந்நியாசிகள் சந்தோசமாக என்னை வரவேற்றனர்.

அவர்களுக்கிடையே உள்ள சில மர்மமான நடைமுறைகளைப் பற்றி முதலில் எதுவும் தெரியவில்லை. இந்த்ரிய வழிபாட்டாளர்களாக இருந்த ஒருவகையான தாழ்த்தப்பட்ட துறவிகளின் தங்குமிடம் அது என்று தாமதமாகத்தான் புரிந்தது. பக்கத்து அறைகளில் இருந்து பெண்கள் மற்றும் ஆண்களின் மந்திர உச்சரிப்பு ஒலிகள் கேட்கத் தொடங்கின.

மனது குழப்பமானது. உடனடியாக இங்கிருந்து புறப்படவேண்டும். வெளியே செல்ல நினைத்தபோது வாசலின் வெளிப்புறம் பூட்டப்பட்டிருந்தது! என்னை வெளியே செல்ல விடாமலிருக்க, ஒரு ஆள் காவலுக்கு அங்கே நிற்பதையும் கண்டேன். எப்படி இங்கிருந்து தப்பிப்பது? எந்த வழியும் இல்லாமல் வருந்தி நிற்கும்போது, அங்குள்ள முதன்மையான சந்நியாசியிடம் என்னை அழைத்துக்கொண்டு செல்வதற்காக ஒருவர் வந்து கதவைத் திறந்தார்.

முதன்மைச் சந்நியாசி என்னைப் பார்த்தவுடன் சொன்னார்:

"சுவாமிஜி, நீங்கள் ஆன்மிகச் சக்தி நிரம்பிய ஒரு சந்நியாசிதான். அதிக வருடங்களாக நீங்கள் பிரம்மசரியத்தைக் கடைபிடிக்கிறீர்கள் என்பது தெரிகிறது. உங்கள் நீண்ட தவத்தினுடைய பலனை எங்களுக்கும் தரவேண்டும்."

என்னுடைய உடல் முழுவதையும் ஒருமுறை உற்றுப் பார்த்துவிட்டு அவர் தொடர்ந்தார்:

"சில விசேசமான சாதனாக்களைக் கடைபிடிப்பதற்காக நாங்கள் உங்களுடைய பிரம்மசரியத்தில் களங்கத்தை ஏற்படுத்தப் போகிறோம். அதன்வழி எங்களுக்குச் சில சித்திகள் கைகூடும்."

மனது தடுமாறினாலும் அதை வெளிக்காட்டவில்லை. படிப்படியாக மனதின் சமநிலையை மீட்டெடுத்தேன். அவ்விடத்திலிருந்து அறைக்குத் திரும்பவே, என்னை இடையிடையே வந்து பார்த்துக்கொண்டிருந்த ஒரு சிறுவனை மீண்டும் காண நேர்ந்தது. அங்குள்ள தாகூர் சாகேப்பின் கையில் கொடுப்பதற்காக அவனிடம் ஒரு கடிதத்தைக் கொடுத்து அனுப்பினேன்.

அது வெற்றி பெற்றது. தாகூர் விவரத்தை ராஜாவிடம் தெரியப்படுத்தி இருக்கிறார்.

ராஜாவின் மெய்க்காவலர்கள் மடத்தை நோக்கிப் பாய்ந்து வந்தனர். பாக்கியம். இழப்புகள் எதுவுமின்றி அங்கிருந்து தப்பினேன்!

ராஜாவோடு அரண்மனையில் வசிக்கும்போது பல பண்டிதர்களுடன் சமஸ்கிருத மொழியில் உரையாடல் நடத்தினேன். பல விசயங்களும் உரையாடலின் இடையே வந்து சேர்ந்தன. கிழக்குத் திசையில் உள்ள பூரியைச் சேர்ந்த சங்கராச்சாரியரும் உரையாடலில் பங்கெடுத்தார். ராஜாவோடும், அங்கிருந்தவர்களோடும் விடைபெற்று ஜூனாகத்'திற்குப் புறப்பட்டேன்.

"மிகக் கவனத்தோடு மட்டுமே தனியாகப் பயணிக்க வேண்டும்." லிம்ப்தி ராஜா குறிப்பாக நினைவுபடுத்தினார்.

"தங்குமிடத்தைத் தேர்ந்தெடுப்பதிலும் மக்களைச் சந்திப்பதிலும் மிகுந்த கவனம் எடுத்துக்கொள்ள வேண்டியிருக்கிறது." அவர் சொன்னார்.

பயணத்தின் இடையே, பவ்நகரையும் சிகோரையும் ப்ார்க்கமுடிந்தது. ஜூனாகத்தின் திவானான பாபுஹரிதாஸ் விகாரிதாசின் விருந்தினன் ஆனேன். இரவு நெடுநேரம் அங்குள்ள பணியாட்களுடனும் பண்டிதர்களுடனும் பல விசயங்களைப் பற்றியும் பேசிக்கொண்டிருந்தேன்.

ஜுனகாத்தில் பழமையான நினைவிடங்களையும் வரலாற்றின் எச்சங்களையும் பார்ப்பதற்காக உற்சாகமாக நடந்தேன். அவற்றைப் பற்றி எல்லாம் படிப்பதற்கு மனதில் மிகுந்த ஆர்வம் தோன்றியது.

ஜுனகாத்தின் சில மைல்களுக்கு அப்பால் இருக்கிற புனிதப் பயண இடம்தான் கிர்நார் மலை. இந்துக்களுக்கும் பௌத்தர்களுக்கும் சமணர்களுக்கும் கோவில்கள் உள்ள கிர்நார் மலையில் முஸ்லீம் மசூதிகளும் ஏராளமாக இருந்தன.

இங்குள்ள மற்றொரு சிறப்பு ஹாப்ரஹோதியா என்று அழைக்கப்படுகிற குகைகள். பல சந்நியாச பரம்பரையினர் பல காலங்களாகப் பயன்படுத்திவந்த குகைகள்தான் இவை. ஆனாலும், என்னை மிகவும் கவர்ந்தது என்னவெனில், பாரதத்திலுள்ள பல மதத்தினரும் புனிதமாகக் கருதுகின்ற கிர்நார் மலைதான்.

கொஞ்சநேரம் எங்காவது அமைதியாக உட்கார்ந்து தியானிக்க வேண்டும். அதற்காக ஹாப்ரஹோதியாவில் ஒரு குகையைக் கண்டுபிடித்தேன். குகைக்கு உள்ளே செய்த தியானம் அதிக உற்சாகத்தையும் உத்வேகத்தையும் தருவதற்கு உதவியாக இருந்தது.

ஜுனகாத்திலுள்ள நண்பர்களிடம் விடைபெற்று புஜ்'க்குப் புறப்பட்டேன். புஜ்'ஜில் உள்ள அலுவலர்களிடம் கொடுப்பதற்கான அறிமுகக் கடிதத்தை ஜுனகாத் திவானே என்னிடம் தந்து அனுப்பியது எனக்கு உதவியாக இருந்தது.

நான் அரண்மனைகளிலும் திவான் மாளிகைகளிலும் தங்குவது ஏன் என்று சிலர் விமர்சனப் புத்தியுடன் கேள்வியை முன்வைத்தனர். பல பண்டிதர்களும் இதனைச் சொல்லிக் கடுமையான வார்த்தைகளால் விமர்சித்தனர்.

"நீங்கள் தியாக வாழ்க்கை வாழ்கின்ற சந்நியாசி அல்லவா? பின்பு ஏன் அரண்மனைக்குச் செல்கிறீர்கள்?"

நேரடியாகவே கேட்ட பண்டிதனிடம் பதில் சொன்னேன்:

“மகாராஜாக்கள், ஆன்மிக விசயங்களிலும்கூட தங்கள் கவனத்தைத் திருப்ப வேண்டியிருக்கிறது. நம்முடைய பாரதப் பண்பாட்டின் பழமையையும், கூடவே இன்றும் புதுமையுடன் ஒளிர்ந்து நிற்கக்கூடிய அறிவுகளையும் முதலில் ராஜாக்களிடம் கொண்டுசேர்க்க வேண்டியிருக்கிறது. அப்படிச் சேர்த்தால் மட்டுமே சொந்த தர்மங்களுக்காகவும், மக்களின் சரியான முன்னேற்றத்திற்காகவும் அவர்களால் உழைக்க முடியும். மக்களின் முன்னேற்றமே நமது இலட்சியமாக இருக்கவேண்டும். மக்களின் வளர்ச்சியும் நன்மையும் முன்னேற்றமும் இந்தக் காலகட்டத்தில் ராஜாக்களை நம்பித்தான் இருக்கின்றன. காரணம், ராஜாக்கள்தான் இன்று அவர்களை ஆண்டுகொண்டிருக்கின்றனர். அதனால் தொடக்கம் ராஜாவின் கோட்டைகளில் இருந்தே ஆகவேண்டும். ஒரு மகாராஜாவை வசப்படுத்தினால், மறைமுகமாக ஆயிரக்கணக்கான மக்களுக்கு அது பயனுள்ளதாக அமையும்.”

புஜ்ஜில் சில வேளைகளில் மகாராஜாவோடு சேர்ந்து பூங்காவனத்தில் சுற்றித் திரிந்தேன். இல்லையென்றால், அவரோடு சேர்ந்து வாகனத்தில் சவாரி செய்தேன். ஆனால், மற்ற சில நேரங்களிலெல்லாம் தூசி நிறைந்த மண்பாதைகளின் வழியே கால்நடையாக ஏதாவது ஏழ்மையான பக்தனின் குடிசையை நோக்கிப் பயணித்துக் கொண்டிருந்தேன்.

புஜ்ஜில் இருந்து வேரவாலிற்கும், சோமநாத பட்டணத்திற்கும் பயணம் தொடந்தது. பழமையான மிகுந்த பாரம்பரியமிக்க இடம்தான் வேரவால். சோமநாத்தில் மிகவும் என்னைக் கவர்ந்தது அங்குள்ள பிரதான கோவில்தான். காலத்தின் சிதைவுகளை ஏற்று வாங்கிக்கொண்ட சோமநாதர் கோவில்; பலமுறை அழிக்கப்பட்ட கோவில்; ஆனால் மீண்டும் கட்டியிருக்கிறார்கள். பழைய காலங்களில் கோவில் சொத்தாகக் கிட்டத்தட்ட பத்தாயிரம் கிராமங்கள் இருந்திருக்கின்றனவாம். என்னவொரு அற்புதம்! மகத்தான இந்தப் பழமையின் மிச்சம்மீதிகளைப் பற்றியும் பாரதத்தின் பழமையான மகத்துவத்தை எண்ணியும் பெருமை கொண்டேன். ஒரு

கோவிலை ஆதாரமாகக்கொண்டு வாழ்கின்ற பத்தாயிரம் கிராமங்கள்! இங்கிருந்துதான் யாதவ குலம் பகவானின் விருப்பப்படி ஒருவருக்கொருவர் சண்டையிட்டு மாண்டார்களாம்! மகத்தான யாதவ சாம்ராஜ்யம் பெயரை மட்டும் விட்டுவிட்டு அழிந்துபோன இடம்!

சொந்த வம்சமே அழிந்த பிறகு, தனக்கு இந்த உலகத்தை விட்டுச் செல்வதற்கான நேரம் வந்துவிட்டது என்பதை அறிந்த, பகவான் கிருஷ்ணன் ஒரு மரத்தடியில் வந்து உட்கார்ந்தார். ஜர என்றொரு வேடன், பகவானின் பாதத்தைப் பார்த்து பறவை என்று தவறாக எண்ணித் தூரத்தில் இருந்து அம்பு எய்தான்! தனக்கு நேர்ந்த தவறினைப் புரிந்துகொண்டு ஓடிவந்த வேடனை ஆசிர்வதித்த பிறகு பகவான் கிருஷ்ணன் தன்னுடைய மோகன வடிவத்தை யோக தரிசனத்தால் மாய்த்துக் கொண்டார்!

சூரிய கோவிலையும், இந்தூரில் மகாராணியால் கட்டப்பட்ட புதிய சோமநாத கோவிலையும் தரிசித்தபிறகு மீண்டும் ஜுனகாத்திற்குத் திரும்பிவந்தேன். கத்தியவாரிலும் கட்சிலும் மேற்கொண்ட துறவறத்தின் முன்னேற்றத்திற்கு, ஜுனகாத் முக்கியக் காரணமாக அமைந்திருந்தது.

ஜுனகாத்தில் இருந்து நேராகச் சென்றது போர்பந்தருக்குத்தான். இங்குள்ள பழமையான சுதாம கோவிலில் தரிசனம் நடத்தியதை மிகப்பெரிய பாக்கியமாக மனதில் குறித்து வைத்துக்கொண்டேன்.

முடி சூட்டும் வயது வராத காரணத்தால், திவானான சங்கர பாண்டுரங்கன்தான் ஆட்சியை நடத்திவந்தார். அவர் அன்போடு என்னை வரவேற்றார். ஒரு வேத பண்டிதனாகவும் இருந்தார் திவான். நான் அங்கே செல்லும்போது அவர் வேதத்தை மொழிபெயர்த்துக் கொண்டிருந்தார். எழுதுவதன் இடையே ஏற்பட்ட சந்தேகங்களைப் பற்றி நாங்கள் பரஸ்பரம் பேசிக்கொண்டிருந்தோம். அவருக்கு உதவுவதற்காக ஏறக்குறைய ஒரு ஆண்டு காலம் நான் போர்பந்தரிலேயே தங்கி

இருந்தேன். திவானுடைய கட்டாயத்தினால் பிரெஞ்சு மொழியையும் கற்றுக்கொண்டேன்.

ஒருநாள் சங்கர பாண்டுரங்கன் எழுதிக்கொண்டிருப்பதற்கு இடையே சொன்னார்:

“சுவாமிஜி, உங்களால் இந்த நாட்டில் அதிகமாக எதுவும் செய்ய இயலாது என்று எனக்குத் தோன்றுகிறது. உங்களுடைய மகத்துவத்தை இங்கே யாரும் புரிந்துகொள்ளவில்லை. நீங்கள் மேற்கத்திய நாடுகளுக்குச் செல்லவேண்டும். அங்குள்ளவர்கள் உங்களைப் புரிந்துகொள்வார்கள். சனாதன தர்மம் அங்கே பரவினால் மேற்கத்தியப் பண்பாட்டின் மீது ஒரு பெரிய வெளிச்சத்தைப் பரப்ப உங்களால் முடியும்.”

திவானின் வார்த்தைகளைக் கேட்டபோது குருநாதரின் முகம்தான் மனதில் ஓடி வந்தது. ‘உலகத்தைத் தலைகீழாக மாற்றுவதற்கு உன்னால் முடியும்.’ குருவினுடைய சத்தம் காதுகளைத் தழுவிக் கடந்து சென்றது. பாரதத்தின் ஒற்றுமையின்மையும், பரஸ்பரம் காட்டுகின்ற பொறாமை மனநிலையும், சண்டை சச்சரவுகளும், பழமைவாதத்தில் மட்டுப்படுத்தப்பட்ட சமூக நிலையும் நிச்சயமாக மாறியே ஆகவேண்டும்.

உன்னதப் பண்பாட்டினாலும் சனாதன தர்மத்தாலும், தனித்தன்மையையும் அழியாத புகழையும் உடைய பாரதம் அறியாமையில் மூழ்கி, சிந்தனையற்ற செயல்பாடுகளால் நாளுக்குநாள் கீழ்நோக்கிச் சென்றுகொண்டிருக்கிறது. பாரதத்தின் ஈடுஇணையற்ற பாரம்பரியத்தினை உணர்ந்துக்கொள்வதற்கும் காப்பாற்றுவதற்கும் நடைமுறையில் கொண்டு வருவதற்கும் முடியாத வாயாடிகளான புரட்சியாளர்கள் ஒரு புறம். மேற்கத்திய நாடுகளிலிருந்து வந்த புதிய கலாச்சாரங்களின் பின்னால் ஓடுகின்றவர்கள் மற்றொரு புறம். அழிந்துபோகக்கூடியவற்றின் பளபளப்பில் கண்ணைப் பறிகொடுத்து, சிறிது காலம் குருடர்களாக மாறி, பாரதத்தின் வேதச் சிந்தனைகளைக் கடலில் எறிவதற்கு இவர்கள்

தயாராகிறார்கள். இத்தகைய மனநிலைகள் மாறவேண்டும். நம்முடைய மரபினை அதன் உண்மைத் தன்மையோடு திருப்பிக் கொண்டுவரவேண்டும். அதுவரை எனக்கு ஓய்வில்லை.

சந்தித்த எல்லா ராஜாக்களிடமும் ஆட்சியாளர்களிடமும் என்னுடைய எண்ணத்தைச் சொல்லும்போது, எல்லோரும் கவனமாக அதைக் கேட்கவும், ஏற்றுக்கொள்ளவும் செய்தபோது மனதில் சந்தோசம் சிறகை விரித்தது.

உலகமெல்லாம் பயணம் செய்வதற்கான உத்வேகம் வந்தது!

●

இருபத்தி எட்டு

ஸ்ரீகிருஷ்ண லீலைகளால் நிரந்தரச் சிந்தனையாய் மாறிப்போன துவாரகாவைப் பார்க்கவேண்டும் என்ற ஆவேசம் வந்தது. போர்பந்தரில் இருந்து பழமையான நகரத்திற்கு வந்தபோது எந்தவிதமான ஆனந்தமும் தோன்றவில்லை. புண்ணிய நகரத்தின் மகிமை எல்லாம் மறைந்து கிடக்கிறது! பின் எப்படி சந்தோஷப்படுவது? வரலாற்றின் நினைவாகத் துவாரகாவில் காலத்தின் சில விடுபாடுகள் மட்டும் மிச்சமிருக்கின்றன.

துவாரகாபுரியின் இடத்தில் அரபிக்கடல் பொங்கி எழுந்து கொண்டிருந்தது. வரலாற்று நகரத்தை விழுங்கிய கடலைப் பார்த்துக்கொண்டு நின்றபோது மனதில் கவலையின் அலைகள் வேகமாக அடிக்கத் தொடங்கின.

ஸ்ரீசங்கராச்சாரியார் சுவாமிகள் கட்டிய சாரதா மடத்தை நோக்கி நடந்தேன். பாரதத்தின் மேற்குத் திசையில் ஆச்சாரியா சுவாமிகள் நிறுவிய மடம் அது.

மடாதிபதி என்னை வரவேற்பதற்காக முன்னால் வந்தார். அறிமுக உரையாடல்களின் இறுதியில் அவர் அன்போடு சொன்னார்:

“சுவாமிஜி, நீங்கள் இங்கே தங்கலாம்.”

மடத்திலுள்ள ஒரு அறைக்கு மடாதிபதி என்னை அழைத்துச் சென்றார்.

அங்குள்ள ஏகாந்ததையில் அமர்ந்திருந்தபோது, பெயர் மட்டும் எஞ்சிப்போன யாதவபுரியின் வரலாறு ஒரு நிழல்போல மனத்திரையில் ஓடிக்கொண்டிருந்தது.

சற்றும் எதிர்பாராமல்தான் போர்பந்தரில் வைத்து சகோதர சந்நியாசியான திரிகுணாதீதானந்த சுவாமியைச் சந்தித்தேன். போர்பந்தரின் திவானோடுதான் அப்போது நான் தங்கியிருந்தேன். திரிகுணாதீதானந்தர் சில துறவிகளோடு சேர்ந்து போர்பந்தரில் வந்து தங்கியிருக்கும் செய்தி எனக்குத் தெரியவில்லை. சுவாமியுடன் வந்திருப்பவர்களுக்கு ஹிங்லாஜைப் பார்க்கவேண்டும் என்ற ஆசை வந்ததாம். ஆனால், அந்த இடம் பல மைல்களுக்கு அப்பால் இருந்தது. மிகக் கடினமான பாதைகளின் வழியே பயணம் செய்யவேண்டும். ஆனால், துறவிகள் எல்லோரும் நடந்து தளர்ந்து ஓய்வெடுத்துக் கொண்டிருந்தார்கள்.

“கடினமான பாதைகளின் வழியே இனிமேலும் நம்மால் நடக்க இயலாது.”

சக சந்நியாசிகளிடம் திரிகுணாதீதானந்தர் சொன்னார்.

“கராச்சி வரை நமக்குப் படகில் போகலாம் சுவாமிஜி. அங்கிருந்து ஒட்டகத்தில் ஹிங்லாஜிற்குப் போகலாம்.” சக துறவி தன்னுடைய எண்ணத்தைச் சொன்னார்.

“ஆனால், அதற்குக் கையில் பணமில்லையே.” திரிகுணாதீதானந்தர் தன்னுடைய மனக்கவலையை வெளிப்படுத்தினார்.

“போர்பந்தரில் திவானுடன் பண்டிதரான ஒரு பரமஹம்சன் தங்கியிருக்கிறார் என்று கேள்விப்பட்டிருக்கிறேன். அவர் ஆங்கிலம் நன்றாகப் பேசுவாராம். சுவாமிஜி சென்று அவரைச் சந்தித்து வாருங்களேன்.

அந்த மகாத்மா நமக்காகத் திவானிடம் பேசி, பயணச் செலவிற்கான பணத்தை வாங்கித்தருவார்."

சக சந்நியாசிகளிடம் ஆலோசனை கேட்டார். திரிகுணாதீதானந்தர் சிறியதொரு கூட்டத்துடன் அரண்மனைக்குப் புறப்பட்டார்...

தூரத்திலிருந்து நடந்து வருகின்ற சந்நியாசி கூட்டத்தில் பார்த்த சகோதர முகம் யாருடையதென்று மேல்மாடியில் நடந்துகொண்டிருந்த எனக்குச் சட்டென்று புரிந்தது. மனம் முழுவதும் மகிழ்ச்சி நிறைந்தாலும் அதை வெளியே காட்டாமல் கீழே இறங்கிச் சென்றேன்.

அவர்களைப் பொருட்படுத்தாமல் இருப்பதைப்போல நடித்துக்கொண்டு சகோதர சந்நியாசியின் அருகில் சென்றேன். எதிர்பாராமல் என்னைப் பார்த்ததும் அவனுடைய முகம் பேரானந்தத்தால் மலர்ந்தது.

"என்னைத் தேடிப் பின்னால் வரக்கூடாது என்று திரும்பத் திரும்பச் சொன்னேன் அல்லவா. பின்பு எதற்காக இப்போது இங்கே வந்தீர்கள்?" கோபமான முகபாவனையை விட்டுக்கொடுக்காமல் கேட்டேன்.

சகோதர சந்நியாசியின் முகம் வாடுவதைக் கவனித்தேன். அவர் சொன்னார்:

"உண்மையில் சுவாமிஜி இங்கே இருப்பீர்கள் என்று நான் கருதவில்லை. இந்தச் சந்திப்பு சற்றும் எதிர்பாராதது."

அவர் தொடர்ந்தார்:

"எங்களுக்கு ஹிங்லாஜிக்குச் செல்வதற்கான பயணச் செலவிற்கு ஏதாவது வழி கிடைக்குமா என்று தெரிந்துகொள்ளத்தான் இங்கே வந்தேன்."

"சரி, பயணத்திற்கான பணத்தைத் திவானிடம் சொல்லி வாங்கித் தருகிறேன். ஆனால், இனி என்னைத் தேடி வரக்கூடாது."

திரிகுணாதீதானந்தர் திவானிடமிருந்து பணத்தையும் வாங்கிக்கொண்டு திரும்பிச் சென்றபோது மனதில் கலக்கம் தோன்றியது. நீண்ட நாள்களுக்குப் பின்னால் பார்த்த சகோதர சந்நியாசியிடம் கொஞ்சங்கூட மென்மையாக நடந்து கொண்டிருக்கலாமோ என்று தோன்றியது. சிறியதொரு குற்ற உணர்வு மனதில் முளைவிட்டதனாலாக இருக்கலாம், போர்பந்தரில் அறிமுகமான நண்பர்களை விட்டுவிட்டுத்தான் நான் துவாரகாவிற்குப் புறப்பட்டேன்.

துவாரகாபுரியில் இந்த இராத்திரி யாமங்களில் மனது மோசமான அலட்சிய உணர்வால் மரத்துப் போய்நின்றது.

*****

சிகாகோவில் உலக சமய மாநாட்டில் பங்கேற்க வேண்டுமென்று மனதில் யாரோ சொல்லிக்கொண்டிருப்பதுபோலத் தோன்றியது. அடுத்த ஆண்டில் நடைபெறவிருக்கும் மாநாட்டினைப் பற்றிய செய்தியை ஜுனகாத்தில் வைத்துத்தான் தெரிந்து கொண்டேன்.

"பயணத்திற்குத் தேவையான பணத்தை யாராவது தந்து உதவினால் நான் சிகாகோவிற்குச் செல்வேன்."

காண்டுவாவில் வைத்து ஹரிதாஸ் பாபுவிடம் சொன்னேன்.

"திரும்பி வரும்போது நாம் மீண்டும் சந்திப்போம்"

ஹரிதாஸ் பாபுவிடம் விடைபெற்று, காண்டுவாவில் இருந்து பம்பாய்க்குப் புறப்பட்டேன்.

பாரிஸ்டரான ராமதாஸ் சபில்தாஸ்தான் வணிக நகரத்தில் என்னை வரவேற்க வந்தவர். அவரிடம் கொடுக்கவேண்டிய கடிதத்தை ஹரிதாஸ் பாபு என்னிடம் தந்து அனுப்பியிருந்தார்.

பாரிஸ்டரோடு இரண்டு வாரங்கள் தங்கியிருந்த பிறகுதான் பூனாவிற்குப் புறப்பட்டேன். பாலகங்காதர திலகர்தான் பூனாவில் உபசரிப்பாளராகக் கிடைத்தார். பம்பாயில் இருந்து

பூனாவிற்குச் செல்லும் இரயில் பயணத்தின் இடையில்தான் திலகரைச் சந்தித்தேன்.

இரயில் பெட்டியில் உட்கார்ந்துகொண்டு, துறவறக் காலத்தில் ஏற்பட்ட பல அனுபவங்களையும் சக பயணிகளிடம் சொல்லிக்கொண்டிருந்தேன்.

"அய்யோ, உங்களுடைய வாழ்க்கை எவ்வளவு துன்பங்களும் கஷ்டங்களும் நிறைந்தது!"

அவர்கள் ஆச்சரியத்தோடு சொல்லிக்கொண்டிருந்தார்கள்.

"துறவியைப் பொருத்தவரையில் இதெல்லாம் மிகச் சாதாரணம்"

அவர்களிடம் தொடர்ந்தேன்: "பாருங்கள், ஒருநாள் பசித்துத் தளர்ந்து ஒரு வீட்டில் உணவிற்காகச் சென்றபோது, அவர்கள் தந்த உணவை உண்டு வாயும் வயிறும் எரிந்து போனது! வீட்டில் மிச்சம் வைத்த காரத்தையெல்லாம் சேர்த்து அவர்கள் சந்நியாசிக்குப் பரிமாறினார்கள்!"

அவர்களுக்கு இன்னும் தெரிந்து கொள்ளவேண்டும் என்ற ஆர்வம்.

"வேறு ஒரு இடத்தில் தங்குவதற்காக இடம் தேடிச் சென்றபோது, சந்நியாசிகளுக்கும் திருடர்களுக்கும் இங்கே தங்குவதற்கு இடமில்லை என்று சொல்லித் துரத்திவிட்டனர்! அதுமட்டுமல்ல, என்னுடைய ஒவ்வொரு செயல்பாடுகளையும் கவனித்துக் கொள்வதற்காக, அரசாங்கத்தின் சில கண்காணிப்பாளர்கள் நீண்ட காலமாகவே என் பின்னால் சுற்றிக்கொண்டு இருந்தனர். இதையெல்லாம் பார்க்கும்போது பெரிய தமாசாகத்தான் தெரிந்தது. அம்மாவின் லீலைகள்! அல்லாமல் வேறென்ன?!"

பூனாவிலிருந்து கன்னட தேசத்தில் (கர்நாடாகா) உள்ள பெல்காம் வந்து தங்கியிருக்கும்போது கோவாவின் மர்முகாவோ துறைமுகத்தைக் காண நேர்ந்தது. அது போர்ச்சுகீசியர்களின் காலனிப் பகுதி. பாரதத்தின் பிற பகுதிகளில் இருந்து

வேறுபட்டிருந்த கோவா என்னைக் கூடுதலாகக் கவர்ந்தது. போர்த்துக்கீசியர்களின் கட்டடக்கலை அழகில் மிளிர்ந்த கோவாவின் சிறிய சிறிய பட்டணங்கள், கிராமங்களைக் கூட்டிச் சேர்த்துகொண்டு தனியொரு சாம்ராஜ்ஜியத்தையே கட்டி எழுப்பியிருக்கின்றன!

பெல்காமிலிருந்து பெங்களூருக்கு வந்தபோது யாராலும் அடையாளம் கண்டுபிடிக்கமுடியாத வகையில் நகரத்தில் சுற்றித்திரிந்தேன். ஆனால், தாமதிக்காமல் மக்கள் என்னைக் கண்டுபிடிக்கத் தொடங்கினர்.

மைசூர் திவானான சர் சேஷாத்ரி ஐயருடன் சற்றும் எதிர்பாராத ஒரு சந்திப்பு ஏற்பட்டது. அவர் தன்னுடைய சமஸ்தான விருந்தினராக என்னை அழைத்துக்கொண்டார். திவானோடு சேர்ந்து ஒரு மாதம் மைசூரில் தங்கியிருந்தேன்.

"சுவாமிஜிக்கு விருப்பம் உள்ள ஒரு பரிசினை வாங்கிக்கொடுக்க வேண்டும்"

ரூபாய் ஆயிரத்தைச் செயலாளரின் கையில் கொடுத்துவிட்டுத் திவான் சொன்னார்.

செயலாளர் என்னையும் அழைத்துக்கொண்டு மைசூர் கடைத்தெருவிற்குச் சென்றார். அங்கே எல்லா இடமும் சுற்றித் திரிந்துவிட்டுச் செயலாளரிடம் சொன்னேன்:

"இங்கே கிடைக்கக்கூடியதில் மிகவும் நல்ல சுருட்டினை எனக்கு வாங்கித் தாருங்கள்"

செயலாளர் பன்னிரண்டு அணா விலையுள்ள ஒரு சுருட்டினை வாங்கித்தந்தார். சுருட்டைப் பற்றவைத்துப் புகைபிடித்த திருப்தியில் மீண்டும் அரண்மனைக்குச் சென்றேன்.

ஆனால், விலையுர்ந்த ஒரு பரிசினை எனக்குத் தரவேண்டும் என்று மைசூர் மகாராஜா பிடிவாதம் பிடித்தார்.

"அப்படியென்றால் உலோகத்தால் செய்யப்பெற்ற ஒரு புகைக்குழலை வாங்கித் தாருங்கள்"

மகாராஜா அழகான ஒரு புகைக்குழலைப் பரிசாகத் தந்தார். விடைபெறும்போது பாக்கெட்டில் கொஞ்சம் பணத்தையும் வைத்து விடுவதற்குத் திவான் முயற்சித்தார். அதைத் தடுத்துக் கொண்டே சொன்னேன்:

"எனக்காக ஏதாவது செய்யவேண்டும் என்று நினைத்தால் சொர்ணூர்க்குச் செல்வதற்கான ஒரு இரயில் டிக்கட்டை எடுத்துத் தாருங்கள். நான் இராமேஸ்வரத்திற்குச் செல்கிறேன். இதற்கிடையே கொஞ்சநாள் கொச்சியிலும் தங்கவேண்டும்."

மைசூர் அரண்மனையை விட்டுக் கிளம்பும் நேரம் என்னைத் திக்குமுக்காடச் செய்வதுபோல மகாராஜா பாதங்களில் விழுந்தார்! நெற்றியைத் தரையில் முட்டி வணங்குகின்ற ராஜாவை மெதுவாகப் பிடித்துத் தூக்கிச் சொன்னேன்:

"நான் ஒன்றுமேயில்லை!"

இருபத்தி ஒன்பது

சொர்ணூர் செல்வதற்காக இரயிலில் ஏறி உட்கார்ந்தேன். கேரளத்தின் வழியாகப் பயணிக்க வேண்டும் என்ற எண்ணம் இல்லாமலிருந்தது. பெங்களூரையும் மைசூரையும் பார்த்த பிறகு மெட்ராஸ் வழியே இராமேஸ்வரத்திற்குச் செல்லலாம் என்றுதான் முதலில் முடிவுசெய்திருந்தேன். இந்தத் திட்டத்தை மாற்றியவர், மலையாளியான டாக்டர் பல்ப்பு. அவரோடு சேர்ந்து ஒரு வாரம் மைசூரில் தங்கும் சூழல் ஏற்பட்டது.

"சுவாமிஜி கேரளத்தில் தாழ்ந்த சாதிகாரரர்கள் என்று முத்திரை குத்தப்பெற்று, ஒதுக்கப்பட்ட மக்கள் அனுபவித்து வருகின்ற புறக்கணிப்புகளும் கொடுமைகளும் கொடூரமான வேதனையைத் தரக்கூடியவை; குறிப்பாக என்னுடைய நாடான திருவிதாங்கூர் சமஸ்தானம்." டாக்டர் பல்ப்பு சொன்னார்.

பாரதம் முழுவதும் சாதியச் சிந்தனைகளால் ஏற்றத்தாழ்வுகளின் கொடுமைகளை மக்கள் அனுபவித்துக் கொண்டிருக்கிறார்கள். ஆனால், டாக்டர் பல்ப்பு சொன்ன விசயங்களை வைத்துப் பார்க்கும்போது கேரளத்தில் சாதிய வேறுபாடுகள் மிகக் கொடூரமானவையாகத் தெரிகின்றன.

நீண்ட நேரம் கேரளச் சமுகத்தின் நிலையைப் பற்றி டாக்டர் பேசிக் கொண்டிருந்தார். அவர் தொடர்ந்தார்:

"உயர்ந்த பட்டங்களைப் பெற்றிருந்தாலும் சாதியின் பெயரால் மட்டுமே எனக்குத் திருவிதாங்கூரில் வேலை

மறுக்கப்பட்டது. என்னுடைய சகோதரனான வேலாயுதனுக்குக் கிடைத்த அனுபவமும் இதுதான்".

எல்லாம் கேட்ட பிறகு டாக்டர் பல்ப்புவிடம் சொன்னேன்:

"பாருங்கள் டாக்டர், நீங்கள் உங்களுடைய நாட்டிலிருந்தே ஒரு நல்ல சந்நியாசியை முன்னால் நிறுத்திக்கொண்டு சாதியப் பிரிவினைகளுக்கு எதிரான, தாழ்ந்த வர்க்கம் என்று முத்திரை குத்தப்பட்ட மக்களை ஒன்றுசேர்க்க வேண்டும். அப்படிச் சமூக, பொருளாதாரக் கல்வி முறைகளில் நீங்கள் உயரவேண்டும். இதற்காக மற்றவர்களை எதிர்ப்பார்க்க வேண்டிய அவசியம் இல்லை."

டாக்டர் பல்ப்பு, பெங்களூரில் வைத்துத்தான் எனக்கு முதன்முதலில் அறிமுகமானார். கர்நாடகாவின் தலைநகரான மைசூர் நகரத்திற்குச் சென்றதும், பாலக்காட்டுக்காரரான மைசூர் திவான் ஸ்ரீ சேஷாத்ரி ஐயருடனும் மைசூர் மகாராஜா ஸ்ரீ சாமராஜேந்திர உடையாருடனும் அறிமுகமானதும் பின்புதான்.

டாக்டர் பல்ப்புவினுடைய வார்த்தைகள் மனதின் ஏதோ பாகங்களில் இருந்து உறுத்திக் கொண்டிருந்தன. அங்குள்ள சூழலை நேரில் பார்க்கவேண்டும் என்று தோன்றியது. சாதியின் பெயரால் உள்ள வெறுப்புகளையும் புறக்கணிப்புகளையும் சகிக்க முடியாமல் மைசூருக்கு வேலை தேடி வந்த அவர், கேரளத்தில் நிலவும் சாதியப் பிரிவினைகளின் மிகச்சிறந்த உதாரணமாகச் சுட்டிக்காட்டியது, தன்னுடைய சுய அனுபவங்களின் பற்றி எரியும் நெருப்பைத்தான்.

அந்நிய நாட்டில் படிப்பை முடித்து ஒரு மருத்துவராகச் சொந்த நாட்டிற்கு திரும்பி வந்திருந்தார் அவர். சாதியின் பெயரால் அவரை ஒரு டாக்டராக அங்கிகரிக்காதது மட்டுமின்றி, சொந்த நாட்டில் பணி செய்வதற்குக்கூட அனுமதிக்காமல் இருந்த இந்தக் கேரளச் சமூகத்தில் நிலவும் சாதியப் பிரிவினைகளின் விராட ரூபம் உண்மையாகவே என்னை அதிர்ச்சியடையச் செய்தது.

டாக்டர் ஏதோ சிந்தனையில் மூழ்கி இருப்பதைப் பார்த்தேன். சில நிமிடங்களுக்குப் பிறகு சிந்தனையிலிருந்து திரும்பிய அவர், ஆவேசமாகச் சொன்னார்:

"எங்களுடைய திருவிதாங்கூர் சமஸ்தானத்தில் மிகச்சிறந்த சந்நியாசி ஒருவர் இருக்கிறார்: ஸ்ரீ நாராயண குரு சுவாமி! அவருடைய ஆன்மிகத் தலைமையை ஏற்றுக்கொண்டு, ஒரு தர்ம பரிபாலன யோகத்தைப் பற்றிய சிந்தனை மனதில் உதித்தது."

டாக்டர் பல்ப்புவினுடைய வார்த்தைகளின் உறுதிப்பாட்டினைக் கவனித்தேன்.

இரயில் ஒலவகோட்டை வந்தடைந்திருந்தது. நல்ல பசியும் சோர்வும் இருந்தது. தெற்கே சொர்ணூர் வரைதான் இரயில் பாதை. திருச்சூருக்கோ கொச்சிக்கோ செல்ல வேண்டுமென்றால் வேறு ஏதாவது வழியைத் தேடவேண்டும்.

"சுவாமிஜி, சாப்பிடவில்லையா?"

இரயிவே ஸ்டேசனிலிருந்து வாங்கிய உணவுப் பொட்டலங்களைத் திறந்து சாப்பிடத் தயாராகும் போது சக பயணிகளான மாணவர்கள் கேட்டார்கள். அவர்கள் மெட்ராஸிலிருந்து வருகிறவர்கள்.

அவர்களிடம் புன்னகைத்தேன். என்னுடைய கையில் பணம் எதுவும் இல்லை என்று அவர்களுக்குப் புரிந்திருக்கலாம். அதில் ஒரு ஆள் பத்து ரூபாவை எடுத்து எனக்கு நேராக நீட்டினார்.

"இவ்வளவு பணம் வேண்டாம். ஒரு சாப்பாட்டிற்கான இரண்டணா மட்டும் போதும்."

சாப்பாட்டை வாங்கிவிட்டு மீதித்தொகையைத் திருப்பிக் கொடுக்கும்போது அவர்கள் சொன்னார்கள்:

"நாங்களும் சொர்ணூர்வரை வருகிறோம் சுவாமிஜி."

சொர்ணூரில் இரயிலிலிருந்து இறங்கியபோது மீண்டும் சந்திக்கலாம் என்று கூறி அந்த இளைஞர்கள் விடைபெற்றனர். திருச்சூருக்குச் செல்வதற்காக ஒரு காளை வண்டியையும் அவர்கள் ஏற்பாடு செய்து தந்தனர்.

இரயில் பயணம் தந்த சோர்வுடன் செம்மண் பாதை வழியே குலுங்கிக் குலுங்கிச் செல்கின்ற காளைவண்டியில் திருச்சூருக்குச் செல்லும் பயணம் தொடர்ந்தது. இரவானதால் வழியோரக் காட்சிகளைப் பார்ப்பதை நிறுத்திவிட்டு சீக்கரமே தூங்குவதற்காகச் சென்றேன்.

எழுந்திருக்கும்போது காளைவண்டி திருவம்பாடி கோவிலுக்கு முன்னால் வந்திருந்தது. பொழுது விடிந்திருந்தது. வண்டியில் இருந்து இறங்கும்போது தெருவோரத்தில் தென்பட்ட ஒரு வீட்டின் வாசற்படியில் ஒருவர் நின்றுகொண்டு என்னையே உற்றுப் பார்த்துக்கொண்டிருப்பதைக் கவனித்தேன்.

அவருடைய அருகில் மெல்ல நடந்து சென்றேன்.

“குளிப்பதற்கும் சிறிது நேரம் ஓய்வு எடுப்பதற்கும் உள்ள வசதி இங்கே அருகில் எங்காவது இருக்குமா?” அவரிடம் விசாரித்தேன்.

“இங்கே பக்கத்தில் விடுதி எதுவும் இல்லை. சுவாமிக்குப் பிரச்சனை ஒன்றுமில்லை என்றால் இந்த வாசற்படிக்கு அருகேயுள்ள அறையில் ஓய்வெடுக்கலாம்.” அவர் புன்னகைத்துக் கொண்டே சொன்னார்.

அய்யோ சமாதானம்! ஓய்வெடுப்பதற்கு ஒரு இடம் கிடைத்திருக்கிறது.

மைசூரிலிருந்து வந்த பயணத்தின் இடையே காலில் சிறியதொரு காயம் ஏற்பட்டிருந்தது. இப்போது அவ்விடத்தில் நல்ல வலியும் கடுமையான தொண்டை வலியும் இருக்கிறது. காலநிலை மாற்றமும் தூசுப் படலங்களும் காரணமாக இருக்கலாமோ...

குளித்து முடித்துச் சற்று நேரம் ஓய்வெடுத்த பின் சிகிச்சைக்காகத் திருச்சூரில் உள்ள அரசு மருத்துமனையை நோக்கி நடந்தேன்.

பதிவுச் சீட்டு எழுதும்போது 'டாக்டர் டிசூசைப் பாருங்கள்' என்று நர்ஸ் சொன்னார்.

"காலில் வீக்கம் இருக்கிறது; சுவாமிக்கு ஓய்வு அவசியம் வேண்டும்."

டாக்டர் பரிசோதித்துவிட்டு மெதுவான குரலில் சொன்னார்.

ஒருநாள் வடக்கும்நாதனின் நாட்டில் தங்கியிருக்கிறேன். உபசரிப்பாளரான சுப்பிரமணிய ஐயர் கல்வித் துறையில் வேலை செய்கிறார். அவரையும் அழைத்துக்கொண்டு சாயங்காலநேரம் வடக்கும்நாதனைத் தொழுவதற்காகச் செல்லவேண்டும் என்று திட்டமிட்டிருந்தாலும் காலின் வலியும் சோர்வும் காரணமாக அது வேண்டாம் என்று முடிவெடுத்தேன். அதற்குப் பதிலாக வாசற்படியின் வராண்டாவில் போடப்படிருந்த உயரம் குறைந்த மரபெஞ்சில் அமர்ந்துகொண்டு கொச்சியினுடைய கல்விச்சூழல்களைப் பற்றி நாங்கள் பேசிக்கொண்டிருந்தோம்.

எர்ணாகுளம் செல்வதற்கான வாகன வசதிகளைப் பற்றிப் பேசினிடையே சுப்பிரமணிய ஐயரிடம் விசாரித்தபோது அவர் சொன்னார்:

"சுவாமி நீங்கள் கொக்காலே படகுத்துறைக்குச் சென்றால் அங்கிருந்து கொடுங்கலூருக்குப் படகில் செல்லலாம்."

அடுத்த நாள் காலையில் உபசரிப்பாளரிடம் விடைபெற்றுச் செம்மண் பாதையில் இறங்கினேன். படகுத்துறையை நோக்கி நடக்கும்போது கால் வலியும் தொண்டை வேதனையும் சற்றுக் குறைந்திருப்பதை உணர்ந்தேன்.

படகுத்துறையில் சரக்குகளை ஏற்றிச்செல்லும் படகுதான் இருந்தது. அதில் எப்படியோ ஒரு இடத்தைப் பிடித்துக்கொண்டேன்.

நதிப்பரப்பினூடாகப் படகு கொடுங்கலூரை நோக்கிச் செல்லத் தொடங்கியது.

கொடுங்கலூர் தேவி கோவிலைத் தரிசிக்க வேண்டும். குளித்து முடித்து கோவிலுக்குள் நுழைவதற்காகச் செல்லும்போது, கோவிலுக்குள்ளே யாரும் என்னை அனுமதிக்கவில்லை. என்னுடைய சாதி எது என அறியமுடிந்தால் மட்டுமே அவர்கள் உள்ளே அனுமதிப்பார்களாம்!

கோவில் மதில்களுக்கு வெளியே உள்ள ஆலமரத்தைச் சுற்றிக் கட்டப்பட்டிருந்த சிமெண்ட் தரையில் உட்கார்ந்து ஓய்வு எடுப்பதற்குச் சாதி சொல்ல வேண்டிய கட்டாயம் இல்லாமல் இருந்தது ஒரு பாக்கியமாகிவிட்டது! அப்படியே ஆலமரத்தினடியில் மூன்று நாட்களைக் கழித்தேன்.

கொடுங்கலூர் கோவிலகத்துத் தம்புராட்டிகள்[8] என்னைப் பார்ப்பதற்காக ஆலமரத்தடிக்கு இடையிடையே வந்து கொண்டிருந்தனர். பரதேசியான துறவியிடம் பேசுவதற்கு அவர்களுக்கு மிகுந்த ஆர்வம். சமஸ்கிருத மொழியில் பேசுவதற்கு ஒரு சந்நியாசி கிடைத்த சந்தோசம் அவர்கள் முகத்தில் தென்பட்டது. சமஸ்கிருத மொழியோடு அவர்களுக்கிருந்த ஆர்வத்தைப் பார்த்து ஆச்சரியப்பட்டேன். பாரதத்தின் பிற இடங்களில் சமஸ்கிருதம் தெரிந்த பெண்கள் அபூர்வமாகவே இருந்தனர். ஆனால், கேரளத்தில் இவர்களுக்குச் சமஸ்கிருத மொழி நன்கு தெரிந்திருந்தது.

எர்ணாகுளத்திற்கும் படகில்தான் செல்ல முடிந்தது. பயணிகளுக்கான படகுகளை எங்குமே பார்க்க முடியவில்லை. எங்கு பார்த்தாலும் சரக்குப் படகுகள்தான். சரக்குப் படகுகளில் இடையிடையே பயணிகள் ஏறிக்கொள்கிறார்கள். சரக்குகள்

---

8. சத்திரியக் குலப் பெண்கள்

பெரும்பாலும் காளை வண்டிகளில்தான் கொச்சிக்குக் கொண்டு செல்லப்படுகின்றன; மீதமுள்ளவை படகுகளிலும்.

சாயங்காலத்திற்குப் பின்புதான் கொடுங்கலூரில் இருந்து புறப்பட்டேன். சோர்வின் காரணமாக சீக்கிரமே படுத்துவிட்டேன். நதிப்பரப்பின் காற்று வந்து உடம்பைத் தழுவியதும் விரைவாகத் தூங்கிவிட்டேன்...

விழித்துப் பார்த்தபோது நேரம் விடிந்திருந்தது. படகு எர்ணாகுளம் படகுத்துறையின் அருகில் வந்திருந்தது. நதியின் முகப்புப் பகுதியில் ஓடு போடப்பட்டதும், ஓலை வேயப்பட்டதுமான சிறிய சிறிய கட்டிடங்களின் நீண்ட வரிசையைப் பார்க்கமுடிந்தது. அவ்விடத்தை நோக்கித்தான் படகும் சென்று கொண்டிருந்தது. படகுத்துறைக்கும் கட்டிடங்களுக்கும் இடையே தென்பட்ட செம்மண் பாதை, நகரத்தை நோக்கி நீண்டு சென்றது.

படகுத்துறையில் இறங்கும்போது, காலையில் வாக்கிங் (நடைபயிற்சி) செல்வதற்காக வந்த இரண்டு பேர் பாதை வழியே வேகமாக நடந்து வருவதைக் கண்டேன். அவர்கள் தங்களை அறிமுகம் செய்துகொள்வதற்காக அருகே வந்தார்கள். அரைகுறையான இந்தியில்தான் உரையாடல் தொடங்கியது. அவர்கள் மலையாளிகள் இல்லை என்பதைப் புரிந்துகொண்டேன்.

"சுவாமிஜி, உங்களுக்கு ஆங்கிலம் தெரியுமா?" அவர்கள் கேட்டனர்.

"கொஞ்சம் கொஞ்சம்." அப்படிச் சொல்லத்தான் தோன்றியது. அவர்களில் ஒருவர் கொச்சி திவானின் தனிச்செயலாளரான இராமய்யா. மற்றொருவர் அங்கே அலுவலகப் பணியாளராக இருக்கும் லால்.

எர்ணாகுளம் தேவஸ்தானத்திற்குச் சொந்தமான ஒரு கட்டிடத்திற்கு அவர்கள் என்னை அழைத்துச் சென்றனர். அங்கே தங்குவதற்கான எல்லா வசதிகளையும் அவர்கள் ஏற்பாடு செய்து தந்தனர்.

வேறொரு சந்நியாசியும் நகரத்திற்கு வந்திருக்கிறார் என்று அடுத்த நாள்தான் தெரிந்துகொண்டேன். கேள்விப்பட்டபோது அவரைக் காணவேண்டும் என்ற ஆர்வம் கூடியது.

சந்நியாசி தங்கியிருக்கின்ற வீட்டைத் தேடி நடந்தேன். ஏதோவொரு சங்கர மேனோனின் விருந்தாளியாக அவர் கொஞ்சநாளாகவே அங்கே தங்கியிருக்கிறாராம்!

சட்டம்பி சுவாமிகளுடன் சமஸ்கிருத மொழியில்தான் உரையாடல் தொடங்கினேன். தமிழில் புலமை பெற்ற சுவாமிகள், திருக்குறள் முதலான பல தமிழ் நூல்களையும் சுட்டிக்காட்டிப் பேசிக்கொண்டிருந்தார். அவருக்கு என்னுடைய வருகை மிகவும் பிடித்திருந்தது என்று எனக்குத் தோன்றியது. எர்ணாகுளத்தில் தங்கியிருக்கும் எல்லா நாட்களும் இருவரும் சந்தித்துக்கொள்ள வேண்டுமென்ற அவரது விருப்பத்தைச் சொன்னார். இறுதியில் விடைபெற்றுப் பிரியும்போது சுவாமிகளின் கையைப் பிடித்துக்கொண்டு தலை வணங்கிச் சொன்னேன்:

"உங்களைச் சந்தித்ததில் மிக்க மகிழ்ச்சி"

மனதிற்குள் மந்திரம்போல் சொன்னேன்: 'மலபாரில் ஓர் உண்மையான மனிதனைக் கண்டுபிடித்திருக்கிறேன்!'

முப்பது

"சுவாமிஜி, இவன் எங்கள் அலுவலக உதவியாளன்; அனந்தபுரம் வரை இவன் உங்களுக்குத் துணையாக வருவான்." கொச்சியிடம் விடைபெறும்போது இராமய்யா சொன்னார். எர்ணாகுளத்தில் தங்கியிருந்தபோது அவருடனான ஒரு நல்ல உறவை ஏற்படுத்திக்கொள்ள முடிந்திருந்தது.

உதவியாளனின் கையில் ஒரு கடிதத்தைப் பார்த்தேன். இராமய்யா தொடர்ந்தார்:

"இக்கடிதம் அனந்தபுரத்தில் உள்ள பேராசிரியர் சுந்தரய்யருக்கான கடிதம். அவர் திருவிதாங்கூரின் இளவரசரான அசுவதி திருநாளின் ஆசிரியர்."

இராமய்யா கைகூப்பி நின்றுகொண்டிருக்க, உதவியாளனோடு சேர்ந்து படகில் ஏறினேன். திருவிதாங்கூர் பயணமும் படகில்தான். பயணம் முழுவதும் வஞ்சி நாட்டின் அழகைக் கண்குளிரக் கண்டுகொண்டிருந்தேன்.

குமரகமும் குட்டநாடும் வேணாடும் கடந்து, படகு அனந்தபுரியை நோக்கிச் சென்றுகொண்டிருந்தது. நந்தவனத்தை ஒத்த இயற்கை அழகு நிறைந்து நிற்கின்ற கேரள நாட்டின் வழியான பயணம் மனதில் புதியதொரு உற்சாகத்தைத் தந்தது.

சிலவேளைகளில் நதிப்பரப்பின் வழியாகப் பயணித்தேன்; மற்றும் சிலநேரங்களில் இடுக்கமான கால்வாய்களின் வழியே படகு கடந்து சென்று கொண்டிருந்தது...

ஏழுநாள் பயணத்தின் முடிவில் அனந்தபுரத்தின் அருகே படகு வந்து நின்றது. 'சாக்க' படகுத்துறையிலிருந்து நேராகச் சுந்தரய்யரின் வீட்டிற்குச் சென்றேன்.

சக பயணிக்கு வழி தெரிந்திருந்ததால் அதிகமாக அலைந்து திரிய வேண்டிய அவசியம் ஏற்படவில்லை. ஆனால், அதீத பசியும் தாகமும் பயணச்சோர்வும் காரணமாகத் தளர்ந்து போயிருந்தேன். சக பயணியும் சோர்வாகத்தான் இருந்தான்.

"அப்பா, இரண்டு பேர் வெளியே வந்து நிற்கிறார்கள். உருவத்தைப் பார்த்தால் இரண்டு பேரும் முஸ்லீம்களாகத் தெரிகிறார்கள்."

முற்றத்தில் நின்றுகொண்டிருந்த ஒரு சிறுவன் வீட்டிற்குள்ளே ஓடிச்சென்று சொன்னான்.

சற்று நேரத்திற்குப் பிறகு வீட்டின் உள்ளே இருந்து காலடி ஓசை கேட்கத் தொடங்கியது. அவர் வாசற்படிக்கு வந்தார். வந்தவர் பேராசிரியர் சுந்தரய்யராக இருக்கலாம். எங்கள் இரண்டு பேரையும் அவர் உற்றுப் பார்த்துக்கொண்டிருந்தார்.

அறிமுகக் கடிதத்தை அவருக்கு நேராக நீட்டினேன்.

கடிதத்தைப் படிக்கும்போது பேராசிரியரின் முகம் மலர்வதைக் கண்டேன்.

"மகன் ராமசாமி வந்து சொன்னபோது சுவாமிதான் வந்திருக்கிறீர்கள் என்று நான் நினைக்கவில்லை"

மீண்டும் அவர் எங்களைத் தலை முதல் பாதம் வரை உற்றுப்பார்த்துவிட்டுச் சொன்னார்:

"தென்னிந்திய சந்நியாசிகளின் தோற்றம் இப்படி இல்லை. அதனால்தான் மகன் தவறாக எண்ணியிருக்கிறான்."

என்னோடு சேர்ந்து வந்த உதவியாளன் ஒரு முஸ்லீம்தான். என்னுடைய தோற்றமும் கிட்டத்தட்ட அப்படித்தான் இருந்தது.

பேராசிரியர் எங்களை வீட்டின் முகப்புப் பகுதிக்கு அழைத்துக் கொண்டு சென்றார். எனக்கு வேண்டியதைச்

செய்வதற்கும் என்னைச் சாப்பிட வைப்பதற்குமான அவருடைய ஆர்வத்தைக் கண்டபோது சட்டென்று அவரிடம் நினைவுபடுத்த வேண்டி வந்தது.

"கொச்சியில் இருந்து எனக்குத் துணையாக வந்தவர் இவர். இவருக்கும் நல்ல பசி உண்டு. கடந்த இரண்டு நாள்களாக எங்களுக்கு உணவு எதுவும் படகில் கிடைக்கவில்லை. குடிப்பதற்குப் பசும்பால் மட்டுமே கிடைத்தது. முதலில் இவருக்கு ஏதாவது சாப்பிடக் கொடுங்கள்."

உதவியாளன் சாப்பிட்டுவிட்டுப் புறப்பட்டபோது, பேராசிரியரோடு சேர்ந்து காலை உணவை உண்பதற்காக அமர்ந்தேன்.

"சுவாமிக்கு என்ன உணவு வேண்டும்?"

"உங்கள் விருப்பம்போல. சந்நியாசிகளான எங்களுக்கு இதுதான் வேண்டும் என்ற கட்டாயம் எதுவுமில்லை."

"சுவாமி ஒரு வங்காளி அல்லவா?" உணவின் இடையே பேராசிரியர் விசாரித்தார். ஆமாம் என்று தலையாட்டினேன்.

"ஏராளமான மகாமனிதர்கள் பிறந்த நாடல்லவா வங்காளம். அவர்களில் மிகவும் முக்கியமானவராகப் பிரம்ம சமாஜத்தின் பிரச்சாரகர் ஆன கேசவ சந்திர சேனனைப் பற்றிக் கேள்விப்பட்டிருக்கிறேன்."

பேராசிரியரின் வார்த்தைகளைக் கேட்டபோது என்னுடைய குருநாதரைப் பற்றி அவர் கேள்விப்படவில்லை என்று தோன்றியது. அவரிடம் சொல்ல வேண்டி வந்தது:

"ஸ்ரீ ராமகிருஷ்ணரோடு ஒப்பிடும்போது கேசவ சந்திர சேனன் எவ்வளவோ சிறியவர். வங்காளத்திலுள்ள முக்கியமான மனிதர்கள் பலரும் எங்கள் குருவினுடைய பக்தர்களாக மாறியிருக்கிறார்கள். கேசவ சந்திர சேனன், ஸ்ரீ ராமகிருஷ்ணரில் இருந்து கிடைத்த தூண்டுதலினால்தான், பிற்காலத்தில் தன்னுடைய மதம் குறித்தான சிந்தனைகளில் பல மாற்றங்களையும் கொண்டு வந்திருந்தார். இப்போது ஏராளமான

வெளிநாட்டவர்களும் குருவினுடைய பக்தர்களாக மாறியிருக்கிறார்கள்."

என்னுடைய வார்த்தைகளைக் கேட்ட பேராசிரியர் பிரமித்துப் போயிருப்பதைப் பார்த்தேன். குருநாதரைப் பற்றி இவர் புரிந்துகொள்ளவில்லை என்பது தெரிந்தது.

சுந்தரய்யர் அடுத்த நாள், நகரத்தில் உள்ள மகாராஜா கல்லூரியின் வேதியியல் பேராசிரியரான ரங்காச்சாரியரின் வீட்டிற்கு என்னையும் அழைத்துக்கொண்டு சென்றார். ஆனால், ஆச்சாரியர் வீட்டில் இல்லை.

"நமக்கு ஸ்ரீமூலம் கிளப்பிற்குச் செல்லலாம். அங்கே அவர் இருப்பார்." சுந்தரய்யர் சொன்னார்.

கிளப்பிற்குச் சென்றபோது திவான் பேஷ்காரும், சுந்தரய்யரின் நண்பரான நாராயண மேனோனும் மற்றும் பல பிரபலமானவர்களும் அங்கே அமர்ந்திருந்தார்கள். கொஞ்ச நேரத்திற்குப் பிறகு ரங்காச்சாரியர் அங்கே வந்தார்.

அங்கிருந்த எல்லோரிடமும் பல விசயங்களைப் பற்றியும் பேசிக்கொண்டிருந்தேன். ஒவ்வொரு மனிதர்களுடைய நம்பிக்கைகளுக்கும் விருப்பங்களுக்கும் ஏற்றவாறு உரையாடல் நடந்தது. எல்லோரிடமும் பொதுவாகச் சில விசயங்களைச் சொல்லவேண்டி வந்தது.

"பிரபஞ்சம் ஒரு வெளிப்படையான இரகசியம் என்று சொல்பவர்கள் நிறையப்பேர் உண்டு. பாரத மக்களின் சித்த நிரோதன சாஸ்திரத்தைப்[9] புறக்கணிப்பதன் வழியே சொந்த அறிவின்மையையும் அகம்பாவத்தையும்தான் வெளிக்காட்டுகிற செயலைப் பலரும் செய்கிறார்கள். மனித மனதின் முடிவுகளையும் அறிவிற்கு அப்பாற்பட்ட நிலைகளையும் உள்வாங்குவதில் மேற்கத்தியர்களின் உளவியல் தோல்வி அடைந்திருக்கிறது. மேற்கத்திய சாஸ்திரங்கள் தடுமாறி நிற்கும் இடத்தில்தான் பாரத மனசாஸ்திரம் தடம் பதிக்கிறது."

---

9. பதஞ்சலி யோக சாஸ்திரம்

“ஆன்மிகத்தில் எந்தக் குறையும் இல்லாத பாரதம் தன்னுடைய தனித்தன்மையில் உயிர்ப்போடு இருக்க வேண்டியது உலகத்தின் தேவையும்தான். இரண்டு வருட பாரதத் துறவு வாழ்க்கையின் இறுதியில்தான் நான் கேரளத்திற்கு வந்திருக்கிறேன். டாக்டர் பல்ப்பு வழியாக ஏறக்குறைய கிடைத்த ஒரு புரிதலுடன்தான் கேரளத்தை நோக்கிய எனது பயணம் ஆரம்பமானது. பாரதத்தில் எந்தவொரு மாற்றமும் வெற்றிபெற வேண்டுமென்றால் ஆன்மிக வழியைப் பின்பற்றியே ஆகவேண்டும். ஆன்மிகத்தை ஒதுக்கிவைத்துவிட்டு வரும் எந்த மாற்றமும் வேர்ப்பிடிப்பு இல்லாமல்தான் இருக்கும். ஆன்மிக அருளைப் பெற்றவர்கள் இருந்தால் மட்டுமே எந்தவொரு மறுமலர்ச்சி இயக்கமும் வெற்றி பெற முடியும்.”

“இந்தியாவின் எல்லா இடங்களிலும் ஏற்றத்தாழ்வுகள் உண்டு. ஆனால் சாதியின் பெயரால் உள்ள அருவருக்கத்தக்க செயல்களும், வெளிநாட்டவர்களின் அடிமைப்படுத்துதலில் இழந்து போன சொந்த உயிர்ப்பும் சேர்ந்துதான் கேரளத்தை மனநோய் பிடித்தவர்களின் இடமாக்குகிறது. இவற்றையெல்லாம் புரிந்துகொண்டு மலையாளிகள் தனக்குத்தானே சிகிச்சை செய்துகொள்ள வேண்டும்.”

“உன்னதமான அனுபூதி நிறைந்த இந்த வாழ்க்கையின், உயர்ந்த நிலைகளிலுள்ள எண்ணங்களைத் தெரிந்து, தெளிந்து கொள்ளவும் அதை நடைமுறையில் கொண்டுவரவும் வேண்டும். மதங்களுக்கு மட்டுமே, குறிப்பாகப் பாரத மகரிஷிகள் நல்குகின்ற தத்துவார்த்தமும் விஞ்ஞானபூர்வமுமான அறிவின் வழியாக மட்டுமே மனித மனதின் நுட்பமும் மர்மமும் நிறைந்த செயல்பாடுகளைப் புரிந்துகொண்டு, உலக வாழ்க்கையின் அதீத ஆசைகளைக் கட்டுப்படுத்தி அத்வைத உண்மையைக் கண்டடைய இயலும். முழு பிரபஞ்சமும் அந்த உண்மையின் வெளிப்பாடு என்று அங்கே நாம் புரிந்துகொள்வோம்!”

நாராயண மேனோன் விடை பெற்றுப் படியிறங்கும் போது, பிராமணரான திவான் பேஷ்காருக்கு வணக்கம் தெரிவிப்பதைப் பார்த்தேன். ஆனால், பேஷ்கார் மறுவணக்கம் தெரிவித்தது சற்று வித்தியாசமானதாக இருந்தது: இடது கை வலது கையை விட சற்று உயர்த்தித்தான் பேஷ்காரின் மறுவணக்கம் அமைந்தது! பழமைவாதிகளான பிராமணர்கள் சூத்திரர்களுக்குப் மறுவணக்கம் தருகின்ற முறையாம் இது.

"சுவாமிஜி, வணக்கம்!"

பேஷ்கார் புறப்படும் நேரம் வந்ததும் எனக்கு நேராகக் கைகூப்பினார். அதற்குப் பதில் வணக்கமாகச் சொன்னேன்:

"நாராயண."

இதைக் கேட்டவுடன் திவான் பேஷ்கரின் முகம் இருண்டது.

அவர் என்னிடமிருந்து பதிலுக்கு 'வணக்கம்' என்பதைத்தான் எதிர்பார்த்திருந்தார் என்று புரிந்தது. அது கிடைக்காததில் உள்ள வெறுப்பும் அந்த முகத்தில் நிழலாடியது.

பேஷ்கரிடம் சொன்னேன்:

"மேனோன் 'வணக்கம்' சொல்லும்போது உங்களுக்கு உங்களுடைய பாரம்பரியமான முறையைப் பின்பற்றலாம் என்றால், உங்களுடைய வணக்கத்திற்கு மறுமொழியாக, எங்கள் துறவிகள் பரம்பரையின் சம்பிரதாயத்தை நான் ஏற்றுக்கொண்டதில் உங்களுக்கு ஏன் வெறுப்புத் தோன்றவேண்டும்?"

பேஷ்கார் எதுவும் பேசவில்லை. என்னுடைய பதில் அவர் நெற்றிப்பொட்டில் அடித்திருக்கிறது!

அடுத்த நாள் பேஷ்காரின் அழைப்பு அவருடைய தம்பியின் உருவத்தில் வந்தது.

பேராசிரியர் சுந்தரய்யரோடு சேர்ந்து இடையிடையே காண்கின்ற இளவரசருடன் வேகமாக அறிமுகம் ஏற்பட்டது.

ஆனால், நாட்டை ஆள்கின்ற ராஜாவான ஸ்ரீமூலம் திருநாள் மகாராஜாவைத்தான் நான் இனிப் பார்க்கவேண்டும்.

"மகாராஜாவின் முன்னால் செல்வதற்கான அனுமதி கேட்டிருக்கிறேன்." பேராசிரியர் சொன்னார்:

"திவான் சங்கரசுப்பையர் அதற்கான ஏற்பாட்டினைச் செய்வார்."

திருவிதாங்கூர் மக்களின், குறிப்பாக ஒடுக்கப்பட்ட மக்கள் சந்திக்கின்ற பிரச்சனைகளைக் குறித்து ராஜாவிடம் பேசவேண்டும் என்று மனதில் நினைத்திருந்தேன். ஆனால், நேரடியாகப் பார்த்தபோது சிறியதொரு ஏமாற்றம் தோன்றியது. மகாராஜா ஒரே வாக்கியத்தில் உரையாடலை முடித்துக்கொண்டார்:

"அனந்தபுரத்திலும் திருவிதாங்கூரின் மற்ற பகுதிகளிலும் சுவாமிக்கு வேண்டிய எல்லா வசதிகளையும் செய்துதருவதற்குத் திவானிடம் சொல்லியிருக்கிறேன்." மகாராஜா சொன்னார்.

சொல்லிவிட்டு ராஜா புறப்பட்டதும், ஒரு பெரிய கேமராவுடன் அருகில் வந்த இளவரசர் கேட்டார்:

"சுவாமி உங்களை ஒரு போட்டோ எடுத்துக்கொள்ளட்டுமா?"

"சரி, எடுத்துக்கொள்ளுங்கள்."

அவருக்கு முன்னால், கேமராவைப் பார்த்துப் போஸ் கொடுத்தேன்.

கேமராவின் மின்னல் ஒளி மறைந்தபோது அஸ்வதி திருநாள் கேட்டார்;

"பாரதத்தின் வடகோடியில் இருந்து தென்கோடி வரையுள்ள நாட்டு ராஜ்யங்களுக்கெல்லாம் சென்று வந்துள்ளீர்கள் அல்லவா? நீங்கள் பார்த்த ராஜாக்களைப் பற்றியும் நாடுகளைப் பற்றியுமான உங்கள் எண்ணத்தைச் சொல்லுங்களேன்?"

ஒரு நிமிடம் சிந்தித்தேன். பாரதத்தின் வடக்கிலிருந்து தெற்கு நோக்கிய பயணத்திற்கு இடையில் கண்ட தலைநகரங்களும் மக்களும் மனதில் ஒரு கேமரா ஒளியைப் போலக் கடந்து சென்றார்கள்.

இளவரசரிடம் சொன்னேன்:

"சொந்த நாட்டின் மீதான அன்பு, உற்சாகம், முன்நோக்குப் பார்வை, செயலாற்றும் திறன் ஆகிய விசயங்களில் பரோடாவில் உள்ள கெயிக்வாட் மகாராஜாவிடம் நல்ல மதிப்புத் தோன்றுகிறது. ஆனால், ஒரு சிறிய இராஜபுத்திர நாடான கேத்ரி ராஜாவின் சிறந்த குணங்களையும் நான் ஆதரிக்கிறேன். அதே சமயத்தில், தெற்கே வரவர ராஜாக்களுடைய, பிரபுக்களுடைய குணங்களிலும் திறமைகளிலும் படிப்படியான குறைவைத்தான் நான் பார்த்து வருகிறேன்."

பேராசிரியர் சுந்தரய்யரின் விருந்தினராக, பத்து நாட்கள் நீண்ட அனந்தபுர வாழ்க்கை முடிவடைந்தது.

மன்மத்நாத் பட்டாச்சாரியாவுடன் சேர்ந்துதான் அனந்தபுரத்தில் இருந்து கன்னியாகுமரிக்குப் புறப்பட்டேன். மதராஸில் அலுவலரான மன்மத் வேலை நிமித்தமாகத்தான் அனந்தபுரத்திற்கு வந்திருந்தார்.

கல்கத்தாவில் நான் படித்த கல்லூரியின் முதல்வராக இருந்த மகேஷ் சந்திர நயரத்னாவின் மகன்தான் மன்மத். அதுமட்டுமல்ல, கல்கத்தாவில் என்னுடைய வகுப்புத் தோழனாகவும் இருந்தவர். ஆனால், அவர் நாகர்கோவில் வரைதான் என்னோடு வந்தார்.

"மதராஸில் வைத்து மீண்டும் நாம் சந்திக்கலாம்."

நாகர்கோவிலிலிருந்து விடைபெறும்போது மன்மத் சொன்னார்.

மூன்று பெருங்கடல்களின் சங்கம இடம் முன்னால் தெரியத் தொடங்கியது. மனதில் பாரத தேவியின் கண்ணீர்த்

துளிகள் சிதறுவதை அறிந்தேன். பட்டினியும் பசியும் துக்கமும் துயரமுமாக அலைந்து திரியும் வாழ்க்கைகள்; சமத்துவமின்மை என்னும் சமூக அவஸ்தையில் நெருக்கப்பட்டு நீதி மறுக்கப்பட்டவர்கள்; சாதிய சிந்தனைகளின் பேய்க்கூத்தில் நிறைந்து ஆடுவதற்காகத் தீண்டாமையின் வேடம் கட்டியவர்கள்; இந்து மக்களின் முன்னால் இன்றும் மறைந்து கிடக்கின்ற சனாதன தர்ம சாஸ்திரங்கள்!

பாரதத்தின் வேத வார்த்தைகள் பெரும்பாலான மக்களும் அறிந்துகொள்ள இயலாத உண்மைகளாக ஒளிந்திருக்கின்றன! தாய்நாட்டின் பழையகாலமோ மகிமையால் நிறைந்திருந்தது; ஆனால் இப்போதோ, கொடுமையான காலம்! ஒடுக்கப்பட்ட வாழ்க்கைகள்தான் ஏராளமும்; உற்சாகம் குறைந்துபோன மனிதச் சமூகம். இதையெல்லாம் பார்த்து இலாபம் ஈட்டுவதற்காகவும் சுரண்டுவதற்காகவும் ஓடிவரும் வெளிநாட்டு ஆட்சியாளர்கள்.

நாட்டுராஜ்யங்கள் பரஸ்பரம் போட்டியிடுகின்றன. பாரதத்தின் ஒருமைப்பாடு என்னும் சிந்தனை, நாட்டு ராஜாக்களுக்குப் புராணக் கதைகளாக மாறிவிட்டன. தன்னலத்தாலும் வெற்றுச் சண்டைகளாலும் நலிந்து கொண்டிருக்கின்ற மகாராஜ்ஜியம் தன்னுடைய தனித்தன்மைக்குத் திரும்பி வரவேண்டுமென்றால் சரியான ஆத்ம தரிசனத்தின் வழியாக மட்டுமே இயலும்.

பாரதத்தில் பிறந்த ரிஷிகள் நல்கிய வேத வார்த்தைகள் முதலில் உலகமெல்லாம் பரவவேண்டும். பாரதச் சமூகம் இந்தத் தத்துவச் சிந்தனைகளை உள்வாங்கும் மனநிலையோடு அல்ல இப்போது கடந்து சென்றுகொண்டிருப்பது. அவர்களுக்கு இப்போது தேவையானது உணவும் உடையும் மருந்தும்தான்; கூடவே கல்வியும், மனதைரியமும்! அவற்றைக் கொடுக்கவேண்டிய கடமை மதத்திற்கு உரியது; ஆட்சியாளர்களுக்கு உரியது. துன்பத்திலும் வறுமையிலும் உழல்பவர்களின் கண்ணீரைத் துடைக்க இயலாத தெய்வத்திலும் மதத்திலும் எனக்கு எந்த நம்பிக்கையும் இல்லை.

கன்னியாகுமரியின் மணல் பரப்பில் கால் பதித்தபோது பெருங்கடல்களின் பேரொலியைக் கேட்டேன். குமாரி தேவியின் திருச்சன்னதியை நோக்கி நடந்தேன். தேவியை நெடுஞ்சாண்கிடையாக விழுந்து தொழுது கொண்டு கன்னியாகுமரியை இதயத்தில் ஏற்றுக்கொண்டேன்.

நாலம்பலம் சுற்றி, வெளியே வந்தேன். மூன்று பெருங்கடல்களின் பேரொலிகள் இப்போது கர்ஜனைகளாக மாறியிருக்கின்றன. மணல் பரப்பில் மல்லாந்து படுத்தேன். மற்ற எந்தக் கடற்கரையிலும் காண இயலாத மணல் வண்ணங்கள்தான் என்னைச் சுற்றிலும்... ஒருபிடி மணலைக் கையில் வாரி எடுத்தேன். அவற்றில் பல நிறங்களிலும் உள்ள மணல் துகள்களைப் பார்த்தேன். கையை மடக்கிப் பிடித்துவிட்டு மெல்லத் திறந்தபோது, அவை பிரிந்து விரலிடுக்குகளின் வழியே ஊர்ந்து விழுந்தன! மணல் துகள்களை ஒன்று சேர்த்து வைப்பதற்கு ஒரு சக்தி தேவைப்படுகிறது!

வங்காள ஆழ்கடலின் தெளிவான ஆகாயச் சூழலில், பெரிய ஒரு பாறைக்கூட்டம் சற்றுத் தூரத்தில் தனித்த ஒரு தீவைப்போல உயர்ந்து நிற்பதைப் பார்த்தேன். அங்கே நீந்திச் செல்ல வேண்டுமென்ற ஆசை திடீரென்று மனதில் உதித்தது. அதற்கான தைரியத்தைத் தேவி தந்திருக்கிறார்!

சுறாக்கள் அதிகம் உள்ள கடல் என்று அங்கிருந்தவர்கள் சொன்னார்கள்.

பாறைகளில் அலைகள் பெரும் சத்தத்தோடு வந்து மோதிக்கொண்டிருந்தன. அவை எவையுமே என்னுடைய தைரியத்தைக் குலைத்துவிடப் போவதில்லை. நீந்துவதற்கு வேண்டிய உற்சாகத்தைச் சேகரித்துக்கொண்டு கடலில் குதித்தேன்.

"சுவாமிஜி, இது அபாயம்!"

யார் யாரோ கரையிலிருந்து கூச்சலிட்டுச் சொல்லிக் கொண்டிருந்தனர்.

நீந்தும்போது வேறு எதுவும் மனதில் இல்லை. எல்லாப் பலத்தையும் ஒன்று சேர்த்துக்கொண்டு, அலைகளைக் கிழித்துக் கொண்டு, பாரதத்தின் தென் எல்லையிலுள்ள பாறைக்கூட்டங்களுக்கு அருகே நீந்தி வந்தேன்.

வழுவழுப்பான பாறையின் மேல் அலைகள் வேகமாக வந்து மோதின. பாறையின் மேலே பிடிப்பதற்காக முயற்சித்தேன். அலைகள் அதற்குத் தடை விதித்துக் கொண்டு என்னைக் கடலுக்குள் இழுத்துக் கொண்டிருந்தன. மீண்டும் மீண்டும் எல்லாப் பலத்தையும் ஒன்றுசேர்த்து முயற்சித்தேன். இறுதியில் வெற்றி பெற்றுவிட்டேன்.

மனதின் உள்ளேயொரு அபார சக்தி உண்டு. பின்பு ஏன் வருந்த வேண்டும்? என்னால் முடியாது என்று நினைத்து வருந்திக்கொண்டிருப்பதைவிட மரணம்தான் நல்லது!

பெருங்கடலின் அக்கரையில் உள்ள தாய்நாட்டினைப் பார்த்துக்கொண்டு நீண்ட நேரம் பாறையின் மேற்பரப்பில் நின்று கொண்டிருந்தேன். பாரத தேவியை நெடுஞ்சாண்கிடையாக விழுந்து வணங்க வேண்டுமென்று தோன்றியது.

அலைகளின் தொடர்ச்சியான தழுவலைப் பெற்றுக்கொண்டு நிற்கின்ற பாரதத்தின் தென்கோடியில் உள்ள கல் தீவின் மேல் கண்மூடி அமர்ந்து, மனதினைச் சத்தியத்தை நோக்கித் திருப்பிவிட்டேன்.

முப்பத்தி ஒன்று

மனதில் சிந்தனைகள் ஓயவில்லை. தியானத்தின் ஆழ்நிலைகளுக்குச் செல்ல வேண்டுமெனில் மனது சூன்யமாக இருக்கவேண்டும். தாய்நாடு வெதும்பி நிற்பதைக் காணும்போது மனது எப்படிச் சூன்யமாகும்?

பாரதத்தின் வடக்கு முதல் தெற்கு வரையும் கிழக்கிலிருந்து மேற்கு வரையும் பயணித்திருக்கிறேன். பெரும்பாலான இடங்களிலும் துக்கங்களையும் துயரங்களையும் மட்டுமே பார்க்க முடிந்தது! பெரும்பாலான மக்களும் உச்சபட்ச வறுமையில்தான் இருக்கிறார்கள். ஆனாலும் அவர்கள் அமைதியும் பணிவும் நிறைந்தவர்களாகத்தான் இருக்கிறார்கள். அவர்களுடைய இதயத்தில் நன்மையும் காருண்யமும் உண்டு. எல்லோரும் உழைத்துக்கொண்டிருப்பவர்கள்தான். ஆனால், கிடைக்கின்ற கூலியோ மிகமிகச் சொற்பம்!

இந்த மக்களுக்காக எதுவும் செய்ய முடியவில்லை என்றால் என்னுடைய வாழ்க்கை பயனற்றது. ஆனால், ஏதுமற்ற இந்த ஏழ்மையான சந்நியாசியால் என்ன செய்ய முடியும்? ஏராளமான நாட்டு ராஜாக்களிடமும் பிரபுக்களிடமும் இவர்களுக்காக இரந்து பார்த்துவிட்டேன். வசதியான மனிதர்களைக் கண்டு இவர்களின் நிலையை எடுத்துச்சொல்லிப் பார்த்தேன். ஆனால், அவர்கள் செய்ததோ, மாணவர்களை

ஒன்றுதிரட்டி உதவிகளைப் பெறுவதற்காகச் செயல்படுங்கள் என்று சொன்னது மட்டும்தான்.

எல்லோரும் என்னுடைய வார்த்தைகளைக் கவனமாகக் கேட்கிறார்கள். ஆனால், இந்தச் சிந்தனைகளையெல்லாம் நடைமுறைப்படுத்துவதற்குத் தயாராக யாரும் முன்வரவில்லை.

குருதேவரின் எண்ணப்படிதான் என்னுடைய வாழ்க்கை நகர்ந்து கொண்டிருக்கிறது. நான் அமெரிக்காவிற்குச் செல்லவேண்டும் என்று குருதேவர் நினைத்திருந்தால் அது நடக்கும். அங்கே நடைபெறவிருக்கும் உலக சமய மாநாட்டில் நான் கலந்துகொள்ள வேண்டுமென்று அவர் ஆசைப்பட்டிருக்கலாம். ஆனால், முற்றிலும் அறிமுகமில்லாத நாடு அது. அங்கே செல்வது என்பதும் அவ்வளவு எளிதானதல்ல. நான் எப்படியாவது மேற்கத்திய நாடுகளுக்குச் சென்று விடுவேன் என்று என்மனம் சொல்கிறது. அங்கிருந்துகொண்டுதான் சொந்த நாட்டு மக்களை முன்னேற்றுவதற்கான சக்தியைச் சேகரிக்கவேண்டும். தாய்நாடு என்னுடைய வார்த்தைகளை உள்வாங்க இயலாத வண்ணம் நடுங்கிக்கொண்டு நிற்கிறது. தெய்வச் சித்தம் எதுவோ, அதுவே நடக்கும் என்பது உறுதி.

நிச்சயமாக அமெரிக்காவிற்குச் செல்வேன்! கன்னியாகுமரியில் பாறையின் மீது அமர்ந்து கொண்டு உறுதியான ஒரு தீர்மானத்தை எடுத்துக்கொண்டேன்.

"சிகாகோவில் நடைபெறவிருக்கும் உலக சமய மாநாட்டில் நீங்கள் நிச்சயமாகக் கலந்து கொள்ள வேண்டும்."

இராமநாதபுர ராஜாவான பாஸ்கர சேதுபதி கட்டாயப்படுத்தினார்.

"பாரதத்தின் ஆன்மிகச் சிந்தனைகளை மேலைநாட்டவர்களின் கவனத்திற்கு எடுத்துச்செல்ல சுவாமிஜியின் இந்தச் சிகாகோ பயணம் உதவும்." ராஜா சொன்னார்.

திருவிதாங்கூரில் இருந்து மதுரைக்கு வந்தபோதுதான் சேதுபதியிடம் அறிமுகமானேன். விசாலமான சிந்தனைகள் நிறைந்த மிகச்சிறந்த இதயம் சேதுபதிக்கு இருந்தது. பொதுமக்களின் கல்வியைப் பற்றியும், நாட்டின் விவசாயத் துறையில் கொண்டுவரவேண்டிய மாற்றங்களைப் பற்றியும், பாரதத்தின் இப்போதைய நிலைமையைப் பற்றியும் திறந்த மனதோடு ராஜாவிடம் உரையாடினேன். இராமநாதபுரத்துடன் கொண்ட அன்பின் அலைகளால் மனது இன்னும் கூடுதலான உற்சாகத்தில் திளைத்தது. ஆனால், இராமநாதபுரத்தின் உற்சாகமான சூழலில் அதிக நாட்கள் தங்குவதற்கு நேரமில்லாமல் போய்விட்டது.

“இராமேஸ்வரத்தைப் பார்க்கும் ஆவல் எனக்கு அதிகமானது. கேரளத்தின் வழியாகப் பயணித்ததால்தான் இவ்வளவு தாமதம் ஏற்பட்டது.”

அவசர அவசரமாகச் சேதுபதியிடம் விடைபெற்று மதுரையிலிருந்து கிளம்பினேன்.

தென்னிந்தியாவின் வாரணாசி என்று அறியப்படும் இராமேஸ்வரம் என்னைக் கைநீட்டி அழைத்துக்கொண்டிருந்தது. இராவணன் கடத்திச் சென்ற சீதா தேவியைத் தேடி, ஸ்ரீராமன் இலங்கைக்குச் செல்லும் வழியில் வருகை புரிந்த புண்ணிய பூமி இது. இராமேஸ்வரத்தின் மகாகோவிலில் உள்ள பரமசிவன் சிலை ஸ்ரீராமனால் பிரதிஷ்டை செய்யப்பட்டது என்ற ஐதீகமும் உண்டு.

ஆகாயத்தைத் தொட்டு நிற்கும் பிரதான கோபுரம் பார்வைக்குத் தெரியத் தொடங்கியது. மகாகோவிலை நோக்கி எடுத்துவைக்கும் பாதச்சுவடுகள் ஒவ்வொன்றிலும், உடலினைக் குறித்தான சிந்தனை முழுவதுமாக மறைந்து போவதை அறிந்தேன்...

விசாலமான பிரகாரம் கருங்கல் தூண்களினால் அலங்கரிக்கப்பட்டிருக்கிறது. தூண்களின் மேலே கற்பாறைகள்

பரப்பப்பட்டிருந்த திருநடையை வணங்குவதற்காக, நெடுஞ்சாண்கிடையாய் குப்புற விழுந்தேன்!

இராமாயணத்துடன் இணைத்துப் பார்த்தால் மட்டுமே, இராமேஸ்வரத்தின் வரலாறு முழுமையாகும்.

பாரதத்தின் மிகப்பெரிய கரைக்கும் இலங்கைத் தீவிற்கும் இடையில் ஸ்ரீராமனின் வானரப் படைகள் ஒரு பாலத்தைக் கட்டுவதற்குத் தயாராக நின்றார்கள். அப்போது அவர்கள் அங்கே என்ன செய்தார்கள் தெரியுமா? ஒவ்வொரு கல்லிலும் 'ஸ்ரீராம், ஸ்ரீராம்' என்று எழுதினார்கள். அந்தக் கற்களைத் தண்ணீரில் போட்டார்கள். கற்கள் அனைத்தும் தண்ணீரில் மிதந்து கிடந்தன! அப்போது பகவான் ஸ்ரீராமனே அங்கே வந்தார். அவர் அற்புதத்தோடு அங்கே பார்த்தது, தன்னுடைய பெயரை எழுதித் தண்ணீரில் இட்ட கற்களெல்லாம் மிதந்து கிடப்பதைத்தான். இதைப் போல நானும் ஒரு முயற்சி செய்தாலோ என்று ஸ்ரீராமனுக்குத் தோன்றியது. அப்படியே ஸ்ரீராமனும் ஒரு கல்லை எடுத்து 'ஸ்ரீராம்' என்று எழுதித் தண்ணீரில் போட்டார். ஆனால், அந்தக் கல் தண்ணீரில் மூழ்கிவிட்டது!

அதைக் கண்ட ஸ்ரீராமனின் பக்தர்கள் சொன்னார்கள்:

"உங்களுக்குப் பக்தி என்பது என்னவென்று சரியாகத் தெரியவில்லை. நாங்கள் செய்வதைப் போல உங்களால் செய்ய இயலாது"

பக்தர்கள் எப்போதும் ஒரு படி மேலேதான். அவர்களுக்கு அபாரமான சக்தி உண்டு!

மதராஸ் செல்லும் பயணம் பாண்டிச்சேரியை வந்தடைந்தபோது, அங்குள்ள பழமைவாத இந்துக்களுடனான வாதம் - பிரதிவாதம் சூடுபிடித்தது. இந்து மதத்தில் நிலைபெற்றிருந்த தவறான ஆச்சாரங்களைப் பற்றியும் சில மோசமான பழக்கவழக்கங்களைப் பற்றியும் சத்தமான குரலில் வாத - பிரதிவாதங்கள் நடந்தன. ஏராளமான இளம்தலைமுறையினர் சுற்றிக்கூடினர். பழமைவாதிகளான பண்டிதர்களிடம் சொன்னேன்:

“கடல் தாண்டி எனக்கு அமெரிக்காவிற்குச் செல்ல வேண்டும்.”

“கதாபின, கதாபின.” ஒரு பண்டிதர் சத்தமாகச் சமஸ்கிருதத்தில் கத்தினார். ‘ஒருபோதும் கூடாது, ஒருபோதும் கூடாது’, அவர் மீண்டும் மீண்டும் அதைச் சொல்லிக்கொண்டே இருந்தார்.

அதைக் கேட்டபோது அவரிடம் சொல்ல வேண்டி வந்தது:

“எனதருமை நண்பரே, நீங்கள் என்னதான் நினைத்துக் கொண்டிருக்கிறீர்கள்? நம்முடைய தர்மத்தின் தத்துவங்களைக் காப்பாற்ற வேண்டிய கடமை ஒவ்வொரு பாரதக் குடிமகனுடைய தோளிலும் உண்டு. பண்டைய குறுகிய வட்டத்திற்குள்ளிருந்து நீங்கள் வெளியே வாருங்கள். இன்று உலகம் எப்படி முன்நோக்கிச் செல்கிறது என்று நீங்கள் பார்க்கவேண்டும். நமது வாழ்க்கையின் முன்னேற்றத்தைத் தடுப்பதற்கோ, தத்துவ ஞானத்தின் பார்வையை அலைக்கழிப்பதற்கோ உரிய இறுக்கமான ஆசாரங்களை விலக்கி முன்னேறுவதற்கான நேரமிது.”

எல்லோரிடமும் பொதுவாகச் சொன்னேன்.

“சூத்திர மக்கள் விழித்தெழுந்து, அவர்களுடைய உரிமைகளையும் அதிகாரங்களையும் கேட்கும் காலம் அருகில் வந்திருக்கிறது. புரோகிதர்களின் கொடுமையான சிந்தனைகளை வேரோடு பிடிங்கி எறிந்து, உன்னதமான மதத் தத்துவங்களில் உள்ள சாதிய தர்மங்களைப் பற்றிய எதிர்மறையான எடுத்துரைப்புகளைக் களைந்தே ஆகவேண்டும். எதிர்த்துக் கேட்கும் உரிமையற்று ஊமைகளாக்கப்பட்ட, ஒடுக்கப்பட்ட இலட்சக்கணக்கான மக்களிடம் கல்வி சென்று சேரவேண்டும். சமத்துவத்தின் அறிவிப்பைப் பரப்பவேண்டிய கடமை படிப்பறிவு உடைய ஒவ்வொரு பாரதக் குடிமகனுக்கும் உண்டு.”

மன்மத்நாத் பட்டாசாரியயரைப் பயணத்தின் இடையே எதிர்பாராமல் மீண்டும் சந்தித்தேன். நான் மதராஸிற்குச்

செல்கிறேன் என்பதைப் புரிந்துகொண்ட மன்மத்நாத் மதராஸில் தன்னுடனே தங்கவேண்டும் என்று பிடிவாதம் பிடித்தார்.

என்னுடன் இருந்த சில இளைஞர்கள் மதராஸ் நகரத்தில் எனக்காகக் காத்துக்கொண்டிருந்தனர். அவர்களுக்கு என்னுடைய சிஷ்யத்துவத்தைப் பெற்றுக்கொள்ள வேண்டும். என்னோடு இணைந்து செயல்பட அவர்கள் உற்சாகத்தோடு நின்று கொண்டிருந்தார்கள்.

மன்மத்நாத்தின் வீட்டில் பார்வையாளர்களின் எண்ணிக்கை அதிகரித்துக்கொண்டே இருந்தது. இளைஞர்களான ஆதரவாளர்கள் எல்லா உதவிகளையும் செய்வதற்காக என்னோடு கூடினர். என்னைச் சுற்றி உற்சாகத்தின் பெருவெள்ளமாக அவர்கள் நின்றுகொண்டிருந்தார்கள்.

"நேரமின்மையால் மாலை நேரத் தெய்வ வழிபாட்டினை வேண்டாமென்று வைப்பதில் ஏதாவது தவறு உள்ளதா?" ஒரு பண்டிதனின் கேள்வியைக் கேட்டுக் கோபம்தான் வந்தது.

"என்ன? பண்டைய காலத்தில், நடப்பதற்குக்கூட நேரமில்லாமல் வேகமாக ஓடிக்கொண்டிருந்த மகாமனிதர்களையும் பழமையான மகரிஷிகளையும் பற்றிச் சிந்தித்தால், நீங்களெல்லாம் வெறும் ஈசல்கள். அப்படிப்பட்ட அவர்களுக்கு நேரம் இருந்தது. உங்களுக்கு இல்லை; என்ன கொடுமை!"

"சுவாமிஜி, இப்படிப்பட்ட வேதநூல்களும் அதிலுள்ள உன்னதமான சிந்தனைகளும் இருந்தும்கூட இந்துக்கள் ஏன் சிலையை வழிபடுபவர்களாக மாறுகின்றனர்?"

கேள்வி மன்மத்நாத்திடமிருந்து வந்தது.

"நண்பரே, இமயமலை நம்மிடமிருப்பதால்தான் அதனை வணங்குகிறோம். மனோகரமும் அற்புதமும் ஏராளமான விசித்திரங்களும் நிறைந்த ஒரு இயற்கை நமக்கு முன்னால் உள்ளபோது நாம் நம்மை அறியாமலே அதனைத் தொழுதுவிடுகிறோம். இந்தக் காட்சிகளுக்கு முன்னால்,

மனோகரமான இந்த இயற்கைக்கு முன்னால் நாம் தலைவணங்கிப் போகிறோம்!"

பார்வையாளர்களின் தொடர்ச்சியான அலை. மனதின் ஓய்விற்காக, மாலை நேரங்களில் மெரீனா கடற்கரையில் நடப்பதற்குச் சென்றேன். ஒட்டிய வயிறும், எலும்புக் கூடுகளால் ஆன உடல்களுடனும் மீனவக் குழந்தைகள் இடுப்பளவு தண்ணீரில் இறங்கித் தாய்மார்களோடு சேர்ந்து வேலை செய்துகொண்டிருந்தனர். 'தெய்வமே, எதற்காக இந்த ஏழைகளைப் படைக்கிறீர்கள்? எவ்வளவு நாள்தான் இவர்கள் இப்படி வாழ்க்கையோடு போராடுவார்கள்?'

கூடவே நடந்துகொண்டிருந்த இளைஞர்களும் இந்தக் காட்சியைக் கண்டு வேதனைப்பட்டார்கள் என்பதை அவர்களுடைய முகங்களில் விழுந்த நிழல்களில் இருந்து வாசித்து அறிந்து கொண்டேன்.

பட்டாசாரியாவின் வீட்டில் நண்பர்களோடு சேர்ந்து பேசிக்கொண்டிருக்கும்போது ஒருவருக்குச் சந்தேகம்: "சுவாமிஜி, தெய்வம் என்றால் என்ன?"

இதற்கு என்ன மறுமொழி சொல்வேன்!

"சரி நண்பரே, உற்சாகம் என்றால் என்ன?"

யாரும் எதுவும் பேசவில்லை. ஆனால் ஒருவரையொருவர் பார்த்துக் கொண்டனர்.

"ஏன் யாரும் எதுவும் பேசவில்லை? உங்களுடைய வாழ்க்கையில் எல்லா நாளும் நீங்கள் பயன்படுத்தி வருகின்ற மிக எளிமையான இந்த 'உற்சாகம்' என்ற சொல்லுக்கு உங்களால் விளக்கம் தர இயவில்லை. இருந்தும் தெய்வத்திற்கான விளக்கத்தைத் தரவேண்டுமென்று நீங்கள் என்னிடம் கேட்கிறீர்கள்!"

"சரி, நாம் மல்யுத்தம் செய்வோம். யாராவது முன்னாடி வாருங்கள். எனக்கு இப்போது மல்யுத்தம் செய்ய வேண்டும்."

மெதுவான குரலில் யாரோ சொல்வது கேட்டது:
'பயில்வான் சுவாமி!'

மன்மத்நாத் பட்டாசாரியாவின் வீட்டில் உள்ள சமையல்காரன், என்னுடைய கையில் இருந்த புகைக்குழலையே பார்த்துக்கொண்டிருந்தான். அவனுடைய ஆசை மிகுந்த பார்வையைக் கண்டபோது நான் கேட்டேன்:

"என்ன, இது உங்களுக்கு வேண்டுமா?"

வேண்டும் என்று சொல்வதற்கான தைரியம் அவனிடம் இல்லை. அதேநேரம் கிடைத்தால் நன்றாக இருக்கும் என்ற எண்ணமும் உண்டு. மைசூர் ராஜா எனக்கு அன்பாக அளித்த பரிசு இது. ஆனாலும் புகைக்குழலை அவனுக்கு நேராக நீட்டினேன்.

"இதை நீங்கள் வைத்துக் கொள்ளுங்கள்"

முதலில் அவன் சற்றுத் தயங்கினான். கட்டாயப்படுத்தியபோது அதை வாங்கிக்கொண்டான். புகைக்குழல் கையில் கிடைத்தவுடன் அந்த முகத்தில் பரவிய சந்தோசத்தைப் பார்த்தேன். அந்தச் சந்தோசத்தைவிடப் பெரிதல்ல அல்லவா எனக்கு இந்தப் புகைக்குழல்!

அமெரிக்காவிற்குக் கப்பலில் செல்ல இனி ஒரு மாதம் மட்டுமே. ஆனால், எதிர்பாராமல் கேத்ரி ராஜாவின் தூதுவன் மதராஸிற்கு வந்தான். பயணத்திற்கான பணத்தையெல்லாம் சேகரித்து ஆதரவாளர்கள் என்னை வழியனுப்பி வைக்கத் தயாராக இருந்தார்கள். மதராஸில் இருந்து புறப்படுகின்ற கப்பல் பயணத்திற்குத் தேவையான எல்லா ஏற்பாடுகளையும் அவர்கள் செய்து முடித்திருந்தார்கள்.

வந்ததும் வராததுமாகக் கேத்ரி ராஜாவின் தனிச் செயலாளர் சொன்னார்:

"சுவாமிஜி உடனே கேத்ரிக்கு வரவேண்டும். மகாராஜா உங்களைப் பார்ப்பதற்காகக் காத்திருக்கிறார்."

"அன்புள்ள ஜெகன்மோகன், அமெரிக்காவிற்குச் செல்வதற்கான ஏற்பாடுகள் எல்லாம் பூர்த்தியாகிவிட்டன. இதற்கிடையே மகாராஜாவைப் பார்க்க எப்படி என்னால் வர முடியும்?"

அவன் விடுவதாகத் தெரியவில்லை.

"சுவாமிஜி, ஒரு நாளைக்காவது நீங்கள் கேத்ரியில் வந்து தங்கியே ஆகவேண்டும். நீங்கள் வராமலிருந்தால் மகாராஜாவின் ஏமாற்றத்திற்கு அளவில்லாமல் போய்விடும். உங்களுடைய மேற்கத்திய நாடுகளுக்கான பயண ஏற்பாடுகளைப் பற்றி எல்லாம் கொஞ்சமும் கவலைப்பட வேண்டாம். மகாராஜாவே அதற்கான எல்லா ஏற்பாடுகளையும் செய்து தருவார்."

இறுதியில் சம்மதம் சொல்ல வேண்டியதாகிவிட்டது.

முப்பத்தி இரண்டு

இரண்டு வருடத்திற்கு முன்புதான் கேத்ரி அரண்மனைக்கு முதன்முதலாகச் சென்றிருந்தேன். அன்று ராஜா அஜித்சிங்கிற்கு வாரிசு எதுவுமில்லை. ஒரு மகன் கிடைப்பதற்காக நீங்கள் என்னை ஆசீர்வதிக்க வேண்டுமென்று அன்று ராஜா சொன்னது நினைவில் வந்தது.

ராஜாவிற்குப் பின்பு அந்த நாட்டின் இளவரசன் ஆவதற்கு இப்போது ஒரு மகன் கிடைத்திருக்கிறான். சந்தோசத்தால் மதிமறந்த மகாராஜா நாட்டில் நடைபெறுகின்ற உற்சாக விழாக்களில் கலந்துகொள்ள என்னையும் அழைத்துவரச் சொன்னதில் அதிசயமொன்றும் இல்லை.

கேத்ரி செல்வதற்கான இரயில் பயணத்திற்குத் தயாரானேன். மதராஸில் ஆதரவாளர்களிடமும் நண்பர்களிடமும் விடைபெற்றேன். ஜெகன் மோகன்லால் மிகுந்த சந்தோசத்தோடு இருந்தார்.

வாசிப்பும் ஓய்வும் உறக்கமும் அல்லாமல் வேறு எதையுமே இரயிலில் செய்ய முடியாது... நெடுந்தூரப் பயணத்தின் சோர்வினால் கண்கள் மூடிப் போயின...

அதோ அங்கே அரபிக்கடலில் உதித்து நிற்கும் சூரியனைப்போல குருவினுடைய முகம் பிரகாசித்து நிற்பதைக் கண்டேன். அவர் கடல் பரப்பின் வழியே என்னை நோக்கி நடந்து வந்தார். களங்கமற்ற அந்த முகத்தின் அன்பைக்

கண்டபோது அவருடைய அருகில் ஓடிச்செல்ல வேண்டுமென்ற ஆவல் தோன்றியது.

ஆனால், கடலில் கால் எடுத்து வைத்தபோது கால்கள் ஆழத்தில் அமிழ்ந்து போயின! அவரைப் போல நீர்ப்பரப்பின் மீது நடந்துசெல்ல என்னால் முடியவில்லையே.

இதைப்பார்த்து அருகில் ஓடிவந்த குரு, என்னுடைய கைகளைப் பிடித்துக்கொண்டு, அலைகள் நிறைந்த கடலுக்கு அப்பால் நடக்கத் தொடங்கினார். இப்போது அவரைப்போல எனக்கும், தண்ணீரின்மேல் வானமும் கடலும் தொட்டு நிற்கும் தொடுவானத்தை நோக்கி நடந்துசெல்ல முடிந்தது...

திடுக்கிட்டு எழுந்தபோது சொல்லமுடியாத ஆனந்தத்தால் மனம் நிறைந்தது. தெய்வத்தின் கட்டளையாக இந்தக் கனவு தரிசனத்தை இதயத்தில் ஏற்றுக்கொண்டேன்.

என்னுடைய வாழ்க்கை அர்த்தமற்றதாகி விடக்கூடாது என்று மனது எச்சரித்தது. முடிந்துபோன சில சம்பவங்களின் வழியாகவும் அனுபவங்களின் வழியாகவும் மனது பயணிக்கத் தயாராக நின்றுகொண்டிருந்தது. ஒரு காகத்தைப் போல யாருடைய வீட்டிலிருந்தாவது உணவை உண்டு, பிச்சையெடுத்து வாழ்வதற்காகவா நான் என் சொந்த வீட்டைவிட்டு இறங்கி நடந்தேன்? நாணமோ கூச்சமோ கொஞ்சமும் இல்லாமல் இப்படி அலைந்து திரிந்து நடப்பதல்ல என்னுடைய வாழ்க்கை இலட்சியம். எல்லா நாளும் இரந்து வாழ்கின்ற இந்த வாழ்க்கை சலிப்பை ஏற்படுத்தத் தொடங்கியிருக்கிறது.

என்னை உணவூட்டி வளர்ப்பதனால் இந்த ஏழைமக்களுக்கு என்ன பயன்? எனக்காக ஒதுக்கி வைக்கும் ஒருபிடி உணவினை அவர்கள் மிச்சமாக்கினால், அவர்களுடைய குழந்தைகளுக்கு அதைக் கொடுக்கமுடியும். தெய்வத்தைத் தரிசிக்க முடியவில்லையென்றால் இந்த உடலை மட்டும் காப்பாற்றி என்ன பயன்? தாங்க முடியாத ஆத்ம தாகம்

பாதித்ததைப் போன்றவொரு அவஸ்தை மனதில் உருக் கொண்டது.

முன்காலத்தில் இருந்த சில மகரிஷிகளைப் போல மரணம் வரை உண்ணாவிரதம் இருந்து இந்த உடலை விட்டு அகல வேண்டுமென்ற சிந்தனையில் அடர்ந்த காட்டை நோக்கிப் பயணமானேன். உணவு எதுவும் உண்ணாமல் காடுகளின் வழியே நடந்துகொண்டிருந்தேன். மாலைநேரம் ஆகிவிட்டது. பசியும் தாகமும் சோர்வும் வந்து தளர்ந்து போனேன். இறுதியில் ஒரு மரத்தடியில் சென்று விழுந்தேன்! மனதை முழுமையாகத் தெய்வத்திடம் ஒப்படைத்தேன். பார்வைகள் வேறு எதையும் தொடாமல் தூரத்திலுள்ள எதையோ தேடிக்கொண்டு சென்றன.

சற்று நேரத்திற்குப் பிறகு ஒரு புலியின் சத்தம் தூரத்திலிருந்து கேட்டது. அது அருகில் வந்துகொண்டே இருந்தது. மெதுவாக மெதுவாக அது இரையின் அருகே வந்துகொண்டிருந்தது. ஆனால், மிக அருகில் வரவில்லை. சற்றுத் தூரத்தில் புலி உட்கார்ந்திருந்தது.

நல்லது. உனக்கும் பசிக்கிறது! எனக்கும் பசிக்கிறது! என்ன இருந்தாலும் என்னுடைய இந்த உடல் உண்மையைக் கண்டறியப் பயன்படப் போவதில்லை. இதைக் கொண்டு இந்த உலகத்திற்குப் பெரிய பயன் எதுவும் உண்டாகும் என்றும் தோன்றவில்லை. அதனால் இந்த உடலால் உன்னுடைய பசியாவது அடங்கட்டும்!

அசையாமல் அமைதியாகத் தரையில் கிடந்தேன். எந்த நிமிடமும் புலி என்மீது பாய்ந்து விழலாம். புலியின் பாய்ச்சலை எதிர்பார்த்துக் கொண்டு சற்று நேரம் அப்படியே கண்மூடிக் கிடந்தேன்.

எதுவுமே நடக்கவில்லை என்று தெரிந்தபோது மெல்லக் கண்களைத் திறந்து பார்த்தேன்: புலி ஏனோ வேறொரு வழியை நோக்கி நடந்து சென்றுகொண்டிருந்தது. அது மீண்டும் திரும்பி வரலாம் என்று கருதி அங்கேயே கிடந்தேன். ஆனால், அது வரவில்லை.

காட்டின் ஒரு மரத்தடியில் தியானித்துக் கொண்டு அந்த இரவைக் கழித்தேன். விடியும் வேளையில், காடுகளின் அமைதியில் தெய்வத்தின் காருண்யத்தை நினைத்தபோது ஆச்சரியமானதொரு சக்தி உள்ளத்தைப் பிடித்துக்கொண்டது. அந்தச் சக்தி அனுபூதியாக மாறி மனதை நிறைத்துக்கொண்டிருந்தது.

என்னுடைய பயணத்திற்கு முடிவு இல்லை. மீண்டும் நடந்தேன். பல வழிகளினூடாகவும் நடந்துகொண்டே இருந்தேன். நடந்து நடந்து தளர்ந்து முன்னோக்கிச் சென்றுகொண்டிருக்கவே, திடீரென்று தலை சுற்றுவதைப்போலத் தோன்றியது. கொஞ்சங்கூட நடக்க முடியாததைப்போலத் தோன்றியது. கடுமையான வெயிலின் சூட்டினைப் பெற்றுக்கொண்டே, எல்லாச் சக்தியையும் சேகரித்துக் கொண்டு, தட்டுத்தடுமாறி ஒரு மரத்தின் நிழலில் வந்தமர்ந்தேன். கடினமான சோர்வினால் மொத்தத்தில் தளர்ந்து போய்விட்டேன். உள்ளத்தில் சட்டென்று ஒரு சிந்தனையின் பிரகாசம்! சர்வ சக்தியும் ஆத்மாவில் குடிகொள்கிறது என்பது உண்மையல்லவா! அப்படியென்றால் இந்தச் சோர்வு எப்படி என்னைப் பாதிக்கும்?! உடலில் சட்டென்று ஒரு சக்தியின் பேரலை. மனது உற்சாகமானது. கைகால்களுக்குப் பலம் வந்திருக்கிறது. உணர்வு பெற்றுத் துள்ளி எழுந்தேன். இனி சோர்விற்கு அடிபணிய முடியாது.

பலமுறை மரணத்தின் வாசற்படி வரை சென்றிருக்கிறேன். பட்டினி கிடந்த நாட்கள் கணக்கில் இல்லை. தாங்க முடியாத பட்டினியால் ஒரு அடிகூட எடுத்து வைக்க முடியாமல், ஏதாவது மரத்தடியில் சென்று விழுந்த நாட்களுண்டு. மூச்சு நின்று போவதைப்போலப் பேச முடியாமல், எதையும் சிந்திக்கவும் முடியாமல் இருந்து, இறுதியில் மனது உறுதியான ஒரு சிந்தனையில் தஞ்சம் புகுந்துவிடும்:

எனக்கு மரண பயமில்லை. நான் ஒருபோதும் பிறக்கவில்லை; பின் நான் எப்படி இறப்பது? பசியில்லை; தாகமுமில்லை. ததேவாஹமஸ்மி, ததேவாஹமஸ்மி! இந்த

முழுப் பிரபஞ்சத்தாலும் என்னை அழிக்கஇயலாது. சர்வேசுவரா!, உன்னுடைய சொரூபத்தை நான் மனதில் நிறுத்திக்கொள்கிறேன். இருள் வரும்போது, உண்மையில் மனதினை உறுதியாகப் பற்றிக்கொள்ளவேண்டும். என்னுடைய பயணத்திற்குத் தடையாக இருப்பதெல்லாம் மாறியே ஆகவேண்டும். என்ன ஆனாலும் இது ஒரு கனவு மட்டும்தான்!

"சுவாமிஜி, ஒரு குழந்தை பிறந்த சந்தோசத்தின் உற்சாக விழாதான் நாட்டில். மகாராஜா உங்களை எதிர்பார்ப்போடு காத்துக் கொண்டிருப்பார்."

ஜெகன் மோகன்லாலின் வார்த்தைகளைக் கேட்டு சிந்தனையில் இருந்து மீண்டேன்.

கேத்ரிக்குச் செல்லும் பயணம், பம்பாயையும் ஜெய்ப்பூரையும் தாண்டி இருக்கிறது.

கேத்ரிக்குச் சென்று சேரும்போது மாலை வேளையை இருள் சூழத் தொடங்கியிருந்தது.

அரண்மனை முழுவதும் விளக்குகளால் வண்ணமயமாகி இருந்தது. எல்லோரும் மிகுந்த களிப்பில் இருந்தார்கள். உற்சாக விழாக்கள் தொடங்கி மூன்று நாட்களாகியிருக்கிறதாம். நகரமெல்லாம் வண்ண அலங்காரங்களால் ஒளிமயமாகி இருக்கிறது. எங்கு பார்த்தாலும் பாடல்களும் நடனங்களும் உற்சாக ஆரவாரங்களும்.

அரண்மனைக்கு உள்ளே செல்லும்போது, மகாராஜா சிம்மாசனத்தில் வீற்றிருந்திருந்தார். பல ராஜாக்களும் அங்கே அமர்ந்திருந்தனர். அவர்கள் உற்சாகக் களிப்பில் திளைத்திருப்பதைப் பார்த்தேன்.

ஜெகன்மோகன் லால் ராஜசபைக்கு என்னை அழைத்துக்கொண்டு சென்றார். சிம்மாசனத்திற்கு முன்னால் வந்ததும் மகாராஜா சட்டென்று எழுந்து நெடுஞ்சாண்கிடையாக விழுந்து வணங்கினார். அவரைப்பிடித்து எழுப்பி நிறுத்தும்போது, கூடவே இருந்த ராஜாக்கள் எல்லோரும்

எழுந்து நின்று கைகூப்பித் தொழுது கொண்டிருப்பதைப் பார்த்தேன்.

சிறப்பாகத் தயாராக்கி வைத்திருந்த பீடத்தை நோக்கி ராஜா என்னை அழைத்துக் கொண்டு சென்றார். அப்போது பாடல் குழுவினர் வரவேற்புப் பாடலைப் பாடத்தொடங்கினர்.

மகாராஜா சபையின் முன்னால் என்னை அறிமுகப்படுத்தினார்:

"சுவாமி விவேகானந்தர்!"

திடீரென்றுதான் நினைவு வந்தது. கேத்ரியில் என்னுடைய முதல் சந்திப்பில் இந்தப் பெயரை எனக்கு வழங்கியவர் கேத்ரி மகாராஜாதான். அன்று என்னுடைய பெயர் விவிதிஷானந்தன் என்றல்லவா இருந்தது!.

அன்றொரு நாள் மகாராஜாவோடு சேர்ந்து அமர்ந்திருக்கும்போது ஒரு தமாசுப்போல அவர் கேட்டார்:

"உங்களுடைய பெயர் சற்றுக் கடினமாக இருக்கிறதே. மொழி வல்லுநரின் உதவியில்லாமல் விவிதிஷானந்தன் என்ற பெயரின் பொருளைச் சாதாரண மனிதனால் அறிந்துகொள்ள முடிவதில்லை. அதுமட்டுமல்ல, உச்சரிப்பதும் கடினம். உங்களுடைய விவிதிஷா காலம் அதாவது, ஞானத்தைத் தேடிக்கொண்டிருக்கும் காலம் முடிவடைந்திருக்கிறது அல்லவா. இனியாவது இந்தப் பெயரை மாற்றக்கூடாதா?"

ராஜா கேட்டதும் சரியான கேள்விதான். அவரிடமே திருப்பிக் கேட்டேன்.

"ஆகட்டும். உங்களுக்குப் பிடித்த பெயரென்ன?"

அதைக் கேட்டதும் மகாராஜா சொன்னார்:

"சுவாமிஜிக்குப் பொருத்தமாக இருக்கும் என்று எனக்குத் தோன்றிய பெயரைச் சொல்லட்டுமா?"

"சரி, சொல்லுங்கள்"

"விவேகானந்தர்."

அந்தப் பெயரைக் கேட்டதும் ராஜா அஜித்சிங்கின் முகத்தை அன்போடு பார்த்தேன். அந்த நட்பின் முகத்தை நோக்கிப் புன்னகைத்தேன். அன்றுமுதல் அந்தப் பெயரை உள்ளத்தில் ஏற்றுக்கொண்டேன். ஆனாலும் சச்சிதானந்தன், விவிதிஷானந்தன் என்னும் பெயர்களோடு இரண்டு ஆண்டுகள் துறவறப் பயணத்தைத் தொடர்ந்தேன்; யார் என்று தெரியாமல் இருப்பதற்காகத்தான் அந்தப் பெயர்கள்.

கேத்ரியின் சுடு காற்றினைப் பெற்றுத் தளர்ந்தபோது அன்று ராஜா சொன்னார்:

"என் நாட்டு மக்கள் செய்வதுபோல, இந்தச் சுடு காற்று உங்களைப் பாதிக்காமலிருக்க நீங்கள் தலைப்பாகை அணியவேண்டும்."

எனக்குத் தலைப்பாகையும் புதிய பெயரும் நல்கிய ராஜா இப்போது மிகுந்த உற்சாகத்தில் இருக்கிறார். ஒரு வாரிசு கிடைத்த சந்தோசத்தின் அலை நாடெல்லாம் அடித்துக் கொண்டிருக்கிறது.

●

முப்பத்தி மூன்று

கேத்ரியில் மக்கள், கூட்டம் கூட்டமாக என்னை வந்து சந்தித்துக் கொண்டிருந்தார்கள். ஒரு நிமிடம்கூட அவர்கள் எனக்கு ஓய்வு தரவில்லை. நிறுத்த விடாமல் அவர்கள் என்னைப் பேசவைத்துக் கொண்டிருந்தனர். பலவற்றையும் தெரிந்து கொள்ளவேண்டும் என்ற அவர்களின் ஆர்வத்தின் முன்னால் நானும் அமர்ந்து கொடுத்தேன்.

'சாப்பிட்டீர்களா' என்றுகூட யாரும் கேட்கவில்லை. மூன்றாம் நாள் இரவில் பார்வையாளர்கள் எல்லாம் சென்றபிறகு, ஏழ்மையான ஒரு தலித் இளைஞன் அருகில் வந்து சொன்னான்:

"மகாராஜா, ஓய்வில்லாத காரணத்தால் இந்த நாட்களிலெல்லாம் உங்களால் எதுவும் சாப்பிட முடியவில்லை அல்லவா! அதிகமான பசியும் சோர்வும் இருக்கும். ஒரு துளி தண்ணீர்கூட நீங்கள் குடிக்கவில்லை."

அந்த இளைஞனிடம் கேட்டேன்:

"எனக்கு ஏதாவது சாப்பிடத் தருவதற்கு உங்களால் முடியுமா?"

அவன் சொன்னான்:

"உங்களுக்குச் சாப்பாடு தரவேண்டுமென்று என் மனம் ஆசைப்படுகிறது. ஆனால், நான் தயார்செய்த சப்பாத்தியை நீங்கள் எப்படிச் சாப்பிடுவீர்கள்?"

ஒரு நிமிடம் சிந்தித்த பிறகு அவன் சொன்னான்:

"கோதுமை மாவும் பருப்பும் மற்ற தேவையான பொருட்களும் எல்லாம் நான் கொண்டுவருகிறேன். நீங்கள் அதைச் சமைத்துச் சாப்பிட முடியுமா?"

தியாகிகளின் விரதப்படி தீயை அவர்கள் தொடக்கூடாது.

"நீங்கள் தயாராக்கிய சப்பாத்தியைத் தந்தால் போதும். சந்தோசமாக நான் சாப்பிடுவேன்."

இதைக் கேட்டதும் அவன் பயந்து ஒதுங்கி நின்றான். கேத்ரி மகராஜாவின் நாட்டில் வாழ்பவன் அவன். செருப்புத் தைக்கும் ஒருவன், ஒரு சந்நியாசிக்குச் சப்பாத்தி கொடுத்தான் என்று ராஜா கேள்விப்பட்டால், அவனுடைய கதை அதோடு முடிந்துவிடும் என்று அவனுக்குத் தெரியும்! நிச்சயம் கடுமையான தண்டனை கிடைக்கும். ஒருவேளை, நாடு கடத்தப்படவும் செய்யலாம்.

"பயப்பட வேண்டாம், மகாராஜா உங்களைத் தண்டிக்கமாட்டார்."

அப்படிச் சொன்னபோதும் அவனுக்கு அதில் நம்பிக்கை வரவில்லை. தண்டனை கிடைத்துவிடும் என்ற பயம் இருந்தாலும் அவன் கனிந்த இதயம் கொண்டவனாக இருந்தான்.

அவன் உணவைக் கொண்டுவந்து தந்தான். தங்கத்தட்டில் தேவர்கள் அமிர்தம் பரிமாறினால்கூட இவ்வளவு சுவை இருந்திருக்காது. பயங்கரமான பசியினால் அதனை இரசித்து உண்டேன்.

இதேபோன்று ஆயிரக்கணக்கான மக்கள் பாரதத்தின் பல விடங்களிலும் ஏழ்மையான குடிசைகளில் வாழ்ந்துகொண்டிருக்கின்றனர். நாம் அவர்களைத் தாழ்ந்த சாதிக்காரர்கள் என்றும், தீண்டத்தகாதவர்கள் என்றும் முத்திரை குத்தித் தள்ளி வைத்திருக்கிறோம்...

கேத்ரிராஜாவுக்கு இந்தச் செய்தி எப்படியோ தெரிந்துவிட்டது!

ராஜா அவனை அழைத்துக்கொண்டு வரச்சொன்னார். தனக்குக் கடுமையான தண்டனைக் கிடைக்கப்போகிறது என்று அவன் பயந்தான். உச்சி முதல் பாதம் வரை நடுங்கிக்கொண்டே அவன் அரண்மனைக்கு வந்துசேர்ந்தான். ஆனால், மகாராஜாவின் பாராட்டுகளைக் கேட்டு அவன் ஆச்சரியமடைந்தான். அவனுடைய வறுமைக்கு அன்றோடு திரைச்சீலை விழுந்தது!

சிகாகோ பயணத்திற்கு வேண்டிய எல்லா ஏற்பாடுகளையும் செய்துதருவதற்குக் கேத்ரிராஜா தன்னுடைய தனிச்செயலாளரை நியமித்திருந்தார். கேத்ரியில் இருந்து ஜெய்ப்பூர் வழியாகப் பம்பாய்க்குப் புறப்பட்டேன்.

வழி அனுப்புவதற்காக, மதராஸில் இருந்து அளசிங்கப் பெருமாள் பம்பாய்க்கு வந்திருந்தார்; கூடவே சில இளைஞர்களும்.

'பெனின்சுலர்' என்ற பயணக் கப்பல் 'கேட்வே'க்கு அருகில் நின்று கொண்டிருந்தது.

முதல் வகுப்பில் பயணம் செய்வதற்கான டிக்கட்டை ஜெகன்மோகன் லால் ஏற்பாடு செய்துகொண்டு வந்தார். பயணச் செலவிற்கான கொஞ்சம் பணமும் மதராஸில் இருந்து வந்தவர்கள் எனக்குத் தந்தனர்.

ஆனால், மனம் முழுவதும் வராக நகரத்திலுள்ள மடம்தான் நிறைந்து நின்றது. அங்கு தங்கியிருக்கும் சகோதர சந்நியாசிகள் மனதில் ஓடிவந்தனர்! எல்லாரும் அங்கே நலமாக இருக்கட்டும் என்று மனதில் பிரார்த்தித்துக் கொண்டேன். நான் இப்போது எங்கிருக்கிறேன் என்று வராக நகரத்தில் உள்ளவர்களுக்குத் தெரியாது.

துறவியாக அலைந்து திரிந்த வேளையில் சாரதா தேவியின் ஆசீர்வாதங்களுக்காக மனது அலைபாய்ந்ததைப்போல, இந்த

நீண்ட பயணத்திற்குத் தயாராகும்போதும் தேவியின் ஆசீர்வாதத்திற்காக மனம் ஏங்கியது.

தேவிக்கு எல்லா விசயங்களையும் எழுதிய கடிதத்தை அனுப்பி இரண்டு வாரங்கள் கடந்திருந்தன. பதில் கடிதத்தை மதராஸில் இருந்து வந்தவர்கள் கையில் கொண்டு வந்திருந்தார்கள். கடிதத்தில் தேவி இப்படி எழுதியிருந்தார்:

“என் அன்பிற்குரிய மகனான நரேனை முன்பின் தெரியாத தூர தேசத்திற்கு அனுப்புவதற்கு மனம் ஒப்புக்கொள்ளவில்லை. ஆனால், இந்தத் தீர்மானம் ஸ்ரீராமகிருஷ்ணனுடையது என்று தாமதியாமல் எனக்குப் புரிந்தது. அவருக்கு மிகவும் விருப்பமான சிஷ்யனுக்கு எல்லா நன்மைகளும் உண்டாகட்டும். ஜெகதீஸ்வரி உன்னை ஆசீர்வதிக்கட்டும்!”

கடிதத்தைப் படித்தபோது மனதில் ஆனந்தம் அலையடித்தது: தேவியின் முகத்தை அந்த வரிகளுக்கு இடையே நான் பார்த்தேன்.

காவி நிறத்திலுள்ள நீண்ட அங்கியையும் தலைப்பாகையையும் அணிய வேண்டுமென்று நண்பர்கள் வற்புறுத்தினார்கள். அளசிங்கப் பெருமாளும் ஜெகன்மோகன் லாலும் கப்பலின் உள்ளேயுள்ள நடைபாதை வரை வந்தனர்.

கப்பலிலிருந்து பெரிய மணி முழங்கத் தொடங்கியது. என்னுடைய அருகில் நின்றுகொண்டிருந்த நண்பர்கள் விடைபெற்றபோது அவர்களுடைய கண்கள் கலங்குவதைப் பார்த்தேன். கிளம்பும்போது என்னுடைய பாதங்களில் விழுந்து வணங்கினர். பின்பு பிரிய மனமில்லாமல் கப்பலில் இருந்து இறங்கினார்கள்.

கப்பல் கேட்வேயில் இருந்து மேற்கு நோக்கி நகரத் தொடங்கியது.

குருநாதரையும் சாரதா தேவியையும் சகோதர சந்நியாசிகளையும் மனதில் நினைத்துக் கொண்டு கப்பலின்

முகப்புத்தளத்தில் நின்றிருந்தேன். பாரத தேவி மனதில் ஓடி வந்தாள்.

தாய் மண்ணின் மகத்துவங்களும், போதாமைகளும் மாறி மாறி மனதில் மின்னி மறைந்துகொண்டிருந்தன. ஞானிகளான மகரிஷிகளால் வளம்பெற்ற பூகண்டம். ஆனாலும், சனாதன தர்ம பூமியின் மக்களுக்குத் துக்கத்தின் அளவில் எந்தக் குறையுமில்லை.

தியாக பூமியிலிருந்து போகபூமியை (இன்பம் நுகரும் பூமி) நோக்கிய பயணம் இது. தர்ம பூமியினூடாக உள்ள என்னுடைய துறவு காலத்தின் கஷ்டங்களும் துக்கங்களும் ஓய்வின்மையும் மனதில் வந்துகொண்டே இருந்தன...

குஜராத்தில் கச்சினூடாக உள்ள கால்நடைப் பயணம். வறண்ட பாலைவனப் பூமி கண்ணுக்கு எட்டாத் தூரத்தில் பரந்து விரிந்து கிடந்தது. உருகி விழுந்துகொண்டிருந்த வெயிலின் கொடுமையால் தொண்டை வறண்டு வெடித்தது. ஒரு வீட்டையோ, ஒரு ஆளின் நிழலையோகூட எங்கும் பார்க்க முடியவில்லை.

கடைசியாகத் தூரத்தில் ஒரு கிராமம் கண்ணில் தென்பட்டது. அப்பாடா! கண்களுக்கு நிம்மதி வந்தது. கிராமத்தில் ஒரு பெரிய ஏரியையும் பார்க்கமுடிந்தது. அவ்விடம்வரை நடந்து சென்றால் குடிப்பதற்கு ஏதாவது கிடைக்குமல்லவா!

எங்கேயாவது சிறிது நேரம் ஓய்வெடுக்க வேண்டும். அந்த அளவிற்குச் சோர்வு. நடையின் வேகத்தைக் கூட்டினேன். எவ்வளவோ நடந்தும், கிராமம் இப்போதும் தூரத்தில்தான் தெரிகிறது!

மனதில் ஏமாற்றம் தோன்றியது. மணற்பரப்பில் சோர்ந்து உட்கார்ந்து விட்டேன். சுற்றிலும் பார்த்தேன். நான் கண்ட கிராமம் எங்கே? அந்த ஏரி எங்கே? அவையெல்லாம் எங்கே போய்விட்டன?

அதொரு கானல்நீராக இருந்தது!

வாழ்க்கையும் இப்படித்தான்; ஒரு கானல்நீர். மாயை நம்மை ஏமாற்றிக் கொண்டிருக்கிறது.

மெல்ல எழுந்து நடக்கத்தொடங்கினேன். மீண்டும் கானல் நீர் கண்களில் தெரிந்தபோதும்கூட, மனதில் அந்தப் பெரும்பிழை தோன்றவில்லை. கானல் நீரின் தனி உருவத்தை மனது நன்கு அறிந்துவிட்டது.

ஒரு ஆதரவாளரான அஜய்கோஷின் முன்னால் ஒருமுறை எனது சுயசரிதை போல எனக்குச் சொல்லவேண்டி வந்தது:

அய்யோ! நான் அனுபவித்த கஷ்டங்களெல்லாம் வித்தியாசமானவை. ஒருமுறை உணவெதுவும் கிடைக்காமல் பசித்து, தளர்ந்து, நினைவற்று வழியில் விழுந்துகிடந்தேன். அந்த நிலையில் எவ்வளவு நேரம் அங்கே கிடந்தேன் என்பது தெரியவில்லை. பின்புதான் தெரிந்தது மூன்று நாள்களாக அங்கே கிடந்திருக்கிறேன் என்று. மழைத்துளியின் குளிர் உடலில் பட்டபோதுதான் மூன்றாம் நாள் நினைவுதிரும்பி எழுந்தேன். உடுத்தியிருந்த உடையெல்லாம் மழையில் நனைந்து போயிருந்தன. மழையில் நனைந்ததால் உடற்சோர்வு கொஞ்சம் குறைந்திருந்தது. ஒருவழியாகப் பக்கத்திலிருந்த ஒரு சந்நியாசி மடம்வரை நடந்துசென்றேன். அங்கிருந்து கிடைத்த உணவை உண்டுதான் தப்பிப்பிழைத்தேன்.

பட்டினியும் ஆபத்தும் அபாயங்களும் புறக்கணிப்புகளும் நிறைந்திருந்த துறவறக் காலத்தில், கையில் ஒரு பகவத்கீதையும் குருநாதரின் படமும் மட்டும்தான் இருந்தன. பாரதத்தின் மத்திய பகுதிகளில் உள்ளவர்கள் முழுமையாக என்னைப் புறக்கணித்தனர். அவர்கள் உணவோ, புகலிடமோ தரவில்லை.

ஒரு தோட்டியின் வீட்டில் தங்கும் நிலை ஏற்பட்டபோதுதான், அவர்களைப் போன்ற மனிதர்களில் மறைந்து கிடக்கின்ற நன்மையின் பிரகாசத்தைக் கண்டறிய முடிந்தது.

பாரத பூமியில் ஒரு சிறிய பகுதியினர் மட்டுமே வறுமையில் உழலாதவர்களாக இருக்கின்றனர். பிறபகுதிகளில் எங்கு பார்த்தாலும் குப்பைகளும், சுகாதாரக் கேடுகளும், துக்கங்களும் கஷ்டங்களும்தான். இதற்கு வெளியே பெண்களிடம் காட்டுகின்ற ஆதரவின்மையும் புறக்கணிப்புகளும் ஏராளம். இந்தப் பெண்களின் துர்பாக்கியத்தைக் காணும்போது, தாய்மையின் மகிமை வெறும் வார்த்தைகளில் மட்டுமே ஒதுங்கிவிடுவதாகத் தோன்றியது.

பலவிதமான ஆசாரங்களையும், மாறுபட்ட நம்பிக்கைகளையும், வித்தியாசமான வாழ்க்கை முறைகளையும் கண்டு கொண்டே நடந்த பாரத பூமியின் வழியாகச் செய்த பயணம் முடிவடைந்திருக்கிறது.

தியாக பூமியில் இருந்து போகபூமியை நோக்கிச் சென்று கொண்டிருக்கும்போது, இடையிடையே கப்பலின் மணியோசை காதுகளில் ஒலித்துக் கொண்டிருந்தது.

●

முப்பத்தி நான்கு

வான்கூவர் செல்லும் கப்பல், அரபிக்கடலினைக் கிழித்துச் சென்றுகொண்டிருந்தது.

பாரதத்தின் பண்பாடும், பாரதீயச் சிந்தனைகளும் மேற்கத்திய மக்களுக்கு இன்றும் அன்னியம்தான். அவர்கள் பாரதத்தை வேறொரு ரீதியில் புரிந்துகொண்டிருக்கிறார்கள்.

வேதச் சிந்தனைகளின் பண்பாட்டில் ஆழ்ந்து கொண்டிருக்கும் ஒரு ஜனக்கூட்டத்தை மதமாற்றத்தின் வழியாக, தங்கள் சொல்லின்கீழ் நிறுத்துவதற்கு வெளிநாட்டவர்கள் முயற்சித்துக் கொண்டிருக்கின்றனர். பாரம்பரியத்தை இழந்துகொண்டிருக்கின்ற ஒரு சமூகத்திற்குத் தங்களுடைய சனாதன தர்மத்தின் சரியான உண்மையில் மனதைப் பிடித்துநிறுத்த இயவில்லை. வறுமையின் குப்பைக்குழியில் இருந்து பார்க்கும்போது அவர்களால் எப்படி சனாதன தர்மத்தைப் புரிந்துகொள்ள முடியும்!

கப்பல் வாழ்க்கையுடன் வேகமாக இணங்க முடிந்தது. வெறும் தண்ணீர்ப் பாத்திரத்தை மட்டும் கையில் எடுத்துக்கொண்டு நடந்திருந்த எனக்கு இப்போது பெட்டியும் பொட்டலமும் தோள்பையும் எல்லாமுமாகப் போதும் போதுமென்றாகிவிட்டது.

ஆர்ப்பரிக்கும் கடல்; அலைகளின் ஏற்ற இறக்கம்; காற்றின் பேரிரைச்சல்; கரை காணாத கடல் தொடுவானத்தைத்

தொட்டு நிற்கும் தூரத்தில் பரந்து விரிந்து கிடக்கிறது. உற்சாகத்தைத் தருகின்ற குளிர்க்காற்றைப் பெற்றுக்கொண்டே சக பயணிகளோடு பேசிக்கொண்டிருந்தேன்.

கப்பல் கேப்டன், கப்பலின் எல்லாப் பகுதிக்கும் என்னை அழைத்துக்கொண்டு சென்றார். இயந்திரங்களின் செயல்பாடுகளைப் பற்றி அவர் எனக்குச் சொல்லித் தந்தார்.

பழக்கமில்லாத உணவு முறைகளோடு பழகிக்கொள்ள வேண்டியிருந்தது. அறிந்திராத கால நிலையை ஏற்றுக்கொள்ள வேண்டியிருந்தது. அறியாத மனிதர்களும் அவர்களது மொழிகளும்; விதவிதமான ஆடைக் கலாச்சாரங்களும். பல்வேறு மனிதர்களின் உணவுகளையும் பழக்கவழக்கங்களையும் கற்றுக்கொள்ள முடிந்தது.

கப்பல் கொழும்புவை வந்தடைந்து நங்கூரம் போடப்பட்டது.

ஒருநாள் முழுமையாகக் கொழும்புவில் தங்கலாம். நகரத்தைச் சுற்றிப் பார்ப்பதற்கும் நேரம் உண்டு.

கொழும்பு நகரத்தின் தெருக்களில் இறங்கி நடந்தேன். புத்த மதச் சிற்பங்கள் நிறைந்த கோவில்கள் மனதினை மிகவும் கவர்ந்த காட்சிகளாயின. ஒரு கோவிலில், நிர்வாண நிலையை அடைய முயற்சிக்கும் ஸ்ரீ புத்தனின் அதியற்புதமான சிலையைக் கண்டபோது மனதில் சந்தோஷம் ததும்பியது.

கொழும்புவிலிருந்து கிளம்பிய பிறகு மலாய் தீவின் கடலோர நகரமான பெனாங்கில் கப்பல் நிறுத்தப்பட்டது. பண்டைய காலத்தில் கடல் கொள்ளையர்களின் முக்கிய இடமாக இருந்ததாம் இது.

பெனாங்கில் இருந்து சிங்கப்பூரிற்கு...

பயணத்தின் இடையில் மலைகள் தலையுயர்த்தி நிற்கின்ற சுமத்ரா தீவிகளைக் காணமுடிந்தது. பண்டைக்காலத்தில் கடல் கொள்ளையர்களின் மற்றொரு முக்கிய இடமாக இது இருந்திருக்கிறது என்று கேப்டன் சொன்னார்.

இதுவரை அறிந்திடாத தேசங்களின் புதிய காட்சிகள். புதிய நாடுகளின் அழகான காட்சிகளைக் கண்டுகண்டு ஒரு குழந்தையைப்போல மனம் சந்தோசத்தால் பூரித்தது. சிங்கப்பூரில், அழகான பூங்கா வனங்களையும் அருங்காட்சியகங்களையும் இரசித்துக்கொண்டே நடந்தேன்.

இப்போது ஹாங்காங்கிற்கு அருகே கப்பல் வந்திருக்கிறது என்று கேப்டன் சொன்னார். சீனாவின் காட்சிகள் ஹாங்காங்கில் இருந்துதான் ஆரம்பமாகின்றன. கனவுகளின், கற்பனைகளின் ஓவியம் மனதில் துளிர்விட்டது. வாணிபத்தில் மிகச்சிறந்தவர்கள் சீனர்கள்.

ஹாங்காங் துறைமுகத்தில், கப்பலைச் சுற்றி வந்துசேர்ந்த விதவிதமான தோணிகளைப் பார்ப்பதற்கு என்னவொரு அழகு! தோணிக்காரர்கள் போட்டிபோட்டுக் கொண்டு அழைத்தனர். தங்களுடைய தோணியில் ஏறிக் கரைக்குச்செல்ல எல்லாப் படகோட்டிகளும் கட்டாயப்படுத்திக் கொண்டிருந்தனர். பல மொழிகளிலும், பாதி ஆங்கிலத்திலும் அவர்கள் அழைத்துக் கொண்டிருந்தனர்.

நிம்மதியற்ற வாழ்க்கையைத்தான் அங்கே காணமுடிந்தது. தோணிகளில் இரண்டு அமரங்கள் (படகைத் திருப்பும் தண்டு) இருந்தன. குடும்பமாக அவர்கள் தோணியில்தான் வாழ்ந்து கொண்டிருந்தார்கள். அமரத்தின் மேல் பகுதியில் மனைவி உட்கார்ந்திருந்தாள். ஒரு அமரத்தைக் காலினாலும் மற்றொன்றைக் கையினாலும் அவர்கள் துளைகின்றனர். அம்மாக்கள் தங்கள் முதுகுகளில் சிறிய குழந்தைகளைக் கட்டிப்போட்டிருக்கிறார்கள்!

குழந்தைகளின் கையும் காலும் சுதந்திரமாக அசைகின்றன. அம்மா ஒரு தோணியிலிருந்து மற்றொரு தோணிக்குக் குதிக்கும்போதும், சுமைகளை நீக்கும்போதும், பாய்மரத்தை விரிக்கும்போதும் குழந்தை பேசாமல் அம்மாவின் முதுகில் தொங்கிக்கிடக்கிறது!

எங்கு பார்த்தாலும் தோணிகளின் நெருக்கம்தான். அந்த நெருக்கத்தில்கூட ஒரு ஆபத்தும் வராமல் பிஞ்சுக் குழந்தைகள், அம்மாவின் உடலோடு ஒட்டி முதுகில் கிடக்கின்றனர்.

குழந்தைகள் சிறிய வயதிலிருந்தே இங்கே வேலை செய்யத் தொடங்குகின்றனர். வறுமை என்னவென்பதை அவர்கள் நன்கு அறிவர். சீனாவும் பாரதமும் பட்டினியின் விசயத்தில் நண்பர்கள்தான்! கொடிய வறுமை காரணமாக அவர்களால் வேறு எதைப்பற்றியும் சிந்தித்துப்பார்க்க முடியவில்லை.

மூன்று நாட்கள் ஹாங்காங்கில். பின்பு கான்டனிற்கு...

சிக்யாங் நதிக்கரையில், கடலில் இருந்து கிட்டத்தட்ட எண்பது மைல் தூரத்தில், கான்டன் நகரம் பரந்து விரிந்து கிடக்கிறது. இந்த நாட்களில் நகரத்தைச் சுற்றிப்பார்த்து நடக்கலாம்.

நெருக்கடியிலும் ஆரவாரத்திலும் மூச்சடைத்து நிற்கிறது கான்டன் நகரம். சிக்யாங் நதியில் படகுகளின் மிகுதியால் நதிநீர் மறைந்து கிடக்கிறது. சரக்குப் படகுகளும், தங்குவதற்கு வசதியான படகுகளும் இங்கே உண்டு. வீடுகளாக மாற்றப்பட்ட படகுகள் ஏராளமுண்டு. அழகாக அலங்கரிக்கப்பட்டிருந்த பெரிய படகுகளைப் பார்ப்பதற்குக் கொள்ளையழகு! ஆடம்பரமான படகு வீடுகள்! சில படகு வீடுகளில் இரண்டு மூன்று மாடிகள் இருந்தன. நதிப்பரப்பில், படகு வீடுகளுக்கு இடையே அழகாக அலங்கரிக்கப்பட்ட தெருக்களும் இருந்தன. தண்ணீரின் மேலே மிதக்கும் தெருக்கள்!

சிக்யாங் நதிப்பரப்பு முழுவதும் அலங்கரிக்கப்பட்டிருந்தது. நதியின் இரு கரைகளிலும் நீண்ட தூரத்திற்கு அமைந்துள்ள இந்தப் பெரிய நகரம் நெருக்கடியால் நடுங்கிக்கொண்டிருந்தது. மக்கள் வெள்ளம் நிரம்பிய மகாநகரம்.

உயர்ந்த குலத்தில் பிறந்த பெண்கள் சீனாவில், வீட்டைவிட்டு வெளியே வருவதில்லை என்று தோன்றியது. வட இந்தியாவில் உள்ள இந்துப் பெண்களைப் போலத்தான்

இவர்களும். கடுமையான அந்தப்புர விதிகளை இங்கே சீனாவிலும் பார்க்க முடிந்தது.

கான்டனாவில் வழிபாட்டுத் தலங்கள் பலவற்றையும் சுற்றிப்பார்த்தேன். ஸ்ரீபுத்தரது ஐந்நூறு சிஷ்யர்களின் பெயரில் உள்ள கோவில் என்னை மிகவும் கவர்ந்தது. கோவிலின் மையப்பகுதியில் புத்தரின் பெரிய சிலை; அதன் கீழே பக்தியால் நிறைந்த தியான நிலையில் உள்ள மாமன்னரின் சிலை; சுற்றிலும் புத்தரின் ஐந்நூறு சிஷ்யர்களின் சிலைகள். மிகப் பழமையான பௌத்த சிற்பக்கலையைக் கண்டு மகிழ்ந்தேன். சீனாவின் புத்த கோவில்களுக்கும் பாரதத்தில் உள்ள கோவில்களுக்கும் இடையே ஒற்றுமை இருந்தது.

சீனப் பிக்குகளின் விகாரையைப் பார்க்க வேண்டும் என்ற ஆசை மனதில் வலுவடைந்தது. ஆனால், வெளிநாட்டவர்களுக்கு அங்கே அனுமதி இல்லை. சீனர்களின் ஏதாவதொரு விகாரையையாவது பார்த்தே ஆகவேண்டும். அந்தளவுக்கு ஆசை. அனுமதி மறுக்கப்பட்டிருந்த அறிவிப்புப் பலகையைப் பார்த்தபோது மிகுந்த ஏமாற்றம் தோன்றியது. ஆனாலும் இருமொழிகள் தெரிந்த ஒருவரிடம் கேட்டேன்:

"ஒரு வெளிநாட்டவர் சீன விகாரைக்குள் சென்றால் என்ன நடக்கும்?"

"அவர்கள் நிச்சயமாகத் துன்புறுத்துவர்"

கொஞ்சங்கூட சந்தேகத்திற்கு இடமில்லாமல் அவர் உறுதியாகச் சொன்னார். கூடவே வந்திருந்த பயணிகளையும் இருமொழி தெரிந்தவரையும் அழைத்து, விகாரையை நோக்கி நடக்கலாம் என்று கட்டாயப்படுத்தினேன். முதலில் எல்லோரும் சற்றுத் தயங்கினார்கள். மீண்டும் மீண்டும் கட்டாயப்படுத்தியபோது அவர்கள் என்னுடன் நடக்கத் தொடங்கினார்கள். தடைசெய்யப்பட்ட பகுதியை நோக்கி நாங்கள் நடக்க ஆரம்பித்தோம்...

என்னுடன் வந்தவர்கள் தயங்கித் தயங்கி நடப்பதைப் பார்த்தபோது அவர்களுக்குத் தைரியம் கொடுத்தேன்:

"எல்லாரும் தைரியமாக வாருங்கள். அவர்கள் நம்மைக் கொன்று விடமாட்டார்கள்."

அதிக தூரம் முன்னால் செல்லவில்லை. அப்போது இருமொழி அறிந்தவர் உரக்கக் கூவிச் சொன்னார்:

"எல்லோரும் ஓடிவிடுங்கள். அதோ அவர்கள் வருகிறார்கள். நம்மைப் பார்த்து அவர்களெல்லாம் மிகுந்த கோபத்தில் இருக்கிறார்கள்."

மூன்று பேர் விகாரையில் இருந்து, கையில் தடியுடன் எங்களை நோக்கிப் பாய்ந்து வந்தார்கள். அவர்களுடைய ரௌத்திரபாவத்தைப் பார்த்த இருமொழி அறிஞரும் நானும் தவிர மற்றவர்கள் எல்லோரும் பயந்து ஓடத் தொடங்கினர்... கடைசியில் இருமொழி அறிஞரும் ஓட முயற்சிக்கும்போது, அவருடைய கையைப் பிடித்துத் தடுத்தேன்:

"எனதருமை நண்பரே, பாரத சந்நியாசியைச் சீன மொழியில் என்ன சொல்லி அழைப்பார்கள் என்று மட்டும் சொல்லிவிட்டு ஓடுங்கள்."

இருமொழி அறிஞரிடமிருந்து கிடைத்த அந்த வார்த்தையைக் கேட்டு, அதை உரக்க கூவிச் சொன்னேன். அந்த வார்த்தையின் மாந்திரீக சக்தி காரணமாக இருக்கலாம், கோபமாக வந்திருந்த பிக்கு விகார பாலகர்களின் கோபம் சட்டென்று தணிந்தது. அவர்கள் மரியாதையோடு காலில் விழுந்தபோது ஆச்சரியம் தோன்றியது.

அவர்கள் மெல்ல எழுந்து கூப்பிய கைகளுடன் ஏதோ சொன்னார்கள். அதிலொரு வார்த்தையைக் கவனித்தேன்: 'கபச்'. கவசம் என்ற சமஸ்கிருதச் சொல்லாக அது இருக்கவேண்டும் என்று யூகித்தேன்.

விட்டுவிலகி ஓடிய இருமொழி அறிஞர் வியப்போடு சற்று அப்பால் நிற்பதைக் கண்டேன். அவரோடு அந்த வார்த்தையின் பொருள் என்னவென்று கூவி அழைத்துக் கேட்டேன்.

“பேய்பிசாசுகளின் தொல்லைகள் வராமல் இருப்பதற்கான பாதுகாப்புக் கவசம் அவர்களுக்கு வேண்டுமாம். நீங்கள் அவர்களைக் காப்பாற்ற வேண்டுமாம்!”

அதைக் கேட்டு ஸ்தம்பித்துப் போய்விட்டேன். மந்திரவாதம் போன்ற விசயங்களிலெல்லாம் எனக்கு நம்பிக்கை இல்லை.

சட்டென்று பாக்கெட்டில் இருந்து ஒரு காகிதத்தை எடுத்தேன். அதைப் பல துண்டுகளாகக் கிழித்தேன். ஒவ்வொரு துண்டிலும் ‘ஓம்’ என்று எழுதி அவர்களுக்குக் கொடுத்தேன். அதை அவர்கள் பக்தியோடு வாங்கி தலையில் வைத்துக் கொண்டார்கள். பின்பு அவர்கள் விகாரைக்கு என்னையும் அழைத்துக்கொண்டு சென்றனர்.

விகாரையின் ஒரு கட்டிடத்தில், சமஸ்கிருத நூல்களைப் பத்திரப்படுத்தி வைத்திருந்த ஒரு அலமாரியைப் பார்க்க முடிந்தது. அவை வங்காள எழுத்தில் எழுதப்பட்டிருப்பதைப் பார்த்தபோது அதிசயம் தோன்றியது.

புத்தரின் சிஷ்யர்களான ஐந்நூறு பேரின் சிலைகளுக்கும் வங்காள முகச்சாயல் இருந்தது, எனக்கு ஆச்சரியமாக இருந்தது! சீனாவும் மேற்கு வங்காளமும் நல்ல உறவைக் கொண்டிருந்த ஒரு காலகட்டத்தின் நினைவாகத்தான் இந்த விகாரை எனக்கு அனுபவப்பட்டது.

முன்னரே படித்த புத்த மத வரலாற்றை நினைவில் இணைத்து வைத்துப் பார்த்தேன். ஸ்ரீபுத்தரின் வார்த்தைகளை நெஞ்சில் தாங்கி ஏராளமான வங்காளத் துறவிகள் சீனாவிற்கு வந்திருந்தார்கள். பாரதத்தின் சிந்தனைகள், சீனப் பண்பாட்டிலும் முக்கியத் தாக்கத்தை ஏற்படுத்தியிருக்கின்றன!

●

முப்பத்தி ஐந்து

ஜப்பானின் நாகசாகி துறைமுகத்திற்குக் கப்பல் வந்து சேர்ந்திருந்தது. உலகம் முழுவதிலும் உள்ள மக்களை ஒப்பிட்டுப் பார்த்தால் மிகக்கடினமான உழைப்பாளிகளும் சுகாதாரத்தைப் பேணிக்காப்பவர்களும் இந்த ஜப்பானிய மக்கள்தான். எல்லா விசயங்களிலும் சுத்தமும் நேர்த்தியான ஒழுங்கும் அவர்களிடம் இருந்தது. ஜப்பானின் தெருக்கள் மிக அழகானவை; ஆனால், அவர்களுடைய வீடுகளோ மிகவும் சிறியவை.

பைன் மரங்கள் நிறைந்த பச்சை நிறக் குன்றுகளில்தான் ஜப்பானின் பெரும்பாலான கிராமங்களும் பட்டணங்களும் இருந்தன. சிகப்பான, உயரம் குறைந்த, கண்ணைக்கவரும் ஆடைகளை அணிந்துள்ள ஜப்பான் மக்களின் தோற்றத்தில் களங்கமற்ற தன்மையையும் அழகையும்தான் பார்க்கமுடிந்தது. விசித்திரமான, அழகான நாடுதான் ஜப்பான்.

பெரும்பாலான வீடுகளிலும் ஒரு சிறிய பூங்கா இருந்தது. பூங்கா, சின்னசின்னச் செடிகளாலும் புல்தரைகளாலும் அலங்கரிக்கப்பட்டிருந்தது.

நாகசாகியில் இருந்து கப்பல் கோப்’பிற்குப் புறப்பட்டது...

கப்பலில் இருந்து கோப் துறைமுகத்தில் இறங்கி யோக்கோஹமாவிற்கு தரைவழியாக நடந்தேன். வியாபார

நகரமான ஒசாக்காவையும் பழைய தலைநகரான கியோட்டோவையும் பார்த்த பிறகு இன்றைய தலைநகரான டோக்கியோவிற்குச் சென்றேன்.

மிகக் குறைவான நாட்களே ஜப்பானில் தங்கியிருக்க முடிந்தது. ஆனாலும் அங்குள்ள மக்களின் வாழ்க்கை முறைகளை அறிந்துகொள்ள முடிந்தது. அவர்களின் பண்பாட்டினையும் ஆசாரங்களையும் தெரிந்துகொண்டேன்.

ஜப்பானியர்கள், தங்கள் நாட்டிற்குத் தேவையானவற்றை எல்லாம் அவர்களே உருவாக்குகிறார்கள். எதிர்காலத்தின் தேவைகளைக் கண்முன்னால் கண்டுகொண்டு அவர்கள் தொடர்ந்து உழைத்துக்கொண்டே இருக்கிறார்கள். ஓய்வறியாத ஜப்பானிய மக்கள். அவர்கள் என்றுமே கடின உழைப்பாளிகள்தான். ஜப்பானிற்கும் சீனாவிற்கும் இடையே பயணித்துக் கொண்டிருக்கிற ஏராளமான பயணக் கப்பல்கள் அவர்களுக்கு உண்டு.

நகரத்தின் முக்கியக் கோவில்களைப் பார்ப்பதற்காக உற்சாகத்தோடு ஜப்பான் தெருக்களில் நடந்தேன். கோவில்களில் நடக்கின்ற பூஜை முறைகளையும் விதவிதமான சடங்குகளையும் கவனமாக உற்றுப்பார்த்தேன். பழைய வங்காள லிபியில் எழுதப்பட்ட சமஸ்கிருத மந்திரங்களைப் பார்த்தபோது அதிசயம் தோன்றியது. தங்களுடைய உன்னதமான மோகனபூமியாகத்தான் ஜப்பானியர்கள் இப்போதும் நம்முடைய பாரதத்தைக் கருதுகின்றனர்!

யோக்கோஹமாவில் இருந்து கப்பல் வான்கூவருக்குப் புறப்பட்டது. பழமையான உலகத்தில் இருந்து புதிய உலகிற்கான பயணம்...

பிரிட்டிஷ் கொலம்பியாவின் வான்கூவர் துறைமுகத்தில் கப்பல் வந்துசேர்ந்தது. மேற்கத்திய நகரத்தில் வந்துசேர்ந்தபோது குளிரின் தீவிரம் இன்னும் கூடுதலாகத் தெரிந்தது. போதுமான அளவுக்குக் கம்பளி ஆடைகளை எடுத்துக்கொள்ளாததால் கொலம்பியாவின் குளிரால் நடுங்கத்தொடங்கினேன். குளிர்

இவ்வளவு கடுமையாக இருக்கும் என்று நினைத்துப் பார்க்கவில்லை.

வான்கூவரின் குளிரிலிருந்து, இரயில் வழியாகக் கனடாவிற்குப் பயணம் தொடர்ந்தேன். கனடா வழியாகச் சிகாகோவிற்கு...

மூன்றாம் நாள் பல நாடுகளையும் நகரங்களையும் கடந்து இரயில் சிகாகோ நகரத்திற்குள் நுழைந்தது.

நகரத்தின் மக்கள் நெருக்கத்தைக் கண்டு திகைத்துப்போனேன்! பணத்தைக் கையாண்டு முன்அனுபவம் எதுவுமில்லை. பாரதத்தில் பிச்சையெடுத்து அல்லவா இதுவரை வாழ்ந்திருந்தேன். ஆட்கள் என்னை ஏமாற்றுவதற்கு நேரம் பார்த்து நடந்தார்கள்; பல வேளைகளிலும் என்னை ஏமாற்றினார்கள்.

மக்கள் தொகையாலும், உயர்ந்த கட்டிடங்களின் நெருக்கத்தாலும், வாகனப் பெருக்கத்தாலும் நிறைந்திருந்த சிகாகோ நகரத்தில், எங்கே செல்வதென்று தெரியாமல் தடுமாறிவிட்டேன். இரயிலிருந்து இறங்கியது முதல் மக்கள் என்னை உற்றுப் பார்த்துக் கொண்டே இருந்தார்கள். அவர்களிலிருந்து முற்றிலும் வேறுபட்ட வித்தியாசமான ஆடையைத்தான் நான் அணிந்திருந்தேன் அல்லவா. குழந்தைகள் ஏதோ வேடிக்கையான ஒன்றைப் பார்ப்பதுபோல எனக்குப்பின்னால் வந்து என்னைத் தொந்தரவு செய்து கொண்டிருந்தனர்.

சுமை தூக்குபவர்கள் அதிகமான கூலி கேட்கிறார்கள். நகரத்தின் வழியே நடந்து நடந்து உடல் தளர்ந்துவிட்டது. ஓடிக்கொண்டிருக்கின்ற மக்களின் நெரிசல்தான் எல்லா இடத்திலும்.

இறுதியில் ஒரு ஹோட்டலைத் தேடிக் கண்டுபிடித்தேன். 'தி பெலிக்ஸ் லாண்ட்'. கூலிக்காரன் பெட்டியைச் சுமந்து ஹோட்டலின் முற்றத்தில் கொண்டு வந்து வைத்தான். தனிமையில் ஆனபோது பெட்டியுடன் சேர்ந்து இருந்து பெருமூச்சு விட்டேன்.

ஹோட்டலின் நான்காம் மாடியில் உள்ள அறையில் இருந்து பார்த்தால் மதிய வெயில் சூட்டில் இரைந்துக் கொண்டிருக்கும் மகாநகரத்தைப் பார்க்கலாம். இந்தப் பெரிய நகரத்தில் எங்குதான் உலக சமய மாநாட்டிற்கான ஏற்பாடுகள் தயாராகிக் கொண்டிருக்கின்றனவோ? கண்டுபிடிக்க வேண்டும்.

பயணக் களைப்பினால் சீக்கிரமே தூங்குவதற்காகப் படுத்தேன்...

அடுத்த நாள் காலை, மாநாடு நடக்கும் இடத்தைத் தேடி ஹோட்டலிலிருந்து வெளியே இறங்கி நடந்தேன். நகர வீதிகளில் மக்களின் நெரிசல் வரத் தொடங்கியிருந்தது. வீதியோரத்தில் கட்டப்பட்டிருந்த அழகான நடைபாதையின் வழியே வேகமாக நடந்தேன்.

கொலம்பஸ் அமெரிக்காவைக் கண்டுபிடித்த 400வது ஆண்டு நிறைவுவிழாவின் கோலாகலக் கொண்டாட்டத்தில் இருக்கிறது சிகாகோ. அதன் ஒரு பகுதியாக பல கலைநிகழ்ச்சிகளும் ஏற்பாடு செய்யப்பட்டுப் பல வாரங்கள் நீண்டு நிற்கும் கொண்டாட்டத்தின் பகுதியாகத்தான் பல்சமய மாநாடும் நடக்கிறது.

சற்று அதிகம் நடந்த பின்புதான் இலட்சியமிட்ட இடத்தைக் கண்டடைந்தேன்.

மாநாடு நடைபெறவிருக்கும் இடத்தை மிக அழகாக அலங்கரித்திருக்கிறார்கள். பார்வையாளர்கள் அதை இரசித்துக் கொண்டே நடக்கலாம். பல கண்காட்சி அரங்குகளும் தயாராகிக் கொண்டிருந்தன. காட்சிக்குத் தயாரான ஸ்டாலுகளில், பார்வைக்காக வைக்கப்பட்டிருந்த விதவிதமான கலைப்பொருட்கள் எவரையுமே சுண்டி இழுப்பதாக இருந்தது.

கண்காட்சி அரங்கில் அமைந்துள்ள அலுவலகத்தின் முன்னால் வந்தபோது அது பூட்டப்பட்டிருந்தது.

சிகாகோ என்ற இந்த மகாநகரத்தில் எனக்கு மோசமான தனிமை அனுபவப்பட்டது. தெரிந்த முகங்கள் எதுவுமில்லை.

அலைந்து திரிந்து, தளர்ந்த கால்களுடன் இரவில் ஹோட்டல் அறைக்குத் திரும்பி வந்தேன்.

சிலர் அறிமுகப்படுவதற்காக அருகில் வந்தார்கள். அவர்களுடன் பேசிக்கொண்டே கொஞ்சம் நெருக்கமானேன். பாரதத்தில் இருந்து கபுர்த்தலா ராஜா இங்கே வந்திருக்கிறார் என்று என்னிடம் அறிமுகப்படுவதற்காக வந்த ஒருவர் சொன்னார்.

“ஒரு ஆள் கூட்டம் அவரைச் சுமந்து நடக்கின்றது.” அவர் சொன்னார்.

அடுத்த நாள் பத்திரிகைச் செய்தியைக் கண்டு உண்மையில் திகைத்துப் போய்விட்டேன்!

என்னுடைய வருகையைப் பற்றிய செய்தி எப்படியோ பத்திரிகையில் இடம்பிடித்திருந்தது. ஹோட்டலில் என்னைப் பார்க்கவந்த யாரோ செய்த வேலை அது. என்னைப் பயங்கரமாகப் புகழ்ந்தும் அதேசமயம், கபுர்த்தலா ராஜாவினைப் பற்றிய திருப்திகரமில்லாத செய்தியையும் வெளியிட்டிருந்தார்கள். யாரோ திட்டமிட்டுச் செய்திருக்கிறார்கள்.

அமெரிக்காவின் பத்திரிகை விசயமல்லவா! ராஜாவிடம் அவ்வளவு திருப்தி காட்டாத பத்திரிகையாளன், ராஜாவை சிகாகோவில் இருந்து வெளியேறுவதற்குச் செய்த ஒரு வேலையாக இருந்தது அது. ராஜாவைத் துரத்துவதற்காகத்தான் என்னை வெறுமனே புகழ்ந்திருக்கிறார்கள் என்பதுமட்டும் புரிந்தது. அறிவைக் கொண்டு விளையாடும் பத்திரிகையாளர்கள்.

பத்திரிகையாளர்கள் என்னைத் தேடிப்பிடித்துப் பார்ப்பதற்காக வந்து கொண்டிருந்தார்கள். அவர்கள் செய்திகளுக்காக அல்லவா தாகத்தோடு நடந்து கொண்டிருக்கிறார்கள்!

மீண்டும் மாநாடு நடைபெறும் இடத்தின் கண்காட்சி அரங்குகளுக்கு வந்தபோது பத்திரிகையாளர்கள் கேள்விகளுடன் என்னைச் சுற்றிக்கூடினர்.

புதிய சூழ்நிலைகளோடு ஒன்றியே ஆகவேண்டும். சில நபர்கள் அறிமுகப்பட்டிருந்தாலும் நண்பர்களாக யாரும் கிடைக்கவில்லை. பார்வைக்குத் தெரியாத ஏதோ ஒரு சக்தி எப்போதும் என்னுடன் துணைக்கு உண்டு. பின்பு எதற்கு எனக்கு நண்பர்கள்? அந்தச் சக்தி நல்ல வழியைக் காட்டித்தரும். இந்த அமெரிக்கப் பயணத்திற்காக நான் இறங்கியது தவறாகப் போய்விட்டது என்று இதுவரை தோன்றவில்லை.

பல்சமய மாநாட்டின் தகவல்களை அறிந்துகொள்வதற்காக இன்னொருமுறையும் கண்காட்சி அரங்க அலுவலகத்திற்குச் சென்றேன். அலுவலகம் அப்போது திறந்திருந்தது.

"மாநாட்டிற்கு இன்னும் ஒன்றரை மாதம் இருக்கிறது."

அலுவலகத்தில் இருந்து தகவல் கிடைத்தபோது வருத்தம் மேலிட்டது.

"பிரதிநிதியாக மாநாட்டில் கலந்துகொள்ள வேண்டுமென்றால், சரியான சான்றிதழ்களும், கலந்துகொள்வதற்கான அதிகாரிகளின் ஒப்புதல் கடிதமும் வேண்டும்." அவர்கள் சொன்னார்கள்.

என்னுடைய கையில் எதுவுமில்லை. நீண்டதூரம் பயணம் செய்து இந்த இடம் வரை வந்தது வீணாகிவிட்டதோ? சான்றிதழ்களை இங்கே சமர்ப்பிக்க வேண்டிய நேரமும் முடிந்து விட்டிருக்கிறது! எதிர்பார்ப்புகள் எல்லாம் தகர்ந்துபோயின.

மிகச் சீக்கிரமாகவே நான் இங்கே வந்துசேர்ந்திருக்கிறேன். மாநாடு வரும்வரை காத்திருந்தும் பயனில்லை. ஏதாவது அங்கிகரிக்கப்பட்ட இயக்கத்தின் பிரதிநிதியாக வந்தால் மட்டுமே இங்கே பயன் உண்டு. இங்குள்ள நடைமுறைகளைப் பற்றியெல்லாம் கொஞ்சங்கூடத் தெரியாத மதராஸ் மாணவர்களின் பேச்சினைக் கேட்டுக் கிளம்பிவந்த என்னைப்பற்றி நினைக்கும்போது எனக்கே ஏமாற்றம்தான் தோன்றியது.

நான் இங்கே வந்துசேரும்போது மாநாட்டின் ஒருங்கிணைப்பாளர்கள் வந்து என்னை வரவேற்பார்கள் என்று நாட்டில் ஏதுமறியாத பாவப்பட்ட மாணவர்கள்

நினைத்திருக்கலாம்... இலட்சியத்தை மட்டும் மனதில் நிறைத்துக்கொண்டு நின்றிருந்தபோது எதிர்பாராமல் வரும் தடைகளைப் பற்றிச் சிந்தித்திருக்கவில்லை. சரியான சான்றிதழ்களோ சிபாரிசுக் கடிதங்களோ இல்லாமல், முன்கூட்டியே தெரியப்படுத்தாமல் மாநாட்டின் பிரதிநிதியாகச் சுயகற்பனை செய்துகொண்டவன்தான் நான்!

ஒன்றரை மாதக் காலம் வாழ்வதற்கான பணம் எதுவும் கையிலில்லை. ஹோட்டல் செலவு இந்த மகாநகரத்தில் மிகமிக அதிகம். அமெரிக்கர்கள் தண்ணீரைப் போலத்தான் பணத்தைச் செலவழிக்கின்றனர். செல்லும் இடங்களில் எல்லாம் ஆட்கள் பணத்தை ஏமாற்ற முயற்சிக்கிறார்கள். மகாநகரத்தில் இருந்து கிளம்பவேண்டுமென்று உறுதி எடுத்தேன்.

சிகாகோவில் இருந்து போஸ்டனிற்குச் செல்லலாம் என்று தீர்மானித்தேன். அதொரு வரப்பிரசாதமாக மாறியது. போஸ்டனில் செலவுகளெல்லாம் சற்றுக் குறைவுதான் என்று கேள்விப்பட்டேன்.

போஸ்டனிற்குச் செல்லும் இரயில் பயணத்திற்கு இடையில், நல்ல மனதுள்ள ஒரு வயதான பெண்மணியைச் சந்தித்தேன். திருமதி. மேவிஸ் அலெக்சாண்டர்.

"சுவாமிஜி, என்னுடைய விருந்தினராகப் போஸ்டனில் நீங்கள் தங்கலாம்."

அவர் சொன்னார். அவரின் அன்பான அழைப்பை மறுக்க இயலவில்லை.

போஸ்டன் நகரத்திற்கு அருகிலுள்ள ஒரு கிராமத்தில்தான் அவருடைய வீடு இருந்தது. பாரதத்தில் இருந்து வேதாந்தச் சிந்தனைகளைச் சுமந்து வந்த என்னோடு அவருக்கு என்னவொரு அன்பும் அரவணைப்பும்; கூடவே ஆதரவும்!

●

முப்பத்தி ஆறு

மஸ்ஸாசூசெட்ஸின் மெட்காஃபில் இருந்தது அந்த அழகான வீடு. அந்தளவிற்கு அவர் வசதி படைத்தவராக இருந்தார். எனக்கு ஒரு உபசரிப்பாளர் கிடைத்ததனால் தினமும் ஒரு டாலர் வீதம் சேமிக்க முடிந்தது.

"இவர்தான் பாரதத்தில் இருந்து வந்த சுவாமி விவேகானந்தர்."

அவருடைய நண்பர்களை வீட்டிற்கு அழைத்துவந்து, என்னை அறிமுகம் செய்து வைத்தார். இப்படி அறிமுகப்படுத்திக் கொண்டிருக்கும்போது, அவருடைய முகம் பிரகாசத்தால் மிளிர்ந்து கொண்டிருந்தது. அதைப் பார்த்தபோது, எல்லோரிடமும் அறிமுகப்படுத்தி வைப்பதற்காகத்தான் அவர் என்னை இங்கே அழைத்துக்கொண்டு வந்திருக்கிறார் என்று புரிந்தது!

"ஹேய்... ஹோய்...கூ...."

போஸ்டனின் தெருக்களில் நடக்கும்போது, சில நவநாகரிகமானவர்கள் என்னைப் பார்த்துக் கூவுவதைக் கேட்டேன். என்னுடைய ஆடை அவர்களுக்குப் புதுமையாகத் தோன்றியிருக்கலாம். எனக்கு மேற்கத்திய நாகரிகம் எதுவுமில்லை அல்லவா.

திருமதி. மேவிஸின் நெருக்கமான நண்பர் ஒருவரின் அழைப்பினால் போஸ்டனில் உள்ள சிறைச்சாலையைப்

பார்ப்பதற்கான வாய்ப்புக் கிடைத்தது. சீர்திருத்த மையம் என்றுதான் சிறைச்சாலையை அவர்கள் அழைத்தனர். அங்கிருப்பவர்களைச் சிறை அதிகாரிகள் மரியாதையுடன் நடத்துவதைப் பார்த்தேன். உளவியல் சார்ந்த தண்டனைகளின் வழியே குற்றவாளிகளைச் சிறந்த குடிமக்களாக வார்த்தெடுப்பதற்கு அவர்கள் முயற்சித்துக் கொண்டிருந்தார்கள். அதற்கான பயிற்சிகளும் நடத்தை முறைகளும்தான் சிறையில் இருந்தன.

பாரதத்தின் பல இடங்களிலும் தலைவிரித்தாடும் அதிகாரத்துவத்தையும் அடிமைத்தனத்தினையும் அங்கு எங்குமே பார்க்கமுடியவில்லை. அதிகாரம் ஒரு இனத்தை இழுத்துக் கீழேதள்ளுகிறது. எல்லோருமே மனிதர்கள்தான் என்ற விசயத்தையே சிலர் மறந்துபோகிறார்கள்.

பாரதத்திற்குத் தவறு நேர்ந்தது மதத்தில் இல்லை. அதிகாரத்துவத்தில் இருந்துகொண்டு, மதத்தைப் பற்றிய தவறான விளக்கங்களை அளித்து, சொந்த விருப்பங்களைக் காப்பாற்றுவதற்காகப் பெரும்பாலான மக்களைத் தங்களுடைய காலடியில் போட்டு மிதித்துக் கொல்ல முயற்சிப்பவர்களின் மனதுதான் மாறவேண்டும். இந்து மதத்திலுள்ள பல புரோகிதர்களும் இதில் உட்படுவார்கள்.

சொந்த நாட்டில் அன்பிற்குரியவர்கள் பலரும் பட்டினியால் தளர்ந்து விழுவதைப் பார்த்து இருக்கிறேன். நிரபராதிகள் பலரும் ஏளனம் செய்யப்படுவதைப் பார்த்திருக்கிறேன். துறவறக் காலகட்டத்தில் நானும் எத்தனையோ முறை ஏளனம் செய்யப்பட்டிருக்கிறேன்!

பணக்காரர்கள் என்றும் வசதியானவர்கள் என்றும் சொல்லப்படுகிறவர்களின் படிக்கட்டுகளில் நான் ஏறி இறங்கியதுண்டு. எல்லா இடத்திலும் எனக்குத் துணையாகத் தெய்வமுண்டு. ஏழைகளுக்கும் கல்வியறிவு அற்றவர்களுக்கும் அடிமைத்தனத்தை அனுபவிப்பவர்களுக்கும் இடையிலேயே நான் பயணித்துக் கொண்டிருந்தேன். தெய்வத்தின் மூலமாக

மட்டும்தான் இந்த வாழ்க்கையில் வெற்றி பெறமுடியும் என்பதை அந்தப் பயணத்தில் நான் அறிந்துகொண்டேன். வாழ்க்கை பல்வேறு அனுபவங்களின் வழியே கடந்துபோகும்போது, அதைத் தவிர்த்த மற்ற எந்த வழியையும் என்னால் பார்க்க முடியவில்லை.

"சுவாமிஜி இந்தக் காவி நிறத்திலுள்ள ஆடையை நீங்கள் மாற்றிவிட்டு இந்த ஊரின் உடையை அணிய வேண்டும்."

திருமதி. மேவிஸ் அலெக்ஸாண்டர் அன்பாகச் சொன்னார். ஆனால், அமெரிக்க உடையை வாங்குவதற்குக் கையில் பணமில்லை அல்லவா. கையில் இருப்பதை எல்லாம் பொறுக்கி எடுத்து அமெரிக்கர்களின் கோட்டும் சூட்டும் வாங்கிவிட்டால் வரும் நாட்களில் பட்டினி கிடக்கவேண்டியது வரும். மாநாடு நடைபெறும் காலம் வரை செலவு செய்வதற்கான பணம் எதுவும் கையில் இல்லை. மதராஸில் உள்ள நண்பர் ஒருவர் அமெரிக்காவில் உள்ள அவரது நண்பருக்கு இதற்குள்ளாகவே ஒரு கடிதம் எழுதியிருந்தார். அதில் என்னுடைய வருகையைப் பற்றி அவர் விரிவாக எழுதியிருந்தார். அதனால் நாட்டிலிருந்து பணம் அனுப்பித் தரவேண்டிய நிலை ஏற்படவில்லை. தேவையான பணத்தை அமெரிக்க நண்பர் ஏற்பாடு செய்து கொடுத்தார். அந்தப் பணத்தை வைத்துதான் ஒன்றரை மாதங்கள் இங்கே வாழவேண்டிய கட்டாயம்.

ஆனால், பல்சமய மாநாட்டில் பங்கெடுப்பதற்கான வழி இன்னும் அடைந்துதான் கிடக்கிறது. இனி எல்லாம் தெய்வத்தின் விருப்பம்போல. கன்னிமரியாவின் மகனான இயேசுவின் மக்களுடைய நாட்டில் இயேசுகிறித்து என்றும் எனக்குத் துணையாக இருப்பார் என்று நம்பினேன்.

விசுவாசம், அற்புதத்தின் வடிவத்தைப் பெற்று பாக்கியமாக என் முன்னால் வந்தது. பல உன்னதமான மனிதர்களும் என்னைப் பார்ப்பதற்காக வந்த இடத்தில் ஹார்ட்வேர்டு பல்கலைக்கழகத்தின் கிரேக்கப் பேராசிரியரான ஜெ. எச். ரைட்'டைச் சந்தித்தேன். அவரிடம் சொன்னேன்.

"புரொபசர், சிகாகோ மாநாட்டு நிகழ்வுகளில் என்னால் கலந்துகொள்ள முடியும் என்று எனக்குத் தோன்றவில்லை. அவர்கள் கேட்கின்ற சான்றிதழ்கள் எதையுமே நான் கொண்டு வரவில்லை".

அதைக் கேட்டவுடனே அவர் வினவினார்.

"சுவாமிஜி உங்களுக்கு எதற்குச் சிபாரிசு கடிதமும் மற்ற சான்றிதழ்களும்? இதைப் பார்த்தால் சூரியனிடம், உனக்குப் பிரகாசிப்பதற்கான உரிமை என்ன இருக்கிறது என்று கேட்பதைப் போல இருக்கிறது".

பேராசிரியர் தொடர்ந்தார்

"சுவாமிஜியை இந்துமதத்தின் ஒரு பிரதிநிதியாக ஏற்றுக்கொள்வதற்கு வேண்டிய எல்லா ஏற்பாடுகளையும் நான் செய்துதருகிறேன். என்னுடைய ஒரு நண்பன் பிரதிநிதிகளைத் தேர்ந்தெடுக்கின்ற குழுவின் நிர்வாகிதான்".

அதைக்கேட்டபோது என்னுடைய முகம் மகிழ்ச்சியால் மலர்வதைப் பேராசிரியர் கண்டார். தெய்வம் என்னுடைய தடையையெல்லாம் மாற்றிக் கொண்டிருந்தார்! மேற்கத்திய நாடுகளிலுள்ள மக்களுக்குப் பாரதத்தின் ஆன்மிகச் சிந்தனைகளைக் கொண்டு சேர்ப்பதற்கான வழியைத் தெய்வம் ஏற்படுத்திக் கொண்டிருந்தார். நாம் வெறுமனே நின்று கொடுப்பதற்குத் தயாரானால் மட்டும் போதும்; பகவான் எல்லாவற்றையும் நம் வழியாகச் செய்துவிடுவார்!

போஸ்டனில் இருந்து சிகாகோவிற்குத் திரும்பிவந்தபோது நகரம் மீண்டும் என்னை அந்நியனைப்போலப் பார்த்துக்கொண்டிருந்தது. சனக்கூட்டத்திற்கு இடையில் யாரோ என்னை மறைத்து வைப்பதுபோல இருந்தது.

ஹோட்டல் அறையைத் தேடி அலைந்தாலும் எதையும் கண்டுபிடிக்க முடியவில்லை.

ஜெர்மானியர்கள் அதிகம் உள்ள பகுதியில்தான் இம்முறை இரயிலில் இருந்து இறங்கினேன். ஆட்கள் பலரிடமும் வழி

கேட்டபோது அவர்கள் எதுவுமே புரியாதது போலத் திரும்பி நடந்தார்கள். சிகாகோவில் முதலில் வந்து இறங்கிய நகரப் பகுதியே அல்ல இது. நகரத்தின் மற்றொரு இரயில்வே ஸ்டேசனில்தான் இப்போது இறங்கியிருக்கிறேன். கடைசியில் இரயில்வே ஸ்டேசனின் ஒரு மூலையில் ஒதுக்கிப் போடப்பட்டிருந்த ஒரு இரயில்பெட்டியில் தங்கவேண்டி வந்தது. சிகாகோ நகரத்தின் இரயில் பெட்டியில் யாருமில்லாதவனாக, எந்த உதவியும் அற்றவனாக, ஒரு அந்நியனைப் போல் இரவில் தளர்ந்து கிடந்து உறங்கினேன்...

நேரம் விடிந்திருந்தது. மெதுவாகப் பெட்டியையும் பொட்டலங்களையும் எடுத்துக்கொண்டு இரயிலில் இருந்து இறங்கினேன். நகர வீதிகளில் வெறுமனே நடந்தேன்.

அழகான ஒரு ஏரிக்கரைக்கு வந்தபோது மனதில் குளிர் நிறைந்தது. நீர்ப்பரப்பை உரசிவரும் குளிர்காற்றைப் பெற்றுக்கொண்டே கொஞ்சநேரம் அங்கே நின்றேன்.

கோடீஸ்வரர்களும் பிரபுக்களும் வாழ்கின்ற நகரத்தின் மேம்படுத்தப்பட்ட பகுதிதான் ஏரிக்கரை என்று புரிந்தது.

பசியினால் வயிறு கருகியது. பாரதத்தின் துறவறக் காலம் மீண்டும் நினைவிற்கு வந்தது. இங்கேயும் பிச்சை எடுக்கவேண்டும். கூடவே பல்சமய மாநாடு நடக்கும் இடத்திற்கான வழியையும் ஆராய வேண்டும்.

உடுத்தியிருந்த உடையெல்லாம் கந்தலாகி இருந்தது. பயணத்தால் உடலெல்லாம் தளர்ந்தது. பிச்சையெடுப்பதற்கு இடையே சில வீட்டுகாரர்கள் மிக மோசமாக நடந்து கொண்டார்கள்:

"இங்கிருந்து போய்விடு..."

சில வீடுகளில் உள்ள காவலர்களும் வேலைக்காரர்களும்தான் என்னை அதிகமாக அவமானப்படுத்தியவர்கள். மற்ற சில வீடுகளில், முற்றத்தில் செல்லாமல் இருப்பதற்காக வேகமாக ஓடிவந்து சுற்றுச்சுவரின் கதவுகளைக்கூட அடைத்தனர்.

ஏமாற்றம் மனதினைப் பாதிக்காமல் இருப்பதற்குப் பக்குவப்படுத்திக் கொண்டேன். எந்தவொரு புறக்கணிப்பும் மனதினை நெருங்குவதற்கு அனுமதிக்கக்கூடாது. வழி கண்டுபிடிப்பதற்கான வரைபடமோ, அறிமுகமானவர்களின் தொலைபேசி எண்களோ எதுவும் கையில் கிடைக்கவும் இல்லை.

எங்கு செல்வது என்று தெரியாமல் நகர வீதிகளின் வழியே நடந்து கொண்டிருந்தேன். இறுதியாகச் சாலையின் ஓரத்தில் ஒரு இடத்தைப் பிடித்துத் தளர்ந்து உட்கார்ந்தேன். பெட்டியின் மேலே சற்று நேரம் நிம்மதியாக ஓய்வெடுத்தேன்... இந்த வாழ்க்கை எங்கே சென்று முடியும்?!

வீதியின் எதிர்புறத்தில் அழகான ஒரு பங்களா கண்ணில் தென்பட்டது. அந்தப் பங்களாவிலிருந்து ஒரு பெண் இறங்கி நடந்து வந்துகொண்டிருந்தார்.

அவருடைய முகத்தில் மென்மையான ஒரு தோற்றம் உண்டு. அவர் சாலையைக் கடந்து என்னுடைய அருகில் வந்தார்.

நேராக முன்னால் வந்து நின்று கொண்டு, கனிவான குரலில் கேட்டார்:

"நீங்கள் பல்சமய மாநாட்டிற்குச் செல்லக் கூடிய பிரதிநிதியா?"

"ஆமாம்."

முன்பின் அறிமுகமில்லாத நகரத்தில் என்னுடைய சங்கடங்களையும் உதவிக்கு யாருமில்லாத அவஸ்தையையும் அவரிடம் அப்போது சொல்லத்தான் தோன்றியது. அவர் எல்லாவற்றையும் பொறுமையாகக் கேட்டுக்கொண்டிருந்தார்.

"சுவாமிஜி எழுந்து வாருங்கள். என்னுடைய வீட்டிற்குப் போகலாம்."

அவர் அன்பாக அழைத்தார்.

அந்த பெரிய மாளிகையின் ஒரு அறையில் எனக்கான வசதிகளைச் செய்துதருவதற்காக ஒரு வேலைக்காரனையும் ஏற்பாடு செய்தார்.

குளித்து முடித்து உணவு உண்ணும் நேரத்தில் அவர் சொன்னார்:

"மாநாடு நடக்கும் இடத்திற்கு நானும் உங்களுடன் வருகிறேன்."

என்னவொரு அற்புதம்! தெய்வத்தின் லீலைகள் எவ்வளவு ஆச்சரியமானவை. திருமதி. ஜார்ஜ் டபிள்யூ ஹெயிலினைத் தெய்வம் சொல்லி அனுப்பியதைப்போல உணர்ந்தேன்! அவருடைய கணவரும் குழந்தைகளும் விரைவில் என்னுடைய நண்பர்களாக மாறிப்போனார்கள்.

திருமதி. ஹெயிலினோடு சேர்ந்து தாமதிக்காமல் மாநாடு நடைபெறும் இடத்திற்குப் புறப்பட்டேன். உலக சமய மாநாட்டில் பங்குபெறுவதற்கான ஆவணங்களை ஒருங்கிணைப்பாளர்களிடம் கொடுத்தேன்.

தாமதாகவே இருந்தாலும் ஒரு பிரதிநிதியாக நான் அங்கிகரிக்கப்பட்டிருக்கிறேன்!

முப்பத்தி ஏழு

வசுதைவ குடும்பகம்!

உலகத்தின் பல பகுதிகளில் இருந்தும், ஏறக்குறைய எல்லா மதங்களையும் பிரதிநிதித்துவப்படுத்துகின்ற, உன்னதமான ஒரு ஆள் கூட்டம் கலந்துகொள்கின்ற உலகச் சமய மாநாடு! வெறும் ஒரு சமய மாநாட்டினைப் போல இதனை ஒருபோதும் சுருக்கிக்கொள்ள இயலாது! உலகத்தின் ஆன்மிக ஒளிவட்டத்தின் ஒரு ஒளிக்கீற்றாக மாறப்போகின்ற மகாமேளா. அதன் உள்ளார்ந்த அர்த்தம், இந்தப் பிரபஞ்சம் எல்லாம் பரவுவதற்குத் தயாராகிக் கொண்டிருந்தது.

வசுதைவ குடும்பகம் என்ற விசாலமான சிந்தனையின் அடிப்படையில் உருக்கொண்ட மகா மாநாடு! உலகம் முழுவதும் ஒரே குடும்பம்! எவ்வளவு அழகான சிந்தனை இது. அதனை நடைமுறைப்படுத்துவதற்கு அழைப்பு விடுக்கும் இந்த நிகழ்வை வரலாறு, என்றும் தக்கவைத்துக்கொள்ளும் என்ற எதிர்பார்ப்புடன் ஒருங்கிணைப்பாளர்கள் ஓடிக்கொண்டிருந்தனர்.

வேற்றுமையில் ஒற்றுமையையும், ஒற்றுமையில் வேற்றுமையையும் உணர்த்தும் வலிமை நிறைந்த உலக மகாமாநாட்டிற்கான எல்லாப் பணிகளும் முடிவடைந்திருக்கின்றன. அமெரிக்காவில், உன்னத நிலைகளில் உள்ள பல சமய குருக்களும், பல காலங்களாகச் சிந்தித்ததன் விளைவாகக் கூட்டப்பட்ட மகா மாநாடுதான் இது.

உலகமெல்லாம் உள்ள அங்கிகரிக்கப்பட்ட மதங்களின் தலைவர்களுக்கு, பல மாதங்களுக்கு முன்பாகவே மாநாட்டில் பங்கேற்பதற்கான அழைப்புக் கடிதங்களை அனுப்பத் தொடங்கியிருக்கிறார்கள். பிரதிநிதிகளை அனுப்புவதற்கான விதிமுறைகளையும் அந்த அழைப்பிதழில் உட்படுத்தி இருந்தனர். ஒவ்வொரு மதத்திலிருந்தும் ஒன்றோ இரண்டோ பிரதிநிதிகளைத்தான் அழைத்திருந்தார்கள்.

சிகாகோ நகரத்தில் வந்து சேர்கின்ற பிரதிநிதிகளை வரவேற்பதற்கும், அவர்களுக்கு வேண்டிய வசதிகளைச் செய்துகொடுப்பதற்கும் வரவேற்புக் குழு ஒன்று தயாராக நின்றுகொண்டிருந்தது. ஒழுங்குமுறைகளையும் நிபந்தனைகளையும் சரியாகக் கடைபிடித்துக்கொண்டு, மாறுபட்ட கோணத்தில் ஒருங்கிணைக்கப்பட்ட மிகப்பெரிய மாநாடு.

ஆனால் நிர்பாக்கியத்தால், இந்து மதத்தின் பிரதிநிதியாக நான் கலந்துகொள்ள வேண்டுமென்று உற்சாகமூட்டிய மதராஸில் உள்ள ஆதரவாளர்கள் குழுவிற்கு இப்படிப்பட்ட விதிமுறைகளைப் பற்றியெல்லாம் தெரியவில்லை. நான் சுயமாகவே இங்கே வந்து அறிமுகம் செய்துகொள்வேன் என்றும், பிரதிநிதி ஆகிவிடுவேன் என்றும் அவர்கள் நினைத்திருக்கலாம்.

உலகச் சமய மாநாடு நடைபெறும் இடத்திற்கு மக்கள் கட்டுக்கோப்பாக வந்து கொண்டிருந்தனர்.

உலக அளவில் மிகச்சிறந்த தத்துவவாதிகளும், சிந்தனைவாதிகளும், ஆன்மிக ஆச்சாரியர்களும் இதற்குள்ளாகவே நகரத்தில் வந்து சேர்ந்திருந்தார்கள்.

பல்வேறு விசயங்களைப் பற்றி நூற்றுக்கணக்கான கட்டுரைகள் வாசிக்கப்பட்டன. பலவற்றைப் பற்றிய சொற்பொழிவுகளும் நடைபெற்றன. நவீன சாஸ்திரமும், தத்துவ சாஸ்திரமும், உளவியலும், இலக்கியமும் எல்லாம் அங்கே கலந்துரையாடப்பட்டுக் கொண்டிருந்தன.

உலகில் இன்று வரை நடைபெறாத அளவிற்கான மிகப்பெரிய கண்காட்சிக்குத் தேவையான எல்லா ஏற்பாடுகளும் பூர்த்தியாகி இருந்தன.

சிகாகோவின் கலை அரங்கத்தில் காலை பத்து மணிக்கு டாக்டர் பாரோஸினுடைய துவக்க உரை நடந்துகொண்டிருந்தது:

"ஓர் உயிர் வாழ சூரியன் எவ்வளவு ஆதாரமோ, அதைப்போலதான் ஒரு திவ்ய சக்தியில் உள்ள நம்பிக்கை, மனிதனுடைய அறிவு வளர்ச்சிக்கும் நன்னடத்தைக்கும் பாதுகாப்பிற்கும் ஆதாரமாகிறது. ஆன்மிக வளர்ச்சிகளை உட்கொண்ட இந்து இலக்கியத்தின் பின்னணி சனாதன மதம்தான். அதேசமயம், ஐரோப்பியக் கலைகளின் உந்துசக்தியும் மதம்தான். அதனால் நான் சொல்வது என்னவென்றால், கொலம்பியன் கண்காட்சியில் இருந்து கல்வியை நம்மால் விலக்கி வைக்க முடியாது. கலைகளை நம்மால் விலக்கி வைக்க முடியாது. மருத்துவத்தையும் நம்மால் விலக்கி வைக்க முடியாது. அது போலத்தான் மதமும் நமக்கு வேண்டாமென்று விலக்கி வைக்க முடியாது!"

விசாலமான கொலம்பஸ் அரங்கில், பூமியில் வாழும் நூறு கோடிக்கும் அதிகமான மக்களின் மதம் சம்பந்தமான நம்பிக்கைகளுடைய, சிந்தனைகளுடைய மிக உன்னதமான பிரதிநிதிகள் இங்கே ஒன்றுகூடி இருந்தார்கள். இது ஒரு எழுச்சி நிறைந்த காட்சிதான்!

மேற்கத்திய நாடுகளில் உள்ள கத்தோலிக்க சபையின் ஆயர், அரங்கின் ராஜகம்பீரமான பீடத்தில் அமர்ந்திருந்தார். ஒரு பிரார்த்தனையோடு அவர் பல்சமய மாநாட்டினைத் தொடங்கி வைத்தார். ஆயரின் இருபுறமும் அமர்ந்திருந்தவர்கள் கிழக்கத்திய நாடுகளின் பிரதிநிதிகள். எல்லோருடைய ஆடைகளின் பளபளப்பும் ஒன்றுக்கொன்று போட்டிபோட்டுக் கொண்டிருப்பதாகத் தோன்றியது.

கேத்ரி ராஜா பரிசளித்த காவி நிறத்தில் உள்ள மேல் அங்கியையும் தலைப்பாகையையும் அணிந்துதான்

அரங்கிற்குள் நுழைந்தேன். ராஜா பரிசளித்ததாலாக இருக்கலாம், என்னுடைய ஆடையிலும் கொஞ்சம் பளபளப்பு தெரிந்தது. அருகில் அமர்ந்திருப்பது, பாரதத்தில் இருந்து வந்த பிரம்மசமாஜத்தின் பிரதிநிதிகளான நகர்கரும் மசூம்தாரும்தான். அவர்களுக்கடுத்து ஸ்ரீலங்காவில் இருந்து வந்த புத்தமத பிரதிநிதியான தர்மபாலன்.

ஒவ்வொரு மதத்தினுடைய உன்னதமான பிரதிநிதிகளாலும் அரங்கம் நிறைந்திருந்தது.

காலையிலேயே நாங்கள் கலை அரங்கில் ஒன்று கூடினோம். சமண மதப் பிரதிநிதியுடனும் பிரம்மவித்யா சங்கத்தின் பிரதிநிதியுடனும் அறிமுகமாக முடிந்தது. பிரம்ம சமாஜத்தின் மசூம்தாரை எனக்கு முன்னரே தெரியும். வண்ணமயமான ஊர்வலத்தோடு ஒருங்கிணைப்பாளர்கள் எங்களை அரங்கிற்கு அழைத்துக் கொண்டு சென்றனர்.

அதிவிசாலமான கொலம்பஸ் அரங்கில் ஏழாயிரத்திற்கும் அதிகமான மக்கள் எதிர்பார்ப்போடு காத்திருந்தனர். மேல் மாடியில் உள்ள பெரிய காட்சியரங்கும் நிறைந்து ததும்பியிருந்தது. எல்லாப் பிரிவையும் சார்ந்த மக்களுடைய கல்வி அறிவு மிக்க பிரதிநிதிகள்.

காலை மாநாட்டில் சொற்பொழிவாற்றுவதற்கு அவைத்தலைவர் ஒரு வாய்ப்பினைத் தந்தபோது பணிவுடன் வேண்டாம் என்று சொன்னேன். ஆனால், பிரம்ம சமாஜத்தின் மசூம்தார் சிறப்பான ஒரு உரையை வழங்கினார். பிரம்ம வித்யா சங்கத்தில் இருந்து வந்த சக்ரவர்த்தியின் உரையும் சிறப்பாக அமைந்தது. கூட்டத்தில் இருந்தவர்கள் கரவொலி எழுப்பி இருவரையும் பாராட்டினார்கள்.

பெரும்பாலும், தயாரித்து வைத்திருந்த சொற்பொழிவுக் கட்டுரைகளுடன்தான் பெரும்பாலானவர்கள் அங்கே வந்திருந்தார்கள். அதுபோல ஒரு சொற்பொழிவுக் கட்டுரையை நானும் தயார் செய்துகொண்டு வரவில்லையே என்று நினைத்தபோது சிறியதொரு ஏமாற்றம் தோன்றியது.

மதியத்திற்குப் பிறகான மாநாட்டில் டாக்டர் பாரோஸ் என்னைச் சபையில் அறிமுகம் செய்து வைத்தார். அனுபவம் நிறைந்த பேச்சாளரைக்கூட, பயம் கொள்ளச் செய்யும் மாபெரும் கூட்டம் அந்த அரங்கில் இருந்தது. பண்டிதர்கள் நிறைந்த அரங்கம். பெண்களும் ஏராளமாக அமர்ந்திருந்தனர். சொற்பொழிவு நிகழ்த்திக் கொஞ்சங்கூட பழக்கமில்லாத என்னுடைய உரையை நினைத்து மனதில் ஒரு பயம் தோன்றியது.

"சுவாமி விவேகானந்தர்..."

டாக்டர் பாரோஸின் குரலைக் கேட்டு அமர்ந்திருந்த இடத்திலிருந்து எழுந்தேன். பதட்டம் மனதைத் தொற்றிக் கொண்டது. இவ்வளவு பெரிய அரங்கத்தின் பார்வைக்கு முன்னால் பதறாதவர்கள் யார்?!

அரங்கம் அமைதியாக இருந்தது. எல்லோரும் என்னுடைய வார்த்தைகளை எதிர்பார்த்துக் கொண்டு மௌனமாக அமர்ந்திருந்தார்கள். ஒரு பெரிய தேனீக்கூட்டினைப் போல எல்லாக் கண்களும் என்மீதுதான் இருந்தன!

ஒரு நிமிடம் கண்களை மூடி, சரஸ்வதி தேவியை மனதில் தியானித்தேன். பின்பு மெல்ல கண்களைத் திறந்து அரங்கம் முழுவதையும் பார்த்தேன். என்னுடைய வார்த்தைகளைக் காது கொடுத்துக் கேட்பதற்கு அவர்கள் தயாராக இருந்தார்கள்.

"அமெரிக்க நாட்டின் எனதருமைச் சகோதரிகளே, சகோதரர்களே!"

அரங்கம் உற்சாகத்தால் ஆர்ப்பரித்தது. எங்கும் கரவொலிகளின் நாதமும் தாளமும். கொலம்பஸ் அரங்கம் முழுவதும் மிகப்பெரிய புத்துணர்ச்சி ஆரவாரம். பலரும் எழுந்து நின்று கரவொலி எழுப்பிக் கொண்டே இருந்தார்கள். சபை முழுவதும் மதிமறந்ததைப் போல!

இவ்வளவும் நடப்பதற்காக நான் என்ன சொன்னேன்? எதுவுமில்லை. அரங்கை அதிரச் செய்யும் அளவிற்கு நான்

எதுவும் சொல்லவில்லை. அவர்களின் உணர்ச்சியைப் பார்த்த என்னால் சில மணித்துளிகள் பேசவே முடியவில்லை.

ஏறக்குறைய இரண்டு நிமிடங்களுக்குப் பிறகு, அரங்கம் மெல்ல அமைதியாகத் தொடங்கியபோது தொடர்ந்தேன்:

“நீங்கள் எங்களுக்குத் தந்த உற்சாகத்திற்கும் இதயப்பூர்வமான வரவேற்பிற்கும் மறுமொழி சொல்ல நிற்கும்போது என்னுடைய இதயம் சொல்லமுடியாத ஆனந்தத்தால் நிறைந்திருக்கிறது. உலகத்தின் மிகப் பழமையான துறவியர் பரம்பரையின் பெயரால் நான் உங்களுக்கு நன்றியைத் தெரிவித்துக்கொள்கிறேன். அனைத்து மதங்களின் அன்னையின் பெயரால் நான் உங்களுக்கு நன்றி கூறிக்கொள்கிறேன். பல்வேறு பிரிவுகளைச் சேர்ந்த கோடானகோடி இந்துக்களின் பெயராலும் நான் உங்களுக்கு நன்றி சொல்கிறேன்...”

கொலம்பஸ் அரங்கம் முழுவதும் அமைதியாக இருந்தது.

“பிற சமயக் கொள்கைகளை வெறுக்காமல் மதித்தல், அவற்றை வெறுப்பின்றி ஏற்றுக் கொள்ளுதல் ஆகியவற்றை உலகத்திற்குப் போதித்த மதத்தைச் சார்ந்தவன் என்பதில் நான் பெருமிதம் கொள்கிறேன். எதையும் வெறுக்காமல் ஏற்றுக்கொள்ளுதல் என்னும் பண்பினை மட்டுமல்ல, எல்லா மதங்களும் உண்மையானவை என்று நாங்கள் ஏற்றுக்கொள்ளவும் செய்கிறோம். நான் உட்பட்டிருக்கும் மதத்தின் மொழியான சமஸ்கிருதத்திற்கு, ‘எக்ஸ்க்ளூஷன்’ என்ற சொல்லை மொழிபெயர்த்துக் கொண்டுவர இயலவில்லை என்பதை உங்களுக்குத் தெரியப்படுத்துவதில் நான் பெருமை கொள்கிறேன்.”

“உலகத்திலுள்ள அனைத்து நாடுகளாலும், அனைத்து மதங்களாலும் கொடுமைப்படுத்தப்பட்டவர்களுக்கும், விரட்டியடிக்கப்பட்டவர்களுக்கும் புகலிடம் தந்த நாடுதான் என் நாடு என்பதில் நான் பெருமிதம் கொள்கிறேன். ரோமானியர்களின் கொடுமையினால் யூதர்களின் திருக்கோவில் தரைமட்டமாக்கப்பட்ட அதே வருடம், பாரதத்தின்

தென்பகுதியில் புகலிடம் தேடி வந்த இஸ்ராயேல் மக்களின் உன்னதமான மிச்சம்மீதிகள் எங்கள் பூமியில் பாதுகாப்பாக இருக்கின்றன என்பதை உங்களோடு பகிர்ந்துகொள்வதில் நான் பெருமிதம் அடைகிறேன். பெருமை மிக்க அந்த மக்களுக்கு அடைக்கலம் கொடுத்ததும், அவர்களுடைய எச்சங்களை இன்றும் பேணிப் பாதுகாப்பதுமான ஒரு மதத்தில் நான் இருக்கிறேன் என்பதில் பெருமை கொள்கிறேன்."

"மிகச்சிறிய வயது முதலே நான் பாடிக்கொண்டிருந்ததும், எனக்கு நினைவில் நிற்பதுமான பாடல் மட்டுமன்றி, இலட்சக்கணக்கான மக்களால் நாள்தோறும் பாடப்பட்டுக் கொண்டிருப்பதுமான சிவமஹிம்நா: ஸ்தோத்திரத்தில் இருக்கும் சில வரிகளின் பொருளை உங்கள் முன்னால் சொல்ல விரும்புகிறேன்:"

"பல இடங்களிலிருந்து ஊற்றெடுத்து வரும் நதிகளின் தண்ணீர் இறுதியில் கடலில் சென்று கலப்பதைப்போல, சர்வேசுவரா!, உலக மக்கள் தங்களுடைய விருப்ப வேறுபாடுகளால் அவர்கள் தேர்ந்தெடுக்கும் வழிகள் வளைந்ததாகவோ, நேரானதாகவோ இருந்தாலும் அவை எல்லாம் இறுதியில் உன்னை அல்லவா வந்து சேர்கின்றன!"

சபை காது கொடுத்துக் கேட்டுக்கொண்டிருப்பதைக் கண்டபோது மனவுறுதி அதிகரித்துக் கொண்டே இருந்தது.

●

முப்பத்தி எட்டு

திருமதி. ஜான் லியோன் தூங்காமல் எனக்காகக் காத்துக்கொண்டிருந்தார். திருமதி. லியோனைப் பார்த்தவுடன் அம்மாதான் நினைவிற்கு வந்தார். மேன்மையும் பக்தியும் நிறைந்த முகம்; எல்லோரிடமும் ஆதரவு காட்டும் பணிவான குணம்; வார்த்தைகளில் அன்பின் ஒளிக்கீற்று; அம்மாவைப் போலவே உயரமும் குறைவுதான்.

சிகாகோ ஆலயங்களில் உள்ள சில நபர்கள்தான் சமய மாநாட்டிற்கு வருகின்ற பிரதிநிதிகளை, ஒவ்வொரு வீட்டிற்கும் விருந்தினர்களாக அனுப்பிக் கொண்டிருந்தனர். நல்லதொரு சிந்தனையின் சொந்தக்காரரான பிரதிநிதியைத் தன்னுடைய வீட்டிற்கு அனுப்பவேண்டும் என்று திருமதி. லியோன், சர்ச்சில் உள்ளவர்களிடம் சொல்லியிருந்ததைப் பின்பு அவர் சொல்லித்தான் தெரிந்துகொண்டேன். அவருடைய கணவர் நல்ல மனதுடைய ஒரு தத்துவச் சிந்தனைக்காரரர். அவர் மதவெறியர்களைக் கடுமையாக விமர்சிக்கக் கூடியவரும் கூட.

மிஷிகன் தெருவில் 262ஆம் எண் வீட்டின் முன்னால் சர்ச்சின் ஒரு உறுப்பினரோடுதான் வந்துசேர்ந்தேன். அப்போது மணி இரவு பன்னிரண்டைத் தாண்டியிருந்தது.

பெரும்பாலும் மரங்களால் கட்டப்பட்டிருந்த வீடு அது. வெள்ளை நிறத்திலான வீடு. நாங்கள் மதிலின் கதவைத் திறந்து விசாலமான முற்றத்தில் காலடி எடுத்து வைத்தோம். கற்கள்

பரப்பியிருந்த பாதையின் இருபுறமும் வரிசையாக வெட்டி ஒழுங்குபடுத்தப்பட்டிருந்த அழகான செடிகள் நிற்பதை மங்கிய வெளிச்சத்தில் பார்க்க முடிந்தது. வீட்டின் வாசலுக்குச் செல்ல ஒன்றோ இரண்டோ படிக்கட்டுகள் ஏறிச்செல்லவேண்டும். ஒருவிதமான சிவந்த செடிகள் வாசலின் முன்பகுதியில் வரிசையாக வைக்கப்பட்டிருந்தன.

முதன்மையான வாசல் பாதி அடைந்து கிடந்தது. கூடவே வந்தவர் காலிங் பெல்லின் சுவிட்சை விரலால் அழுத்தினார்.

உள்ளே நாற்காலியில் காத்துக்கொண்டிருந்த திருமதி. லியோன் வேகமாக எழுந்து வந்து, பாதி திறந்திருந்த வாசலை முழுமையாகத் திறந்துவிட்டு கைகூப்பி வரவேற்றார்:

"உள்ளே வாருங்கள்."

சர்ச் உறுப்பினர் என்னை அறிமுகப்படுத்தினார்:

"இவர்தான் நான் சொன்ன இந்தியக்காரரான சுவாமி விவேகானந்தர்."

வரவேற்பு அறையில் அமர்ந்து சிறிது நேரம் பேசிக்கொண்டிருந்துவிட்டு என்னுடன் வந்தவர் கிளம்பினார்.

தாமதமாக வந்துசேருகின்ற மகனுக்காக, ஒரு அம்மா காத்துக்கொண்டிருப்பது போலத்தான் திருமதி. லியோனின் முகத்தைப் பார்த்தபோது எனக்குத் தோன்றியது. முதன்முதலாகத்தான் ஒருவரையொருவர் பார்க்கிறோம் என்றாலும் எத்தனையோ ஆண்டுகாலப் பழக்கம் உள்ளதுபோல மனதில் தோன்றியது. சில வேளைகளில் சிலரைப் பார்க்கும்போது அப்படித் தோன்றுவதுண்டு. வருடங்களின் அல்ல, யுகங்களின் பந்தம்!

"நான் ஒரு இந்தியக்காரரை முதன்முறையாகத்தான் பார்க்கிறேன்."

திருமதி. லியோன் சொன்னார்.

"உங்களுடைய இந்த நீண்ட, சிவந்த அங்கியும் அரைப்பட்டையும் தலைப்பாகையும் எல்லாம் எனக்குப்

பிடித்திருக்கிறது. இந்தியர்களைப் பற்றி நான் இவ்வளவு ஒன்றும் கருதியிருக்கவில்லை."

அதன் மறுமொழியாகப் புன்னகைத்தேன். திருமதி. லியோன் தொடர்ந்தார்:

"எங்களுக்குத் தெற்கு லூஸியானாவில் ஒரு கரும்புத் தோட்டம் உண்டு. அங்கே பல நண்பர்களும் இருக்கிறார்கள். ஆனால், வெள்ளைக்காரர்கள் அல்லாத மற்ற யாருடனும் பழகுவதற்கு அவர்களுக்குக் கொஞ்சங்கூட விருப்பமில்லை. காரணம், கறுப்பின மக்களை மனதாலும் சமூகத்தாலும் தங்களுடைய பழைய நீக்ரோ அடிமைகளின் நிலையிலுள்ளவர்கள் என்றுதான் அவர்கள் நினைக்கின்றனர்."

ஒரு நிமிடம் எதையோ சிந்தித்தபிறகு திருமதி. லியோன் சொன்னார்:

"ஆனால், நானும் என்னுடைய கணவரும் நிற வேறுபாடுகள் எதையும் பார்ப்பதில்லை. இந்தியக்காரர்களும் எங்களைப்போல, கக்கேஷ்யன் இனத்தைச் சார்ந்தவர்கள்தான் என்பதைப் புரிந்துகொள்வதற்கான புத்தி எங்களுக்கு உண்டு..."

எனக்கு வேண்டி சிறப்பாகத் தயார் செய்துவைத்திருந்த அறையை அவர் காண்பித்தார்.

"கணவரும் மகளும் பேரக்குழந்தையும் சீக்கிரமாகவே தூங்குவதற்குச் சென்றுவிட்டார்கள். சுவாமிஜி ஓய்வெடுங்கள். நாளைப் பார்க்கலாம். குட்நைட்."

திரு. ஜான் லியோன் காலையில் எழுந்தபோது மனைவி கேட்டார்:

"லூஸியானாவில் உள்ள நம்முடைய உறவினர்கள் இங்கே வரும்போது, சுவாமிஜி அவர்களோடு சேர்ந்து தங்குவதை அவர்கள் விரும்புவார்களா? அப்படியென்றால் நமக்கு அவரை நம்முடைய விருந்தினராக அருகிலிருக்கும் ஆடிட்டோரியம் ஹோட்டலில் தங்கவைக்கலாம்."

"பார்க்கலாம்". திரு. லியோன் சொன்னார்.

காலை உணவிற்கு முன்பாக, முன்வாசலில் செய்தித்தாள் படித்துக் கொண்டிருந்தபோதுதான் குடும்பத் தலைவர், திரு. லியோன் வந்து முன்னால் உட்கார்ந்தார். அவர் குளித்துமுடித்து நல்ல ஆடைகளை உடுத்தியிருந்தார்.

"ஐ ஆம் லியோன். கிளாட் டூ மீட் யூ சுவாமிஜி. நேற்று இரவு நீங்கள் வர தாமதாகும் என்று தெரிந்தபோது நான் படுக்கைக்குச் சென்றுவிட்டேன். காலையில் எமிலி எல்லாவற்றையும் சொன்னார்."

திரு. லியோனுடனான உரையாடல் உணவு மேஜையின் மீதும் தொடர்ந்தது. அவர் இந்தியாவைப் பற்றியும் இந்தியர்களைப் பற்றியும் பல விசயங்களைக் கேட்டுத் தெரிந்துகொண்டார்.

காலை உணவு முடிந்து திரு. லியோன் அறையை நோக்கி நடந்தபோது, பின்னால் சென்ற மனைவி அவரிடம் கேட்டார்:

"ஆடிட்டோரியம் ஹோட்டல் அறையைப் பற்றி விசாரிக்க வேண்டாமா?"

லியோன் சொன்னார்:

"வேண்டாம் எமிலி. நம்முடைய விருந்தினர்கள் எல்லோரும் போய்விட்டாலும் எனக்கு எந்தப் பிரச்சினையும் இல்லை! நம்முடைய வீட்டில் இன்றுவரை வந்தவர்களில் குறிப்பிடத்தக்க மிகவும் திறமையான மனிதர் இந்த இந்தியக்காரர்தான். அவருக்கு விருப்பமுள்ள காலம்வரை அவர் இங்கேயே தங்கியிருக்கட்டும்."

லியோன் தம்பதிகளின் வீடு, எனது சொந்த வீடு போல எனக்குத் தோன்றியது. பெரும்பாலான நாட்களும் அவர் தன்னுடைய மகளோடும் பேரக்குழந்தையோடும் சேர்ந்து கொலம்பியன் மாநாட்டில் கலந்துகொண்டார். விதவையான அவருடைய மகள் மிகவும் துயரத்தோடு காணப்பட்டாள். அகால மரணத்தில் உதிர்ந்துபோன கணவரை நினைத்து

அவளுடைய கண்கள் நிறைவதைக் கண்டேன். ஆறு வயதுள்ள அவளுடைய மகளை, அருகே உட்காரவைத்து, ஏராளமான கதைகளை நான் சொல்லிக்கொடுத்தேன். இந்தியாவில் உள்ள மயில்களையும் பலவிதமான பறவைகளையும் செடிகளையும் பூக்களையும் மரங்களையும் எல்லாம் குழந்தையிடம் விவரித்தேன். இந்தியாவில் உள்ள அங்காடிகளையும், கிராமங்களையும், தெருக்களையும், கோவில்களையும், பள்ளிக்கூடங்களையும் எல்லாம் அந்தக் குழந்தையின் மனதில் ஓவியங்களாகத் தீட்டினேன்.

ஒருநாள் எதிர்பாராமல் திருமதி. லியோன் நினைவுபடுத்தினார்:

"இந்த நகரத்தில் நீங்கள் கவனமாக நடக்கவேண்டும். பல பெண்களும் உங்களை வசீகரிப்பதற்காக உங்களைத் தேடிவரலாம். சுவாமிஜி அழகான இளைஞனும்கூட; கவனமாக இருங்கள்."

அவருடைய கையை மெல்லத் தட்டிக்கொண்டே சொன்னேன்:

"அன்பிற்குரிய திருமதி. லியோன், அமெரிக்காவில் எனக்குப் பிரியமான அம்மாவே, நீங்கள் என்னைப் பற்றிக் கவலைப்பட வேண்டாம். கருணை நிறைந்த ஏதாவது விவசாயி தரக்கூடிய ஒரு பிடி சோற்றினை உண்டு, ஏதாவது ஆலமரத்தின் அடியில் படுத்து நான் பலவேளைகளிலும் தூங்கியிருக்கிறேன் என்பது சரிதான். சில வேளைகளில் ஏதாவது அரண்மனைகளில் விருந்தினராகத் தங்கவும் செய்திருக்கிறேன். அப்போது அங்கே இரவு முழுவதும் எனக்கு விசிறி எடுத்து வீசுவதற்காக அழகான தாசியை ஏற்பாடு செய்திருப்பர். என்னைச் சபலமடைய செய்வதற்கான பல முயற்சிகளையும் நான் எதிர்கொண்டிருக்கிறேன். ஆனால், அதில் ஒன்றும் நான் இதுவரை வீழ்ந்ததில்லை. இனி விழவும் மாட்டேன். அம்மா என்னை நினைத்துப் பயப்பட வேண்டியதில்லை."

திருமதி. லியோன் புன்னகைத்தார்.

பழமையான மதங்களின் தத்துவச் சிந்தனைகளில் நவீன சமூகத்தைக் கவரக்கூடிய பலவும் உண்டு என்று அமெரிக்க நாளிதழ்கள் செய்தி வெளியிட்டன. பல்சமய மாநாடுதான் இந்தச் சிறிய வெளிச்சத்தை அமெரிக்காவில் உள்ள மக்களிடம் எடுத்துச் சென்றிருக்கிறது.

இங்கே புறப்பட்டு வரும்போதே, பாரதத்தில் ஏதாவது தொழில் தொடங்க வேண்டிய விருப்பத்தை அமெரிக்க மக்களிடையே ஏற்படுத்துதல் என்ற சிந்தனையைக்கூட மனதில் கருதி வைத்திருந்தேன். ஆனால், அதைவிட முக்கியமானது பாரதத்தின் மகத்தான பாரம்பரியத்தை உலகமெல்லாம் அறிமுகப்படுத்த வேண்டுமென்பது.

குறிப்புகளின் உதவி இல்லாமல், நான் சொல்ல விரும்பிய உண்மைகளும் சித்தாந்தங்களும் கேட்பவர்களின் இதயத்தில் சென்று சேரும்விதம் மனப்பூர்வமாகச் சொல்லமுடிந்தது. சிலவேளைகளில் சத்தமாக, உணர்ச்சிப்பூர்வமாகப் பேசினேன். எதையும் வெற்றிபெற வைக்கும் பூமிதான் அமெரிக்கா.

பெரும்பாலும் மாலை வேளைகளில் மிஷிகன் ஏரிக்கரையை நோக்கிப் பயணித்தேன். நிலா பொழிந்து கொண்டிருக்கும் இரவுகளில் ஏரிக்கரையின் புல்வெளியில் சென்று அமர்ந்திருந்தேன்.

அழகாகக் காட்சிப்படுத்தி வைக்கப்பட்டிருந்த செடிகளின் இலைகளில் பனித்துளிகளின் முத்துகள் விழுந்து அவை நிலாவில் ஒளிவீசிக் கொண்டிருந்தன. அமைதியான ஏரிக்கரையில் அமர்ந்திருக்கும்போது கண்கள் அறியாமலே மூடிப் போயின. மனம், முழுவதும் அமைதியானது.

ஏரியின் குளிர்நீரைத் தழுவி வரும் இளங்காற்றைப் பெற்றுக்கொண்டே தியானத்தின் ஆழத்தில் இறங்கிப்போனேன்.

முப்பத்தி ஒன்பது

கொலம்பஸ் அரங்கில் உலக மாநாட்டில் அமர்ந்திருந்தபோது, பகவத்கீதையில் உள்ள ஒரு சுலோகத்தின் அர்த்தத்தின் வழியே மனது பயணித்தது:

யே யதா மாம் ப்ரபத்யந்தே தாம்ஸ்ததைவ பஜாம்யஹம்

மம வர்த்மானுவர்த்தந்தே மனுஷ்யா: பார்த்த ஸர்வ்வச:

சபையிடம் சொன்னேன்:

“பாரதத்தின் ஒரு புண்ணிய நூலான பகவத்கீதையில் உள்ள ஒரு சுலோகத்தின் பொருள் இதுதான்: யாரெல்லாம், எப்படியெல்லாம் என்னைச் சரணடைகிறார்களோ, அவர்களையெல்லாம் அந்தந்த விதத்தில் நான் ஆசீர்வதிக்கிறேன். மனிதர்களெல்லாம் நான் அங்கிகரித்திருக்கும் சட்டத்தைத்தான் பின்பற்றுகிறார்கள்.”

“பிரிவினைவாதமும் மூடத்தனமான பிடிவாதங்களும் அதனுடைய கொடூர விளைவான மதவெறியும் சேர்ந்து இந்த அழகான பூமியை நெடுங்காலமாக இறுகப்பிடித்து வைத்திருக்கின்றன. அவையெல்லாம் நம்முடைய பூமி தேவியை வன்முறையால் மூச்சடைக்க வைத்துக்கொண்டிருக்கின்றன. இத்தகைய குறுகிய சிந்தனைகளால் இந்த உலகம் பலவேளைகளிலும் மனித இரத்தத்தில் நனைந்து போகின்றது. நாம் பெற்றுக்கொண்ட நம்முடைய மகத்தான

பண்பாட்டினைக்கூட அது இல்லாமலாக்கிவிடுகிறது. உலக மக்களை இது ஏமாற்றத்திற்குள் தள்ளிவிடுகிறது. இந்தக் கொடுமையான பிசாசுகள் மட்டும் இல்லாமல் இருந்திருந்தால், மனிதச் சமூகம் இதைவிடப் பன்மடங்கு முன்னேறி இருக்கும்!'

"பெருமை வாய்ந்த இந்த மாநாட்டின் துவக்கமாக இன்று காலையில் முழங்கிய மணியோசை, எல்லா மத வெறிகளுக்கும், வாளினாலோ பேனாவினாலோ நடைபெறுகின்ற எல்லாக் கொடுமைகளுக்கும், ஒரே இலட்சியத்தை நோக்கிப் பயணித்துக் கொண்டிருக்கின்ற மக்களுக்கு இடையில் உள்ள எல்லா இரக்கமற்ற உணர்ச்சிகளுக்கும் சாவு மணியாக இருக்கட்டும் என்று நான் ஆசைப்படுகிறேன்."

மூன்று நாட்களுக்குப் பிறகு, மாநாட்டில் வேறொரு சிறிய உரையை நிகழ்த்தினேன்.

'மதங்களுக்கிடையே ஒருவரையொருவர் தூற்றிக்கொள்வதில் இருந்து நமக்கு ஓய்வெடுக்கலாம்' என்று ஒரு பேச்சாளர் பேசி முடித்த இடத்தைத் தொடர்ந்துதான் என்னுடைய முறை வந்தது.

"நான் ஒரு கதை சொல்கிறேன். மதங்களுக்கிடையே உள்ள ஒற்றுமையின்மையின் காரணத்தைக் கண்டறிய உதவும் ஒரு கதை."

"இந்தக் கதையைக் கேட்பதற்கு உங்களுக்கு விருப்பமா?" அரங்கத்தில் இருந்தவர்களிடம் கேட்டேன்.

"ஆமாம்..." அரங்கம் ஒன்றாக ஒரே குரலில் முழங்கியது.

"ஒரு கிணற்றில் ஒரு தவளை வாழ்ந்து கொண்டிருந்தது. நீண்ட காலமாக அது கிணற்றில்தான் வசித்து வந்தது. அந்தச் சின்னஞ்சிறிய தவளை பிறந்ததும் வளர்ந்ததும் அந்தக் கிணற்றில்தான். கிணற்றைத் தாண்டி அது எதையுமே பார்த்ததில்லை. தவளை கண்களை இழந்துவிட்டதா, இல்லையா என்று சொல்வதற்கு அன்று பரிணாமவாதிகள் யாரும் அங்கே இல்லை அல்லவா!. என்னவானாலும் நம்முடைய கதைக்காக இதை உடன்பட்டே ஆகவேண்டும்:

அதற்குக் கண்கள் இருந்தன. இன்றைய கிருமி ஆராய்ச்சியாளர்கள்கூட ஏற்றுக்கொள்ள முடியும் விதத்தில் சுறுசுறுப்பாக அது கிணற்றில் உள்ளே சென்று புழுபூச்சிகளைத் தின்று தண்ணீரைச் சுத்தமாக்கிக் கொண்டிருந்தது."

அரங்கத்தில் இருந்தவர்கள் கதையை ஆவலோடு கேட்டுக்கொண்டிருந்தார்கள்.

"காலம் கொஞ்சம் கடந்துபோனது. தவளை கொஞ்சம் பருத்தும் விட்டது. அப்படியிருக்கவே, ஒருநாள் வேறொரு தவளை அந்தக் கிணற்றின் வந்து விழுந்தது. அது கடலில் வாழ்ந்த தவளையாக இருந்தது."

"நீ எங்கிருந்து வந்தாய்?" கிணற்றுத் தவளை கேட்டது.

"நான் கடலில் இருந்து வந்திருக்கிறேன்". விருந்தாளித் தவளை சொன்னது.

"கடலா! அது எவ்வளவு பெரியது? இந்தக் கிணற்றின் அளவிற்குப் பெரியதா?"

இப்படிக் கேட்டுவிட்டு, கிணற்றுத் தவளை ஒரு பக்கத்தில் இருந்து மற்றொரு பக்கத்தை இலட்சியமாக்கிக் குதித்தது!

"என்னுடைய நண்பா..." கடல் தவளை சொன்னது: "கடலினை எப்படி இந்தச் சின்னக் கிணற்றோடு ஒப்பிட்டுப் பார்க்கமுடியும்?!"

இன்னொருமுறையும் கூடக் குதித்து விட்டுக் கிணற்றுத் தவளை கேட்டது: "அதுசரி, உன்னுடைய கடல் என்னுடைய இந்த இரண்டு தாவுதல் தூரத்திற்குப் பெரிதாக இருக்குமா?"

"என்ன ஒரு முட்டாள்தனமான கேள்வி? கடலை உன்னுடைய கிணற்றோடு ஒப்பிட்டுப் பார்ப்பதா!"

அதைக் கேட்ட கிணற்றுத் தவளை சிரித்துவிட்டுச் சொன்னது:

"என்னுடைய கிணற்றைவிடப் பெரியது எதுவும் இல்லை. இதைவிடப் பெரிதாக இருப்பதற்கு வாய்ப்பும்

இல்லை. நீ பொய்யன்! முதலில் உன்னை இங்கிருந்து துரத்த வேண்டும்!"

"இதைப் போலத்தான் எல்லாக் காலத்திலும் உள்ள பிரச்சினைகள். நான் ஒரு இந்து. நான் என்னுடைய சிறிய கிணற்றினுள்ளே இருக்கிறேன். என்னுடைய சிறிய கிணறுதான் இந்த உலகம் முழுவதும் என்று நான் நினைக்கிறேன். கிறித்தவர்கள் அவர்களுடைய சிறிய கிணற்றில் இருக்கிறார்கள். அதுதான் உலகம் முழுவதும் என்று அவர்கள் நினைக்கிறார்கள். முகமதியர்கள் அவர்களுடைய சிறிய கிணற்றில் இருக்கிறார்கள். அதுதான் உலகம் முழுவதும் என்று அவர்களும் நினைக்கிறார்கள். நம்முடைய, இதுபோன்ற சிறியசிறிய உலகங்களின் எல்லைகளைத் தகர்த்து எறிய நீங்கள் செய்கின்ற இந்த மகத்தான முயற்சிக்கு அமெரிக்க மக்களாகிய உங்களுக்கு நான் நன்றி சொல்கிறேன்."

சபையை முழுவதும் ஒருமுறை பார்த்த பிறகு சொன்னேன்:

"பாரதத்தினுடைய புண்ணிய நூல்களை வாசித்து, அவற்றை நேரடியாக அறிந்து கொண்டவர்கள் கையை உயர்த்துங்கள்."

அந்தப் பெரிய அரங்கில் இருந்து மூன்றோ நான்கோ கைகள் மட்டுமே உயர்ந்து வந்தன. பல நாடுகளில் இருந்து வந்த உன்னத மனிதர்கள் ஒன்றுகூடி இருந்த அரங்கு அது; கிட்டத்தட்ட ஏழாயிரம் மக்கள். இருந்தும் மூன்றோ நான்கோ கைகள் மட்டும்!

சபையை ஒருமுறை பார்த்த பிறகு திரும்பவும் தொடர்ந்தேன்:

"அப்படியிருந்தும் நீங்கள் எங்களை விமர்சிக்கத் தைரியம் காட்டுகிறீர்கள் அல்லவா!"

அந்த மென்மையான கோபத்திற்குப் பிறகு மீண்டும் தொடர்ந்தேன்:

"நல்ல விமர்சனங்களைக் கேட்பதற்கு நீங்கள் எப்போதும் தயாராக இருக்கவேண்டும். நான் சிறிய அளவிலான சில விமர்சனங்களைச் சொன்னால் நீங்கள் அதைப் பொருட்படுத்தமாட்டீர்கள் என்று நான் கருதிக்கொள்கிறேன்..."

"நம்பிக்கையற்றவர்களின் ஆன்மாவைக் காப்பாற்றுவதற்காக, பாதிரிமார்களை அனுப்புவதற்கு உற்சாகம் காட்டுகின்ற நீங்கள், அவர்களை ஏன் பட்டினியில் இருந்து காப்பாற்றுவதற்கு முயற்சிக்கவில்லை? பாரதத்தில் கடுமையான பஞ்ச காலங்களில் ஆயிரக்கணக்கான மக்கள் பசியால் செத்து மடிந்தார்கள். இருந்தும் நீங்கள் எதுவும் செய்யவில்லை. பாரதத்தில் எல்லா இடங்களிலும் நீங்கள் ஆலயங்களைக் கட்டி எழுப்புகிறீர்கள்; ஆனால், கிழக்கே அழுது கொண்டிருக்கும் மக்களுக்கு இப்போது வேண்டியது மதமல்ல."

"பாருங்கள். பாரத மக்களுக்குத் தேவைப்படும் அளவிற்கு மதங்கள் இருக்கின்றன. ஆனால், பாரதத்தில் அவதிப்பட்டுக்கொண்டிருக்கும் இலட்சக்கணக்கான மக்கள் வறண்ட தொண்டையுடன் கூக்குரலிடுவது உணவிற்காகத்தான்! அவர்கள் அப்பம் கேட்கிறார்கள்; ஆனால் நாம் கற்களைக் கொடுக்கிறோம். பட்டினியில் இருப்பவர்களுக்கு மதத்தைக் கொடுப்பது நகைப்பிற்குரியது. பட்டினியால் துடிப்பவனுக்குத் தத்துவ ஞானத்தைப் போதிப்பது அவனை அவமதிப்பதாகும். பட்டினியால் வாடும் என் நாட்டு மக்களுக்கு உதவிகோரிதான் நான் இங்கே வந்தேன். கிறித்தவர்களின் நாட்டில் கிறித்தவர்கள் அல்லாதவர்களுக்கு உதவி கிடைப்பது என்பது எவ்வளவு கடினமானது என்பதை நான் நன்றாகவே புரிந்துகொண்டேன்."

சொற்பொழிவு நிறைவடையும் நேரம்வரை முழு அமைதியாக இருந்த கொலம்பஸ் அரங்கில் சட்டென்று கரவொலிகளின் அலைகள் எழும்பத் தொடங்கின.

மிகுந்த பணிவுடன், ஆனால் கம்பீரமான குரலில் சற்றும் குறைவு வராமல் சபையிடம் பேசிக்கொண்டிருந்தபோது, அன்பு

நிறைந்த ஒரு திட்டுதலாக அவர்கள் என்னுடைய வார்த்தைகளை ஏற்றுக்கொண்டிருப்பதை அறிந்தேன். தகுதியற்றவனாகவும் குறுகிய சிந்தனையுள்ளவனாகவும் என்னை அவர்களால் கருத இயலவில்லை. அதீத அன்புடன்தான் ஒவ்வொரு வார்த்தைகளையும் சபையின் முன்னால் எடுத்து வைத்தேன். வார்த்தைகளில் நிரம்பியுள்ள ஆத்மார்த்தத்தை அவர்கள் புரிந்துகொண்டிருக்கிறார்கள். அதனால் அவர்கள் எதுவும் தவறாக எடுத்துக் கொள்ளவில்லை.

அமெரிக்காவில் முதன்முதலாகக் காலெடுத்து வைத்தபோது கரையில் அகப்பட்ட ஒரு மீனினைப் போலத்தான் உணர்ந்தேன். தெய்வத்திற்காகச் செயல்படுதல் என்ற கர்மத்தை விட்டு, என்னைக் காப்பாற்றுவதற்காகத் துன்பப்பட வேண்டியது வருமோ என்றுகூடப் பயந்த நாட்கள் இருந்தன. இமாலயத்தின் பனியைச் சூடிக்கொண்ட கொடுமுடிகளிலும், பாரதத்தின் வெயிலில் கருகும் சமநிலங்களிலும் என்னை வழிநடத்திக் கொண்டிருந்த சக்தி இங்கும் என்னை வழிநடத்தும் என்று நம்பினேன்.

அமெரிக்காவில் யாராவது எனக்குப் படுப்பதற்கு இடமும் உண்பதற்கு உணவும் தந்தார்கள். தெய்வத்தைப் பற்றிப் பேசுங்கள் என்று சொல்லிக்கொண்டு முன்னால் வந்துகொண்டே இருந்தார்கள்.

எல்லாவற்றையும் தீர்மானிப்பதும் நடத்துவதும் ஒரு சக்திதான். அதைப் பின்பற்றுவது மட்டுமே என்னுடைய தர்மம். என்னுடைய எல்லாத் தேவைகளையும் அந்தச் சக்திதான் நிறைவேற்றிக் கொண்டிருக்கிறது. பகவானின் விருப்பம்போல எல்லாம் நடந்து கொண்டிருக்கிறது.

‘சொந்த முயற்சிகளையெல்லாம் கைவிட்டு என்னைச் சரணடைபவனுக்கு வேண்டியதை எல்லாம் நானே கொண்டு வந்து கொடுக்கிறேன்’ என்ற கீதையின் வாக்கியம் நினைவிற்கு வந்தது. எல்லா இடத்திலும் அந்தச் சக்தியுண்டு; ஆசியாவிலும்

ஐரோப்பாவிலும் அமெரிக்காவிலும் எல்லாம் அந்தச் சக்தியுண்டு. பாரதத்தின் பாலைவனங்களில் உண்டு; அமெரிக்காவின் வணிக ஆரவாரங்களில் உண்டு; எல்லா இடத்திலும் உண்டு!

●

நாற்பது

அமெரிக்காவின் நாளிதழ்கள் என்னைப் புகழ்ந்துகொண்டே இருந்தன.

ஏறக்குறைய யாருமறியாத துறவியாக இதுவரை நான் அலைந்து திரிந்துகொண்டிருந்தேன் அல்லவா. ஆனால், திடீரென்று பத்திரிகைகளில் எல்லாம் என்னுடைய பெயர் இடம்பிடித்திருக்கிறது. பெரும்பாலான பத்திரிகைகளிலும் புகைப்படத்துடன் செய்திகள் வெளிவந்தன: தி லூதர் போர்ட் அமெரிக்கன், தி பிரஸ் ஆப் அமெரிக்கா, தி இண்டீரியர் சிகாகோ, தி நியூயார்க் கிரிட்டிக், தி ரிவியூ ஆப் ரிவியூஸ்... அப்படிப் பல முக்கியப் பத்திரிகைத் தாள்களிலும் என்னைப் பற்றிய செய்திகள் நிறைந்திருந்தன.

பல்சமய மாநாட்டில் மிகவும் பிரபலமானவர் என்றெல்லாம் தி நியூயார்க் ஹெரால்டில் செய்தி வெளிவந்தது. 'ஞானமிக்க பாரத மக்களின் இடையே நம்முடைய பாதிரிமார்களை அனுப்புவது எவ்வளவு முட்டாள்தனமான செயல் என்று எங்களுக்கு தோன்றுகிறது...!' என்றெல்லாம் ஹெரால்டு பத்திரிகை, செய்தி வெளியிட்டிருந்தது.

மிகச் சாதாரணமானவனான என்னை எல்லோரும் ஆதரிக்கின்றனர்; அன்பு காட்டுகின்றனர். இவற்றையெல்லாம் பார்க்கும்போது, எனக்குக் கோடானகோடி வருடங்களின் ஆயுளைத் தந்திருக்கலாமே என்று தோன்றுகிறது. பழைய துணியையும் உடுத்தி, பிச்சையெடுத்த உணவையும் உண்டு,

தெய்வத்தின் விருப்பங்களை நிறைவேற்றிக் கொண்டு நடந்திருக்கலாமே.

சில நாட்களுக்குப் பிறகு, மீண்டும் கொலம்பஸ் அரங்கின் முன்னால்:

"நீங்கள் கேள்விப்பட்டதைப்போல நான் ஒரு பௌத்தனல்ல. ஆனால், நான் பௌத்த மதத்தின்மேல் நம்பிக்கை வைத்திருக்கிறேன். சீனாவும் ஜப்பானும் இலங்கையும் அந்த மகாகுருவின் உபதேசங்களைப் பின்பற்றுகிறதென்றால் பாரதம் ஸ்ரீ புத்தரைத் தெய்வத்தின் அவதாரமாக எண்ணி வணங்குகிறது. புத்தரை அவரது சிஷ்யர்கள் யாரும் சரியாகப் புரிந்துகொள்ளவில்லை என்பதுதான் எங்கள் கருத்து. சனாதன மதத்திற்கும், புத்த மதம் என்று சொல்லப்படுகிற மதத்திற்கும் இடையேயுள்ள உறவு, கிட்டத்தட்ட யூத மதத்திற்கும் கிறித்தவ மதத்திற்கும் இடையேயுள்ள உறவைப் போன்றதுதான்."

"ஏசுகிறித்து ஒரு யூதனாக இருந்தார். சாக்கிய முனி ஒரு இந்துவாக இருந்தார். யூதர்கள் கிறித்துவை வெறுத்தார்கள்; சிலுவையில் அறைந்தார்கள். இந்துக்கள் சாக்கிய முனியை ஏற்றுக்கொண்டார்கள்; தெய்வத்திற்கு இணையாக அவரை வணங்கினார்கள்."

"சாக்கிய முனி எதையும் புதிதாக உபதேசிக்க வரவில்லை; கிறித்துவைப் போலவே அவர் வந்ததும் பரிபூரணத்தைத் தருவதற்காகவே. ஏசுகிறித்துவின் விசயத்தில், பழைய மக்களான யூதர்கள் அவரைச் சரியாகப் புரிந்துகொள்ளவில்லை. புத்தரின் விசயத்தில், அவரைப் பின்பற்றியவர்களே அவருடைய உபதேசத்தின் அர்த்தங்களைச் சரியாகப் புரிந்துகொள்ளவில்லை."

"யூதர்கள் பழைய ஏற்பாட்டின் பரிபூரணத்தைப் புரிந்துகொள்ளாதது போல, பௌத்தர்கள் இந்து மத உண்மைகளின் பரிபூரணத்தைப் புரிந்துகொள்ளவில்லை. மீண்டும் நான் உங்களுக்குச் சொல்கிறேன். சாக்கிய முனி வந்தது இந்து மதத்தை முழுமையடையச் செய்வதற்குத்தான்."

"பாரதத்தில், மிக உயர்ந்த சாதியைச் சார்ந்தவர்களாகச் சொல்லப்படுகிறவர்களுக்கும், தாழ்ந்த சாதியாகச் சொல்லப்படுகிறவர்களுக்கும் சந்நியாசி ஆகமுடியும். சந்நியாசத்தில் இரண்டு சாதிகளும் சமமாகி விடுகின்றன. மதத்திற்குச் சாதி இல்லை."

"சாக்கியமுனி ஒரு சந்நியாசியாக இருந்தார். வேதங்களில் மறைந்து கிடந்த உண்மைகளை எல்லாம் வெளிக்கொண்டு வந்து அவற்றை உலகமெல்லாம் பரவச் செய்வதற்கான பரந்த இதயம் ஸ்ரீபுத்தருக்கு இருந்தது. உலகத்திலேயே முதன்முதலாகச் சமயப் பிரச்சாரத்தை நடைமுறைப்படுத்தியவர் ஸ்ரீபுத்தர்தான்."

"புத்தரின் சிஷ்யர்களில் சில பிராமணர்களும் இருந்தனர். புத்தர் போதித்த காலத்தில், பாரதத்தில் சமஸ்கிருத மொழி பேச்சு மொழியாக இல்லை. பண்டிதர்களின் புத்தகங்களில் மட்டுமே அன்று சமஸ்கிருதம் இருந்தது. புத்தரின் சில பிராமணச் சீடர்களுக்கு அவரது போதனைகளைச் சமஸ்கிருதத்தில் மொழிபெயர்க்க வேண்டுமென்ற எண்ணமிருந்தது. ஆனால், புத்தர் அவர்களிடம் சொன்னது இப்படித்தான்: 'நான் ஏழைகளுக்கானவன்; சாதாரண மக்களுக்காகத்தான் நான் அவர்களுடைய மொழியில் பேசுகிறேன்.' அதனால்தான் இன்றளவும் ஸ்ரீபுத்தரின் போதனைகளில் பெரும்பங்கும் பாரதத்தின் அன்றைய பேச்சுமொழியான பாலி மொழியில் இருக்கிறது."

"தத்துவ ஞானத்தின் நிலை எதுவாக வேண்டுமானாலும் இருக்கட்டும்; மரணம் என்றொரு உண்மை உலகத்திலுள்ள காலம்வரைக்கும், மனித மனத்தில் பலவீனம் இருக்கும் காலம்வரைக்கும், பலவீனத்தால் தன்னுடைய இதயத்தில் இருந்து புறப்படுகின்ற அழுகை இருக்கும் காலம்வரைக்கும், ஒருவனுக்குத் தெய்வத்தின் மீது நம்பிக்கை இருக்கத்தான் செய்யும்."

"புத்த மதம் இல்லாமல் இந்து மதத்தால் வாழ முடியாது. அவ்வாறே இந்து மதம் இல்லாமலும் புத்த மதத்தால் நிலைநிற்க

இயலாது. பிராமணர்களின் அறிவும் தத்துவ ஞானமும் பௌத்தர்களுக்குத் தேவைப்படுகின்றன. பௌத்தர்களின் இதயமில்லாமல் பிராமணர்களாலும் முன்நோக்கிச் செல்லஇயலாது. பௌத்தர்களுக்கும் பிராமணர்களுக்கும் இடையே உள்ள இடைவெளிதான் பாரதத்தின் இன்றைய வீழ்ச்சிக்குச் காரணமாக இருக்கிறது. அதனால்தான் முப்பது கோடி பிச்சைக்காரர்களின் வாழ்விட பூமியாகப் பாரதம் மாறியிருக்கிறது. கடந்த ஆயிரம் ஆண்டுகளாக நாட்டைக் கவர்ந்து கொண்டவர்களின் அடிமையாகப் பாரதம் திகழ்ந்துகொண்டிருப்பதும் அதனால்தான்.”

“ஒரு கிறித்தவர், இந்துவாகவோ இஸ்லாமியராகவோ மாறவேண்டியதில்லை; ஒரு இந்து, பௌத்தராகவோ கிறித்தவராகவோ மாறவேண்டியதும் இல்லை. ஆனால், ஒவ்வொருவரும் மற்ற மதங்களின் சிறந்த அம்சங்களைத் தனதாக்கிக் கொண்டும், தங்களுடைய தனித்தன்மையைக் காப்பாற்றிக் கொண்டும், தனது வளர்ச்சி விதியின்படி முன்னேற வேண்டும்.”

“புண்ணியமும் பரிசுத்தமும் கருணையும் உலகத்திலுள்ள எந்த மதத்தினுடைய தனிச்சொத்தும் இல்லை. ஒவ்வொரு மதமும் மிகச்சிறந்த பண்புகளையுடைய மகாமனிதர்களான ஆண்களையும் பெண்களையும் உருவாக்கி இருக்கிறது. இந்தத் தெளிவிற்கு முன்னால் யாராவது என்னுடைய மதம் மட்டும்தான் தனித்து நிலைபெற்று நிற்கும், மற்ற மதங்கள் எல்லாம் அழிந்துவிடும் என்று கனவு காண்பார்களேயானால், அவர்கள் மேல் எனக்குப் பரிதாபம்தான் தோன்றும்.”

“எதிர்ப்பினைப் பொருட்படுத்தாமல் ஒவ்வொரு மதத்தினுடைய கொடியிலும் இவ்வாறு எழுதவேண்டுமென்று நான் சொல்கிறேன்: கலகத்திற்குப் பதிலாக உதவி செய்; அழிவிற்குப் பதிலாக அரவணைத்துக் கொள்; பிளவுபடுத்துவதற்குப் பதிலாக இணக்கமும் சமாதானமும்...”

மாநாடு நிறைவடைந்தவுடன், மெர்வின் மேரி ஸ்னெல் எழுதினார்:

‘அமெரிக்க மக்களின் மேல் இந்து மதம் உருவாக்கியதைப் போன்ற அழுத்தமான முத்திரையை வேறு எந்த மதப் பிரிவினராலும் உருவாக்க இயலவில்லை. இந்து மதத்தின் முக்கியப் பிரதிநிதியாகப் பங்கெடுத்த சுவாமி விவேகானந்தர் பல்சமய மாநாட்டில் எல்லோராலும் ஏற்றுக்கொள்ளப்பட்ட ஆளுமையாக மாறியிருக்கிறார்! வேறு எந்தச் சொற்பொழிவாளருக்கும் கொடுக்காத ஆதரவை இந்த அரங்கம் அவருக்குக் கொடுத்திருக்கிறது. அவர் எங்கு சென்றாலும் மக்கள் அவரைச் சுற்றிக் கூடுகின்றனர். அவருடைய ஒவ்வொரு வார்த்தையையும் அவர்கள் கவனத்தோடு கேட்கிறார்கள். பழமைவாதிகளான கிறித்தவர்கள் கூடச் சொல்கிறார்கள்:

‘உண்மையில் அவர் ஒரு நரேந்திரன்தான்!’

மாநாட்டின் பல்வேறு பிரிவுகளுக்கும் தலைமை வகித்த மெர்வினின் வார்த்தைகளைக் கேட்டபோது அதிசயம் தோன்றியது…

எதற்கு இந்தப் பாராட்டும் புகழுமெல்லாம்? இவையெல்லாம் என்னுடைய மனதிற்குச் சோர்வினைத்தான் ஏற்படுத்துகின்றன. யாராலும் அறியப்படாமல், விருப்பம் போல் சுதந்திரமாகச் சுற்றித்திருந்த என்னுடைய வாழ்க்கைக்கு இப்போது திரைச்சீலை விழுந்திருப்பதை எண்ணி மனம் வருந்தியது. ஒருமுறை அழுதும் விட்டேன்! பெயரும் புகழும் எனக்கு வேண்டாம். அவையெல்லாம் எப்போதோ போதும்போதுமென்றாகிவிட்டன! இந்தப் பத்திரிக்கைச் செய்திகளும் புகழும் எல்லாம், யாருமறியாத உலகத்திற்கு என்னைத் திரும்பிச் செல்ல அனுமதிக்காமல் உற்றுப் பார்த்துக் கொண்டிருக்கின்றன.

அமைதியும் சுதந்திரமுமான என்னுடைய துறவற வாழ்க்கை என்றென்றைக்குமாக முடிவுக்கு வந்திருக்கிறது. இனி ஓய்வில்லாத செயல்பாடுகளின் காலகட்டம்தான் முன்னால் இருக்கிறது. இனியுள்ள காலம், தொடர்ச்சியான கடினமான முயற்சிகளின் காலம். குருநாதரின் விருப்பத்தை

நிறைவேற்றுவதற்கு உள்ள தைரியம் இப்போது கிடைத்திருக்கிறது.

கொலம்பஸ் அரங்கத்திலிருந்து வெளியே வந்தபோது யாரோ சொல்வதைக் கேட்டேன்: 'இவர் எப்படி ஒரு நாத்திகன் ஆகமுடியும்? இவரது நாட்டிலுள்ள மக்களிடத்தில், நாம் நம்முடைய பாதிரிமார்களை அனுப்புகிறோம்! உண்மையில், இவர்கள் அல்லவா நம்முடைய நாட்டிற்குப் போதகர்களை அனுப்ப வேண்டியது.'

பாரதத்தைப் பற்றியும் பாரதத்தின் ஆன்மிகச் சிந்தனைகளைப் பற்றியும் ஏராளமான தவறான செய்திகள் அமெரிக்கா போன்ற மேலைநாடுகளில் பரப்பப்படுகின்றன என்று புரிந்தது. காலங்காலமாகத் தொடர்ந்து கொண்டிருக்கின்ற அவர்களுடைய தவறான சிந்தனைகளை மாற்றுவதற்கும், பாரதப் பண்பாட்டின் மகத்துவத்தை எடுத்துக்காட்டுவதற்கும் தக்க வகையிலான ஒவ்வொரு வார்த்தைகளையும்தான் மேடையில் பயன்படுத்தினேன். சனாதன மதத்திற்கும் பாரத மாதாவிற்கும் மேற்கத்திய நாடுகளில் அபிமானமான ஒரு இடத்தை ஏற்படுத்திக் கொடுக்கவேண்டுமென்ற கட்டாயம் எனக்கு இருந்தது.

பல்சமய மாநாட்டின் அரங்கேற்றத்தைத் தொடர்ந்து சிகாகோவில் பெரும் பணக்காரர்களான சிலருடைய மாளிகைகளில் இருந்து அழைப்புக் கடிதங்கள் கிடைத்தன. நவீனமயமான நகரத்தின் மத்தியில், ஒருநாள், ஒரு பெரிய பணக்காரரும் பிரபலமானவருமான ஒரு உபசரிப்பாளர் கிடைத்தார்.

ராஜகம்பீரமான வரவேற்பைத்தான் அவர் தந்தார். நினைத்துப்பார்க்க முடியாத அளவிற்கு ஆடம்பரமான வசதிகள் நிறைந்த ஒரு அறையை அவர் எனக்காகத் தயார் செய்து வைத்திருந்தார். ஆனால், இந்த ஆடம்பரத்தைப் பார்த்து என் மனம் மகிழவில்லை. சந்தோசத்திற்குப் பதிலாக வேதனைதான் மனதில் முளைத்தது. பெயரும் பெருமையும்,

ஆயிரக்கணக்கானவர்களின் பாராட்டும் எதுவுமே என்னைத் தீண்டவில்லை. பாரதத்தில் பட்டினியில் வாழும் மக்களைப் பற்றி நினைத்தபோது, பழைய துறவற வாழ்க்கைதான் மனதினை ஆசுவாசப்படுத்துகிறது என்று அறிந்தேன்.

வறுமை நிறைந்த பாரதமும் வசதிகள் நிறைந்த அமெரிக்காவும்! இந்தப் பெரிய இடைவெளி மிகமோசமாக என்னை வேதனைப்படுத்தியது. ஆடம்பரங்களும் சுக சௌகரியங்களும் நிறைந்து நின்ற அந்த மணிமாளிகையில் என்னால் உறங்க முடியவில்லை...

பாரதத்திற்கு என்ன நேர்ந்தது? இவ்வளவு அறிவு நிரம்பிய நாடாக இருந்தும் மக்கள் வறுமையில்தான்; அறியாமையில்தான். மெய்ஞ்ஞானம் ஒருபுறம் பிரகாசித்து நிற்கிறது; அறியாமையும், வறுமையும், மோசமான சாதியச் சிந்தனைகளும், கொடுமைகளும் இன்னொருபுறம் தலைவிரித்தாடுகின்றன. தாய்நாட்டின் மோசமான நிலையை நினைத்துப் பார்த்தபோது, மணிமாளிகையின் பட்டு மெத்தையில் உள்ள என்னுடைய உறக்கம் என்னை விட்டு அகன்று போனது. அந்தப் பட்டுமெத்தை ஒரு முள் மெத்தையாகி உடலைக் குத்தியது!

மெல்ல படுக்கையில் இருந்து எழுந்து ஜன்னலின் அருகே சென்றேன். மங்கிய வெளிச்சத்திலும் பளபளத்துக் கொண்டிருந்த திரைச்சீலையை இழுத்து விலக்கினேன். நகரத்தின் வெளிச்சம் கண்ணுக்கெட்டாத் தூரம்வரை பரவியிருந்தது. மின்மினிக்கூட்டத்தால் ஆன கடல்போல, நகரம் என்முன்னால் சத்தமிட்டுக் கொண்டிருந்தது. செல்வந்தர்களின் மகாநகரம் என்முன்னால் ஆர்ப்பரித்துக் கொண்டிருந்தது! சுகபோகங்களின் நகரம்! பணத்தின் அதிஆடம்பரம் எல்லா இடங்களிலும் பூத்துக் குலுங்கி நின்றது.

நாற்பத்தி ஒன்று

பிக்காடில்லியில் உள்ள ராயல் இன்ஸ்டிட்யூட் அரங்கில் எல்லா ஞாயிற்றுக்கிழமைகளிலும் சொற்பொழிவு வைத்திருந்தார்கள். ஞான யோகத்தையும் இராஜ யோகத்தையும் எல்லாம் கேட்டுக்கொண்டு இலண்டன் மக்கள் கவனமாக அமர்ந்திருந்தார்கள்.

நியூயார்க்கில் இருந்து இலண்டனுக்கு வந்து ஒரு வாரமே ஆகியிருந்தது. சிகாகோ நகரத்திற்கு வெளியே ஐயோவா நகர், தமோயன், செயின்ட் லூயிஸ், இண்டியானா பொலிஸ், டெட்ராயிட், ஹார்ட்ஃபோர்ட், போஸ்டன், கேம்பிரிட்ஜ், பால்ட்டிமோர், வாஷிங்டன், புருக்லின் முதலான முக்கிய நகரங்களின் வழியேயுள்ள சுற்றுப்பயணங்களும் சொற்பொழிவுகளும் வகுப்புகளும் முடித்துத்தான் இலண்டனுக்கு வந்தேன்.

ராயல் இன்ஸ்டிட்யூட்டில் ஒரு சிறிய சொற்பொழிவு முடிந்தவுடன், கூட்டத்தின் நடுபகுதியில் இருந்து ஒரு இளைஞன் எழுந்து கேட்டான்:

“நீங்கள் இலண்டனில் பரப்ப வந்திருக்கின்ற இந்த மதம் உங்களால் தோற்றுவிக்கப்பட்டதா?”

முன்பும் பல மேடைகளில் இதே கேள்வியைப் பலர் முன்வைத்திருக்கிறார்கள். தெளிவான பதிலைக் கொடுக்கவும் செய்திருக்கிறேன். இங்கும் அதைத் திரும்பச் சொல்லவேண்டி வந்தது:

“ஒருபோதும் இல்லை. பாரதத்தில் வாழ்ந்திருந்த ஒரு மகாயோகியின் சிஷ்யன்தான் நான். பொதுவாக நாம் மகாபண்டிதர் என்றெல்லாம் சொல்லக்கூடிய நிலையில் உள்ள ஒருவராக இருந்தார் அவர். எங்களுடைய ஆசாரியர்கள் பலரும் அப்படித்தான் இருந்தார்கள். ஞானத்தின் அகங்காரம் எதுவும் அவர்களிடமில்லை. ஆனால், வேதாந்தத் தத்துவ சாஸ்திரத்தின் சாராம்சத்தை ஆழமாக உள்வாங்கிய ஒரு திவ்வியமான மகாமனிதராக இருந்தார் ஸ்ரீராமகிருஷ்ண பரமஹம்சர்.”

“நான் இங்கே தத்துவ சாஸ்திரம் என்று சொல்லும்போது, மதம் என்றல்லவா சொல்ல வேண்டும் என்று எனக்கே ஒரு சந்தேகமுண்டு. காரணம், அது உண்மையில் இரண்டும்தான். ‘நயன்டீந்த் செஞ்சுவரி’ என்ற இதழில் சில மாதங்களுக்கு முன்பு வெளிவந்த கட்டுரையில், பேராசிரியர் மாக்ஸ்முல்லர் என்னுடைய குருநாதரைப் பற்றி எழுதியிருந்ததை ஒருவேளை நீங்கள் வாசித்திருக்கலாம். வங்காளத்தில் ஹூக்ளி மாவட்டத்தில் 1836இல் அவர் பிறந்தார். ஐம்பதாவது வயதில் இறந்தார். பாரதத்தில் ஏராளமான மனிதர்களின் வாழ்க்கையை ஆழமாகத் தொட்டு அறிந்த மகாத்மாவாக இருந்தார் அவர். குழந்தைத்தனமான மென்மையும், அளவுக்கதிமான பணிவும், இனிமையான முகமும் காரணமாக அவரது இருப்பு எல்லோரையும் கவர்ந்திருந்தது...”

இவ்வளவும் சொல்லி முடித்த பின் அந்த இளைஞன் கேட்டான்:

“அப்படியென்றால் உங்களுடைய இந்தச் சொற்பொழிவுகள் குரு சொல்லித்தந்த வேதாந்தத்தில் இருந்து கிடைத்தவையா?”

“ஆமாம். வேதாந்தம் என்றால் வேதத்தின் அந்தம் என்று பொருள். அதுதான் மூன்றாவது பாகமான உபநிடதங்கள். முதல் இரண்டு பாகங்களில் பொதிந்திருக்கும் உண்மைகளின் சாராம்சம் இதில் வெளிப்பட்டிருக்கிறது. வேதங்களின் மிகவும் பழமையான பகுதியான இது, பழைய சமஸ்கிருத்ததால்

எழுதப்பட்டிருக்கிறது. பழமையான நிகண்டான யாஸ்கரின் நிருக்தத்தின் உதவியால் மட்டுமே இதைப் புரிந்துகொள்ள முடியும்."

என்னுடைய வார்த்தைகளைக் கவனமாகக் கேட்டபிறகு அவன் சொன்னான்:

"ஆங்கிலேயர்களிடமிருந்து பாரத மக்கள் ஏராளமாகத் தெரிந்துகொள்ள வேண்டியதுண்டு என்றுதான் நாங்கள் இதுவரை நினைத்திருந்தோம். ஆனால் உண்மையில், பாரதத்தில் இருந்து எதைத் தெரிந்துகொள்ளவேண்டும் என்ற விசயத்தில் ஆங்கிலேயர்களான எங்களுக்கு இன்னும் போதிய அறிவில்லை என்பதுதான் உண்மை."

பாரதத்தின் மீது அவனுக்குச் சிறியதொரு மதிப்புத் தோன்றியிருக்கிறது என்று உணர்ந்தேன்.

"அது அப்படித்தான். ஆனால் மாக்ஸ்முல்லரோ, மோணியர் வில்லியம்ஸோ, சர் வில்லியம் ஹண்டரோ, ஜெர்மனியிலுள்ள பல பண்டிதர்களோ பாரதத்தின் நுண்ணறிவு மிக்க சாஸ்திரங்களைத் தரம் குறைத்துப் பார்ப்பதாகத் தெரியவில்லை..."

பல கிளப்'புகளிலும், இயக்கங்களிலும், வீடுகளின் வரவேற்பு அறைகளிலும் உரையாடல்கள் தொடர்ந்தன. பல இடங்களிலும் பார்வையாளர்கள் கூட்டத்தில் மாணவர்களின் எண்ணிக்கை அதிகமாக இருந்தது.

ஒரு சொற்பொழிவை முடித்துக் கிளம்பும்போது, வயதான ஒரு தத்துவச் சிந்தனையாளர் அருகே வந்து சொன்னார்:

"நீங்கள் நன்றாகப் பேசினீர்கள். அதற்கு என்னுடைய வாழ்த்துகள். ஆனால், நீங்கள் புதிதாக எதுவும் எங்களிடம் பேசவில்லையே!"

அவருடைய கண்களைப் பார்த்து, சிறு புன்னகையுடன் சொன்னேன்:

“சார், நான் உங்களிடம் உண்மையைச் சொன்னேன். அந்த ஆதியில்லாத மலைகளின் அளவிற்கும் இந்தப் பிரபஞ்சத்தின் அளவிற்கும் பழமையான உண்மை; மனித வர்க்கம் தோன்றிய காலத்தின் வயதுள்ள உண்மை. அந்த உண்மை உங்களைச் சிந்திப்பதற்கு வற்புறுத்துகிறதென்றால், அந்தச் சிந்தனையின் வழியே உங்கள் வாழ்க்கையை முன்னோக்கி எடுத்துச்செல்ல உங்களுக்கு உந்துசக்தியாக இருக்கிறதென்றால் அதை மீண்டும் நான் சொன்னது நல்லதல்லவா?. உண்மையை நான் பார்த்தேன்; அது என்னுள்ளில் ஏற்கனவே இருக்கிறது. தன்னைத்தானே வஞ்சிக்கக் கூடாது. உண்மையை இந்த மதத்தில் கண்டடையலாம்; அந்த மதத்தில் கண்டடையலாம் என்று கருதக்கூடாது. உண்மை உங்கள் மனதில்தான் இருக்கிறது; அந்த விலையுயர்ந்த முத்து உங்கள் இதயத்தில்தான் இருக்கிறது! ‘தத் த்வம் அஸி’ என்று சொல்வது அதனால்தான்.”

“என்னுடைய குருநாதரின் சிந்தனையைத்தான், நான் இங்கே உங்களுக்குத் தந்துகொண்டிருக்கிறேன். எனக்குச் சுதந்திரமாகச் சொல்வதற்கு ஒரு சிறிய வார்த்தைகூட இல்லை. அவர் அங்கே, என்னுடைய அன்பிற்குரிய பாரதத்தில் இருந்துகொண்டு அந்த மகத்தான இரகசியத்தைக் கண்டடைந்தார்; அதை அனுபவித்தார். அனுபவித்த உண்மையை எல்லா இடங்களிலும் அன்போடு பகிர்ந்துகொண்டார். அந்த வெளிச்சத்தைத்தான் நான் இங்கே உங்களுக்காகக் கொண்டுவந்திருக்கிறேன். இருட்டு வெளிச்சத்தைத் தேடிச் செல்வதில்லை. ஆனால், வெளிச்சம் அன்போடு இருட்டின் அருகே செல்கிறது. அப்போது இருள் மறைந்துவிடுகிறது. பின்பு வெளிச்சம் மட்டும்!”

காலத்தின் விருப்பம்போல, சுறுசுறுப்பான அயர்லாந்து பெண் ஒருவர் இலண்டன் வந்து சேர்ந்திருந்தார்: மனதைரியத்தை வெளிப்படுத்தும் உடல் அசைவுகளும் கள்ளங்கபடமில்லாத குழந்தைத்தனம் நிறைந்தவருமான மார்கரட் எலிசபெத் நோபிள். அவர் இலண்டனில் செயின்ட் மைக்கேல் பள்ளியின் ஆசிரியை.

பிக்காடியில் பிரின்சஸ் அரங்கில் பக்தி யோகத்தைப் பற்றிய என்னுடைய சிறியதொரு உரையைக் கேட்டுக்கொண்டு மார்கரட் நோபிள் முன்னால் அமர்ந்திருந்தார்.

"ஸ்ரீராமகிருஷ்ண தேவர் அடிக்கடி ஒரு கதை சொல்வதுண்டு: சில மனிதர்கள் மாமரத் தோட்டத்திற்குச் சென்றால் அங்குள்ள மரங்களின் இலைகளையும் கிளைகளையும் குச்சிகளையும் எண்ணிப்பார்த்து அதைக் குறித்து வைத்துக்கொள்வர். பின்பு இப்படிப்பட்ட விசயங்களைப் பற்றி வாத-பிரதிவாதங்கள் நடத்தி இரசிப்பர். ஆனால், கொஞ்சம் புத்தியுள்ள மனிதராக இருந்தால் இவை எதையும் கவனிக்காமல் மரத்திலிருந்து மாம்பழத்தைப் பறித்து இரசித்து ருசித்து உண்பார். அவர்தான் புத்தியுள்ளவர். இலைகளை எண்ணுபவர்களின் கூட்டத்தில் உள்ள ஒருவரை ஆன்மிக வீரனாக ஒரு காலத்திலும் உங்களால் பார்க்கமுடியாது..."

"குருவிற்கு நல்ல குணநலன்கள் இருக்கிறதா என்று நாம் ஏன் பார்க்க வேண்டும்? அவர் சொல்வது சரியா என்று மட்டும் கவனித்தால் போதாதா என்று சிலர் கேட்பதுண்டு. வேதியியல் சார்ந்ததோ இயற்பியல் சார்ந்ததோ அல்லது வேறு ஏதாவதோ என்றால் குரு தன் விருப்பத்திற்கு நடக்கிறார் எனில் பரவாயில்லை என்று சொல்லலாம். இயற்கையைப் பற்றிச் சொல்லித்தருவதற்கு அறிவு மட்டும் போதுமல்லவா; அங்கே தனிமனித ஒழுக்கம் வேண்டுமென்ற கட்டாயமில்லை. ஆனால், ஆன்மிக சாஸ்திர விசயத்தில் அப்படியல்ல. தர்மம் இல்லாதவன் என்ன தர்மத்தைப் பிறருக்குச் சொல்லித்தர முடியும்! ஆத்ம தத்துவத்தைச் சுயமாக உருவாக்கிக் கொள்வதற்கும், மற்றவர்களுக்கு அறிவுரை வழங்குவதற்கும் திறமை வேண்டுமெனில் தூய்மையான மனதும், தூய சிந்தனையும்தான் முதலில் இருக்கவேண்டும். மனம் தூய்மையாகும்வரை நம்மால் ஒருபோதும் தெய்வத்தை அறிந்துகொள்ள முடியாது..."

சொற்பொழிவு முடிந்தவுடன், ஒரு மின்னல் போல மேடையில் ஏறி வந்து நின்ற மார்கரட் நோபிள் அங்கிருந்தவர்களிடம் சொன்னார்:

"பாரதத்தின் ஆன்மிக அதிர்வுகளை இவ்வளவு ஆழமாகத் தன்வயப்படுத்திக் கொண்டு, ஆன்மாவைத் தொடும் தனது வார்த்தைகளால் நமக்கு முன்பாக அதை வெளிப்படுத்திய வேறொரு மனிதரையும் இதுவரை நான் பார்த்ததில்லை."

மார்கரட் எலிசபெத் நோபிளைப் பாரதமாதாவின் முன்னால் நிவேதிப்பதற்குத்தான் (சமர்ப்பித்தல்) அப்போது தோன்றியது. 'சிஷ்யை நிவேதிதா' ஆவதற்கு நோபிளும் தயாராகிதான் நின்றார்!

சொற்பொழிவின் இறுதியிலுள்ள கேள்வி பதில் முடிந்து, செயின்ட் ஜார்ஜ் சாலையிலுள்ள உபசரிப்பாளரின் வீட்டிற்குத் திரும்பிவரும்போது சாரதானந்தா சுவாமி அங்கே எனக்காகக் காத்துக் கொண்டிருந்தார்: எதிர்பாராத சந்திப்பு! பல வருடங்களுக்குப் பிறகு அவரைச் சந்தித்திருக்கிறேன். அளவிட முடியாத அன்பின் வெளிப்பாடாக ஏதோ சில நிமிடங்கள் அவரைக் கட்டியணைத்துக் கொண்டு நின்று போனேன்.

"இலண்டனில் வகுப்புகளெல்லாம் எப்படிப் போய்கொண்டிருக்கின்றன?"

நலம் சார்ந்த உரையாடல்களுக்குப் பின்பு சாரதானந்தா கேட்டார்.

"நகரத்தில் பல இடங்களிலும் வகுப்புகள் நடந்துகொண்டிருக்கின்றன. பிக்காடில்லிலும், நோட்டிங் ஹில் கேட்டிலும், விம்பிள்டனிலும் வகுப்புகள் நடந்துமுடிந்தன. ஏராளமான நகரவாசிகள் தொடர்ச்சியாகப் பங்கெடுத்துக் கொண்டிருக்கின்றனர்."

செயின்ட் ஜார்ஜ் சாலையில் உள்ள மிஸ்டர் ஸ்டர்டியின் வீட்டில், தான் இப்போது விருந்தினராக இருப்பதாகச் சாரதானந்தா சொன்னார்.

“சரி, ஆலம்பஸாரில் உள்ள தகவல்களைச் சொல்லுங்கள்.”

சக சந்நியாசியைச் சந்தித்த உடனேயே மடத்தின் செய்திகளைத் தெரிந்துகொள்ள வேண்டுமென்ற உற்சாகம் கூடியது. அதைப் புரிந்துகொண்ட சாரதானந்தா நிறுத்தாமல் பேசிக்கொண்டே இருந்தார். இரவு வந்தவுடன் அவர் விடைபெற்றுச் சென்றார்...

ஆக்ஸ்போர்டு பல்கலைக்கழகத்தின் பேராசிரியரான மாக்ஸ்முல்லருடன் அறிமுகமாக முடிந்த அந்த நிமிடத்தை, அபிமானமான நிமிடங்களில் ஒன்றாக மனதில் பாதுகாத்தேன். எவ்வளவு அற்புதமான மனிதர்! பாரதத்தின் தத்துவச் சிந்தனைகளால் கவர்ந்திழுக்கப்பட்ட மனிதர் அவர். பேராசிரியர் முல்லர் சொன்னார்:

“பிரம்ம சமாஜத்தின் தலைவரான கேசவ சந்திர சேனனின் வாழ்க்கையில் நடந்த மாற்றங்களுக்குப் பின்னால் ஸ்ரீராமகிருஷ்ணர் இருந்தார் என்று நான் கேள்விப்பட்டிருக்கிறேன். சந்திர சேனனில்கூட தாக்கத்தை ஏற்படுத்திய உங்களுடைய குரு உண்மையில் ஒரு மகாத்மா தான்!”

குருவிடம் உள்ள பேராசிரியரின் அன்பினைப் பார்த்தபோது ஆச்சரியமாக இருந்தது.

“புரொபசர், எங்களுடைய குருவை இன்று எங்கள் நாட்டில் ஆயிரக்கணக்கான மக்கள் ஆராதிக்கிறார்கள்.”

இதைக் கேட்டபோது பேராசிரியரின் கேள்வி:

“பின்பு யாரைத்தான் ஆராதிப்பது?”

அழகான பூங்காவனத்தின் மத்தியில் அமைந்திருக்கும் அதிமனோகரமான ஒரு சிறிய வீடுதான் முல்லருடையது. ஒரு மகரிஷியைப்போல அமைதியும் பிரகாசமும் நிறைந்த முகம். பாரதத்திலுள்ள பழமையான ரிஷிகளின் தத்துவச் சிந்தனைகளோடு அவருக்கு என்னவொரு மதிப்பு! பாரதத்தோடு உள்ள அவருடைய அன்பை அந்த வார்த்தைகளில் இருந்து

அறிந்துகொண்டேன். இந்த ஆசீர்வதிக்கப்பட்ட மேதை பல ஆண்டுகளாகப் பாரத மக்களின் சிந்தனையில் அலைந்து கொண்டிருக்கிறார் என்பதை நான் உணர்ந்தேன்.

"நீங்கள் எப்போது பாரதத்திற்கு வரப்போகிறீர்கள்?"

என்னுடைய அழைப்பைக் கேட்டதும் அந்த முகத்தில் ஒரு சிறுபுன்னகையின் வெளிச்சம் வந்தது. அவரிடம் சொன்னேன்:

"எங்கள் முன்னோர்களின் சிந்தனைகளைச் சரியான வெளிச்சத்திற்குக் கொண்டு வருவதற்கு இவ்வளவு அதிகம் முயற்சி செய்த ஒரு மகானை எங்களுடைய நாட்டில் ஒவ்வொரு இதயமும் வரவேற்கும் என்ற விசயத்தில் எந்தச் சந்தேகமும் இல்லை."

அந்தக் கண்களின் ஓரத்தில் ஒரு துளி கண்ணீர் எட்டிப் பார்த்ததோ! பேராசிரியரின் தலை மெல்ல ஆடியது. வார்த்தைகள் மெதுவாக வெளியே வந்தன:

"அதன்பின் நான் இங்கே திரும்பி வரமாட்டேன். உங்களுக்கு என்னை அங்கே அடக்கம் செய்ய வேண்டியது வரும்!"

ஸ்ரீராமகிருஷ்ண தேவரைப் பற்றிக் கூடுதலான தகவல்களை அவர் கேட்டறிந்து கொண்டார். குருநாதரைப் பற்றிய முழுமையான தகவல்கள் கிடைக்கும்போது அந்தப் பரிசுத்தமான வாழ்க்கையைப் பற்றிய விரிவான ஒரு வரலாறு எழுதக் காத்திருப்பதாகவும் அவர் சொன்னார்.

குருவின் வாழ்க்கையைப் பற்றிய கூடுதலான தகவல்களையும் அவருடைய உபதேசங்களையும் வார்த்தைகளையும் எந்தளவிற்குக் கிடைக்குமோ அந்த அளவிற்குச் சேகரித்துப் பேராசிரியரிடம் கொடுப்பதற்குச் சாரதானந்தாவை ஏற்பாடு செய்தேன்.

படிப்படியாகப் பேராசிரியர் மாக்ஸ்முல்லர் புத்தகம் எழுதத் தொடங்கினார்.

நாற்பத்தி இரண்டு

ஆக்ஸ்போடில் பல புகழ்பெற்ற கல்லூரிகளுக்கும், போட்லியன் நூலகத்திற்கும் பேராசிரியர் முல்லர் என்னை அழைத்துச் சென்றார். இலண்டன் நகரத்தில் உள்ள கல்வி நிலையங்கள் பலவற்றையும் அவர் எனக்கு அறிமுகப்படுத்தினார். பேராசிரியரின் நிழலில் நடக்கும்போது ஒரு பாரத ரிஷியின் பாதச்சுவடுகளைப் பற்றிக்கொண்டு நடப்பதைப்போல உணர்ந்தேன்.

இலண்டனில் இருந்து டோவர்'க்கு வந்து விடைபெறும் வேளையில், இரயில்வே ஸ்டேசன்வரை அவர் கூடவே வந்தார். பிரியும் வேளையில் பேராசிரியர் சொன்னார்:

"ஸ்ரீராமகிருஷ்ண பரமஹம்சரின் சிஷ்யனை ஒருவரால் எப்போதும் பார்க்க முடியாதல்லவா!"

இரயில் புறப்படத் தொடங்கியது. நடைமேடையில் நின்றுகொண்டிருந்த பேராசிரியர் மாக்ஸ்முல்லர் கொஞ்சங்கொஞ்சமாகக் கண்களில் இருந்து மறைந்து கொண்டிருந்தார்.

கலெவிற்கும், அதனைத் தொடர்ந்து ஜெனீவாவிற்கும் பயணம் தொடர்ந்தது. சுவிட்சர்லாந்து செல்ல வேண்டுமென்ற ஆசை பூர்த்தியானது.

சாதாரணமாக எப்போதும் ஆர்ப்பரித்துக் கொண்டிருக்கும் ஆங்கிலக் கால்வாய் (இங்கிலீஷ் கடல்) இடுக்கு இப்போது

அமைதியாகக் கிடந்தது. கலெயில் இருந்து ஜெனீவாவிற்கான நீண்ட பயணத்திற்கு இடையில் ஒரு நாள் பாரிஸ் நகரத்தின் விருந்தினராகத் தங்கினேன். அடுத்த நாள் மீண்டும் பயணம் தொடர்ந்தது...

"சுவிட்சர்லாந்தில் பனிபடந்த மலைகளின் வழியே எனக்கு அலைந்து திரிந்து நடக்க வேண்டும். அது மிக அழகான ஒரு அனுபவமாக இருக்கக்கூடும்...!"

சக பயணியான சேவியரிடமும் அவரது மனைவியிடமும் மற்ற ஆதரவாளர்களிடமும் சொன்னேன்.

"... காட்டின் வழியே நடப்பது எப்போதும் எனக்கொரு பேருணர்ச்சிதான்"

பயணம் ஆனந்தமானது; உற்சாகமானது. பயணித்துக் கொண்டே இருக்க வேண்டும். பூமியின் தத்துவமும் அதுவல்லவா! எந்த இடத்திலும் நிலையாக இருக்க வேண்டாம். ஒரு சுற்றுலாப் பயணத்தின் ஆனந்தம் மனதில் நிறைந்து நின்றது.

சூரிச்சிற்கு அடுத்த சுவிட்சர்லாந்தின் இரண்டாவது பெரிய நகரம்தான் ஜெனீவா. ஒரு சுகவாச வாழிடப்பகுதி; பொழுதுபோக்கின் சொர்க்கம்! ஏரிகளாலும் மலைகளாலும் நிறைந்து அழகு கொட்டிக்கொண்டிருக்கும் சியோன் கோட்டையைப் பார்க்கும்போது ஜெனீவாவில் இன்னும் கொஞ்ச நாட்கள்கூடத் தங்கவேண்டுமென்று தோன்றியது. ஆனால், பயணக் கால அளவை வைத்துப் பார்க்கும்போது அதற்கு வழியில்லை. வேகமாக ஷாமூனிக்குப் புறப்படவேண்டி வந்தது.

ஜெனீவாவிலிருந்து நாற்பது மைல்களுக்கு அப்பால் இருக்கிறது ஷாமூனி. இயற்கை அழகு நிறைந்து நிற்கின்ற ஷாமூனிற்குப் பயணித்துக் கொண்டிருக்கும்போது, பயணத்தின் இடையில், ஆல்ப்ஸ் மலைத்தொடர்கள் தூரமாகத் தெரியத் தொடங்கின. மலையின் மிக உயர்ந்த சிகரமான மௌன்ட் பிளாங்கினைக் கண்டு அற்புதம் விரியும் கண்களோடு அப்படியே நின்று போனேன்! இமயமலைத் தொடர்களில்கூடக்

காணவியலாத அதியற்புதமான காட்சி! அந்தக் காட்சியைக் கண்டு ஆச்சரியத்தோடு சகபயணிகளிடம் சொன்னேன்:

"எவ்வளவு அற்புதமான காட்சி! உண்மையில் நாம் இப்போது இங்கே பனியின் நடுவில்தான் நிற்கிறோம். ஆனால் இந்தியாவில், கேதார்நாத்திலும் பத்ரிநாத்திலும் பனிச்சிகரங்கள் தூரத்தில்தான் தென்படும். அங்கே மலைகளின் வழியே பல நாட்கள் நடந்தால் மட்டுமே பனிப்பாறையின் அருகில் செல்ல முடியும்."

இமாலயத்தை இதுவரை பார்த்திராத சகபயணிகளிடம் சொன்னேன்:

"ஆனால், அங்கே திபெத்தின் எல்லைப் பகுதிகளில் தலையுயர்த்தி நிற்கின்ற கொடுமுடிகளுடன் ஒப்பிட்டுப் பார்க்கும்போது இதெல்லாம் சிறிய குன்றுகள் மட்டுமே. என்ன இருந்தாலும் பனிபடர்ந்து நிற்கின்ற இந்த மலைத்தொடர்களின் காட்சி எவ்வளவு அழகாக இருக்கிறது!"

இன்னும் சிறிது முன்னோக்கி நடந்த பிறகு சகபயணிகளை உற்சாகப்படுத்துவதற்காகச் சொன்னேன்:

"வாருங்கள், நாம் மௌன்ட் பிளாங்கில் ஏறலாம்..."

கூடவே வந்த வழிகாட்டிகள் முன்னறிவிப்புத் தந்தனர்:

"அனுபவம் உள்ள மலையேற்றக்காரர்கள் மட்டுமே மௌன்ட் பிளாங்கில் ஏறும் சாகசத்திற்குத் தயாராவார்கள்."

சகபயணியின் கையில் இருந்த தொலைநோக்கியை (டெலஸ்கோப்) வாங்கி, மேலிருந்து கீழ் நோக்கிச் செங்குத்தாக இருக்கும் குன்றின் சரிவுகளைப் பார்த்தேன்.

"சரிதான். செங்குத்தாக இருக்கும் இந்தச் சரிவுகளில் ஏறுவது என்பது மிகக் கடினமானது. ஆனாலும் எப்படியாவது ஒரு பனிப்பாறையிலாவது ஏறி இறங்க வேண்டுமென்று மனது பிடிவாதம் பிடித்தது. அதற்கு முடியவில்லை என்றால் இந்த சுவிட்சர்லாந்த் பயணம் முழுமை அடையாது..."

பயணக் குழுவினர் கோவேறு கழுதைகளின் மேலே ஏறத்தொடங்கினர். எல்லோரும் சேர்ந்து பனிப்பாறைக்குச் செல்லும் வழியில் உள்ள ஒரு கிராமத்தை நோக்கிப் புறப்பட்டோம்.

பயணம் மிகவும் கடினமானதாக இருந்தது. கால்களைத் தரையில் ஊன்றுவதற்கே கஷ்டப்பட வேண்டியிருந்தது. பனிபடர்ந்த பாறைக்கூட்டங்களுக்கு இடையில் உள்ள வெடிப்புகள் மிகவும் ஆபத்தானவை. வெடிப்புகளின் வழியே தென்படுகிற பச்சை நிறம் என்னை மிகவும் கவர்ந்தது.

பனிப்பாறைகளை ஓரளவிற்குச் சமாளித்த பிறகு, செங்குத்தான ஏற்றம் ஆகாயத்தைத் தொடும் அளவிற்கு உயர்ந்து, மிகப்பெரிய சவாலாக முன்னால் நின்றது! இந்த ஏற்றத்தை ஏறி முடித்தால் மட்டுமே கிராமத்தை அடைய முடியும்.

எல்லோரும் உற்சாகத்துடன் ஏற்றத்தில் ஏறத் தொடங்கினார்கள்...

பல மணிநேரத்திற்குப் பிறகு ஆபத்து எதுவுமின்றி, ஒருவிதத்தில் மேலே ஏறிச் சென்றோம்: அப்பாடா, ஆசுவாசம்! ஆனால், சட்டென்று சுற்றிலும் இருப்பதெல்லாம் சுழல்வதைப் போலத் தெரிந்தது! கண்கள் மூடிப் போயின...

நினைவு திரும்பியபோது, ஒரு குடிசையின் மண் தரையில் விரித்த புல் பாயின்மேல் மல்லாந்து கிடந்திருந்தேன். சகபயணிகள் அருகே தளர்ந்து உட்கார்ந்திருக்கிறார்கள். கிராமவாசிகளான இரண்டு பேர் முற்றத்தில் நின்றார்கள்.

"கொஞ்சம் தண்ணீர் கொடுங்கள். நல்ல தாகமாக இருக்கிறது."

மெல்ல பாயில் இருந்து எழுந்தேன். திருமதி. சேவியர் நீட்டிய தண்ணீரை வாங்கிக் குடித்தபோது கொஞ்சம் ஆசுவாசமானது.

"இப்போது எப்படி இருக்கிறது?" சேவியரின் கேள்வி.

“குழப்பம் ஒன்றுமில்லை. கடினமான ஏற்றம் ஏறியதல்லவா, அதனால்தான் தலைசுற்றியது.”

அங்குள்ள கிராமவாசிகளின் சம்பிரதாயங்களையும், வாழ்க்கை முறைகளையும் பார்த்தபோது குழுவினரிடம் சொன்னேன்:

“நீங்கள் இந்தக் கிராமவாசிகளைக் கவனித்தீர்களா? இவர்களுடைய பல ஆசாரங்களையும் வாழ்க்கை முறைகளையும் ஆடை அணியும் விதத்தையும் பார்த்தபோது இமயமலைக்கு அருகே உள்ள பகுதிகளில் வாழ்கின்ற கிராமவாசிகள்தான் நினைவிற்கு வருகின்றனர். இவர்கள் முதுகில் சுமந்துகொண்டு நடக்கின்ற இந்தக் கூடைகள், பாரதத்தின் மலைப் பிரதேசங்களில் வாழ்கின்ற கிராமவாசிகள் உபயோகிப்பதைப் போலத்தான் இருக்கிறது. என்னவொரு ஒற்றுமை!”

ஷாமூனில் இருந்து பயணக்குழு, லிட்டில் செயின்ட் பெர்னாட் என்ற கிராமத்திற்குத் திரும்பியது. செயின்ட் பெர்னாட் மலைப்பாதை மிக உயரத்தில் இருக்கிறது. அதன் உச்சியில்தான் அகஸ்தினிய சந்நியாசிகளின் தங்குமிடம் இருக்கிறது என்று வழிகாட்டிகளாக வந்தவர்கள் சொன்னார்கள். ஐரோப்பாவின் மிக உயரமான மக்கள் வாழிடப் பகுதி இதுதான்.

மலைச்சரிவுகளின் வழியே நடக்கும்போது சகபயணிகளிடம் சொன்னேன்:

“வாழ்க்கையின் துன்பங்களை எல்லாம் விட்டு அகன்று, இனியுள்ள காலம் ஓய்விலும் தியானத்திலும் இருக்கவேண்டும். அதற்கு ஒரு ஆசிரமம் வேண்டும். சனாதன செயல்பாடுகளுக்கும் தியானத்திற்கும் உள்ள இடமாக அது இருக்கவேண்டும். அங்கே என்னுடைய மேற்கத்திய சிஷ்யர்களும், பாரத சிஷ்யர்களும் சேர்ந்து தங்கவேண்டும். ஆசிரமத்தின் செயல்பாடுகளுக்காக அவர்களுக்குப் பயிற்சியளிக்கவேண்டும். பாரத மக்களான ஆதரவாளர்கள், வேதாந்தத்தைப் பரப்புவதற்காக மேற்கத்திய நாடுகளுக்குச் செல்லட்டும். மேற்கத்திய சிஷ்யர்கள், பாரதத்தின் வளர்ச்சிக்காக அவர்களுடைய வாழ்க்கையை அர்ப்பணிக்கட்டும்.”

சேவியர் சொன்னார்:

"அப்படியொரு ஆசிரமத்தை நம்மால் கட்டமுடிந்தால் அது எவ்வளவு அழகாக இருக்கும்!"

ஆல்ப்ஸ் மலைத்தொடரின்மேல் வைத்து மனதில் உதித்த சிந்தனை வார்த்தைகளின் வழியே வெளிப்பட்ட ஒரு வாக்குறுதியாக இயற்கையின் சலனங்களில் உருகிச் சேர்ந்துவிட்டதோ! ஆதரவாளர்களான சிஷ்யர்களின் இதயங்களில் இந்தச் சிந்தனை ஆழமாகப் பதிந்திருக்கிறது என்று அவர்களின் முகத்திலிருந்து வாசித்து அறிந்துகொண்டேன்.

ஏகாந்தமும் அமைதியும் நிறைந்த மனோகரமான மற்றொரு கிராமத்திற்குப் பயணம் தொடர்ந்தது. குழு உறுப்பினர்கள் இன்னும் கூடுதல் உற்சாகத்தோடு இருந்தனர்.

ஆப்ல்ஸ் மலையின் உச்சியில் ஓய்வெடுக்கின்ற இந்தப் பிரதேசத்தை, மிகவும் ஆனந்தமயமான பிரதேசமாக நான் உணர்ந்தேன். சுற்றிலும் வெள்ளிப் பனியைச் சூடிக்கொண்ட மலைச்சிகரங்களின் கண்கொள்ளாக் காட்சி கண்களுக்குக் குளிர்மையை நிறைத்துக் கொண்டிருந்தது. எங்கும் கிராம வாழ்க்கையின் கள்ளங்கபடமில்லாத அமைதியும் நிசப்தமும். ஆடம்பரமான உலக விசயங்கள் எதுவும் இங்கே எட்டிப்பார்க்கவேயில்லை. உன்னதமான ஆன்மிக நிமிடங்களை இங்கே அனுபவித்து அறிய முடிந்தது.

உலகச் சிந்தனைகளிலிருந்தெல்லாம் மனதும் ஆத்மாவும் விலகிவிடுகிறதோ! இந்த உலகமும் அதன் செயல்பாடுகளும் எல்லாம் மறந்துபோகிறதோ! மௌனத்திற்குத் திரும்பிச் செல்ல ஆத்மா தாகம் கொள்வதை அறிந்தேன்.

மலைப்பாதைகளின் வழியே குழு உறுப்பினர்களையும் அழைத்துக்கொண்டு மௌனமாகச் சுற்றி நடந்தேன். எல்லோரும் மௌனத்திற்குத் திரும்பிச் செல்வதாகத் தோன்றியது.

மௌனத்தின் உள்ளே எல்லாம் அடங்குகிறது.

நாற்பத்தி மூன்று

மொண்ட் செனிஸ்'ஸைக் கடந்து மிலானிற்குப் பயணம் தொடர்ந்தது.

இரயில் பயணம் பொதுவாகச் சலிப்பை உண்டாக்குகிற ஒன்றுதான். ஆனால் இத்தாலியில் உள்ள மிலானை நோக்கிய பயணம் மிக உற்சாகமாக இருந்தது. இப்போது எதைப் பார்த்தாலும் மனதில் ஆனந்தம்தான். ஓடிக்கொண்டிருக்கின்ற இரயிலில் அமர்ந்து வழியோரக் காட்சிகளை ஆர்வத்தோடு பார்த்துக்கொண்டிருந்தேன்.

பாரதத்தின் முன்னேற்றத்திற்கான தீர்மானங்கள் பலவும் மனதில் உண்டு. திரும்பிச் செல்லும்போது தாய்நாட்டிற்காகச் செய்யவேண்டிய செயல்கள் ஒவ்வொன்றும் சிந்தனை மண்டலத்தில் ஓடத்தொடங்கியிருந்தன.

ஆங்கிலேயரான நண்பர் ஒருவர் சில நாட்களுக்கு முன்பு கேட்டார்:

"சுவாமிஜி, ஆடம்பரமான வாழ்க்கையும் உற்சாகமும் நிரம்பிய மேற்கத்திய நாடுகளின் நான்கு ஆண்டு வாழ்க்கைக்குப் பிறகு நீங்கள் சொந்த நாட்டிற்குத் திரும்பும்போது, தாய்நாட்டை எப்படி ஏற்றுக்கொள்வீர்கள்?"

"நான் இங்கே வருவதற்கு முன்பு தாய்நாட்டை நேசித்தேன். இப்போது இந்தியாவின் ஒவ்வொரு மண்துகள்களும் எனக்குப் புனிதமாகத் தோன்றுகின்றன.

அங்குள்ள உயிர்க்காற்றுகூட எனக்குப் புனிதமானதுதான்; என்றும் எப்போதும். அதுதான் என்னுடைய புண்ணிய பூமி; என்னுடைய புனிதப் பயண இடம். அங்கு உள்ளதெல்லாம் எனக்குத் தீர்த்தம்!"

ஆல்ப்ஸ் மலைத்தொடர்களைக் கடந்து வண்டி, மிலானை அடைந்தது.

நகரத்தில் ஒரு பெரிய கிறித்தவத் தேவாலயத்திற்கு அருகில் உள்ள ஹோட்டலைத்தான் தங்குவதற்காகத் தேர்வு செய்தேன். தேவாலயத்தைப் பார்த்துக்கொண்டிருக்க வசதியாக இருக்கும் என்பதால்தான் அங்கே அறை எடுத்தேன்.

அடுத்த நாள், அந்தப் பெரிய ஆராதனை ஆலயத்தைப் பார்ப்பதற்காக எல்லோரும் அறையை விட்டு வெளியே இறங்கினார்கள்.

தேவாலயத்தின் உள்ளே வைக்கப்பட்டிருந்த 'கடைசி விருந்து' ஓவியம் என்னை மிகவும் கவர்ந்தது. லியொனார்டோ டா வின்சி வரைந்த மகத்தான கலைவிருந்து!

இரண்டு நாட்கள் கழிந்த பிறகு மிலானில் இருந்து மற்றொரு நகரமான பிசா'விற்கு வந்து சேர்ந்தோம். அங்கே பார்த்த உலக அதிசயத்திற்கு நூற்றெண்பது மூன்று அடி உயரம் இருக்கிறதாம். ஏராளமான சுற்றுலாப் பயணிகளைக் கவர்ந்திழுத்துக் கொண்டு அது ஆகாயத்தை நோக்கி உயர்ந்து, ஏறக்குறைய சற்று சரிந்து நிற்கின்ற காட்சி அற்புதமாக இருந்தது.

மிலானில் பார்த்தது போலவே, பளிங்குக் கற்களால் உருவாக்கப்பட்ட ஏராளமான கட்டிடங்களைப் பிசாவிலும் பார்க்க முடிந்தது. நகரப் பாதைகளின் வழியே வரலாற்றுக் காட்சிகளைக் கண்டுக் கொண்டு பயணக் குழு நடந்துகொண்டிருந்தது.

பிசாவில் இருந்து புளோரன்சிற்கு ...

அழகான மலைத்தொடர்களால் அலங்கரிக்கப்பட்டு நிற்கின்ற ஆர்னோ நதிக்கரையில் அமைந்திருக்கின்ற நகரம்தான்

புளோரன்ஸ். வரலாற்றுச் சிறப்புமிக்க பல நிகழ்வுகளின் நினைவிடங்களை நகரத்தில் ஆங்காங்கே பார்க்கமுடிந்தது.

புளோரன்சில் அதிமனோகரமான பூங்காக்களைச் சுற்றி நடந்து பார்த்தேன். பல ஓவியக் கண்காட்சிகளையும் அங்கே பார்க்கமுடிந்தது.

இரயில் புளோரன்ஸில் இருந்து கிளம்பியபோது மனதில் எதிர்பார்ப்புக் கூடியது. ரோம் நகரத்தை நோக்கி இரயில் ஓடிக்கொண்டிருந்தது. ஐரோப்பாவின் மற்ற எல்லா இடங்களைவிடவும் ரோம் நகரைப் பார்க்கவேண்டும் என்ற ஆசைதான் மனதில் மிக அதிகமாக இருந்தது.

பரிசுத்த நகரமான ரோமில் ஒரு வார காலமாவது தங்கியே ஆக வேண்டும். ரோமை அடைந்தபோது குழு உறுப்பினர்கள் மிகுந்த உற்சாகத்துடன் காணப்பட்டனர். ஒவ்வொரு நாளும் ரோமின் வரலாற்றுச் சிறப்புமிக்க இடங்களைப் சென்று பார்த்தோம். புனித பேதுருவின் தேவாலயம்தான் முக்கியமான இடம். அதனுடைய மாபெரும் குவிமாடத்தின் சுவட்டில், அமைதியான தியானத்தின் வழியே புனித பேதுரு, கிறித்துவின் சீடர்களுக்கு ஊக்கத்தைக் கொடுத்திருந்த அந்தச் சூழலை நோக்கி மெல்ல நடந்து சென்றேன்.

கிறித்தவத் தேவாலயங்களின் வழிபாட்டு முறைகள் மிகவும் கவனத்தை ஈர்த்தன. பாரதத்தின் வழிபாட்டு முறைகளோடு அதற்கு ஒற்றுமை இருப்பதாகத் தோன்றியது.

திருமதி. சேவியர் கேட்டார்:

"சுவாமிஜிக்கு இங்குள்ள வழிபாட்டு முறைகள் பிடித்திருக்கிறதா?"

"ஒரு வடிவத்தின் வழியாகத் தெய்வத்தை ஆராதிக்கும்போது, உங்களிடம் இருப்பவற்றிலேயே மிகவும் உயர்ந்ததையெல்லாம் அங்கே சமர்ப்பியுங்கள்: தூபம், மலர், விளைபொருட்கள், பட்டுத்துணிகள்... இவற்றையெல்லாம் பக்தியோடு அர்ப்பணியுங்கள்."

கிறித்துமஸ் நாளில், புனித பேதுருவின் பேராலயத்தில் ஆடம்பரமான சிறிய திருப்பலியில் பங்கெடுத்துக் கொண்டிருக்கும்போது, சேவியர் தம்பதிகளிடம் சொன்னேன்:

"எதற்கு இப்படிப்பட்ட போலியான ஆடம்பரங்களெல்லாம்? இதுபோன்ற ஆடம்பர விழாக்களை நடத்தும்போது, சொந்தமாகத் தலைசாய்த்துக் கொள்வதற்கு ஒரு இடம்கூட இல்லாமலிருந்த பாவப்பட்ட கிறித்து தேவனின் சரியான சீடர் ஆகுவது என்பது சாத்தியமாகுமா?"

புனித பேதுருவின் பேராலயத்தில் கண்ட மதத்தின் இத்தகைய வீண் ஆடம்பரங்களுக்கும், கிறித்து சொன்ன மகத்தான சந்நியாச தரிசனங்களுக்கும் இடையேயான வேறுபாட்டினைப் பார்க்காமல் இருக்கமுடியவில்லை.

ரோமில் பழமையான ராஜவீதிகளில் நடந்தேன்; அதேநேரம் வரலாற்றுச் சிறப்பு மிக்கதோ அல்லது பழமையின் மிச்சம் மீதிகளைத் தாங்கியதோ அல்லாத இடங்களின் வழியாகவும் பயணித்தேன். பல பொழுதுபோக்குச் சவாரிகளிலும் குழு உறுப்பினர்களோடு சேர்ந்து பயணித்தேன்.

கிறித்துமஸ் காலத்தில் ரோமின் காலநிலையும் சுற்றுச்சூழலும் மிகவும் இனிமையாக இருந்தது. பரிசுத்த நகரத்தின் சுற்றுச்சூழலில் இயேசு கிறித்துவின் அருள் நிறைந்து நிற்பதாக அனுபவப்பட்டது. குழந்தை இயேசுவைப் பற்றியும், அம்பாடியில் உண்ணிக் கண்ணனைப் பற்றியும் சக பயணிகளிடம் பேசிக்கொண்டே நடக்கும்போது, அவர்களின் முகத்தில் பிரகாசம் பரவுவதைப் பார்த்தேன்.

சீசர் சக்கரவர்த்தியின் அரண்மனைகள்தான் மற்றொரு முக்கியமான காட்சி இடங்கள். பொதுக்கூட்டங்களுக்காகவும் நீதி நியாயப் பேரவைகளை நடத்தவும் உபயோகித்து இருந்த ஏராளமான மாளிகைகள் அங்கே இருந்தன. சீசர் பேரரசர்களின் அற்புதமான அரண்மனைகளின் சிதைந்து போனவற்றின் மிச்சம்மீதிகளைத் தாங்கி நிற்கும் பாலட்டைன் குன்றுகள்; மிகப் பழமையான வெஸ்டோ தேவாலயம்; பொழுதுபோக்கு

மையங்களும் நூலகங்களும்; முகப்பு மண்டபங்களால் அலங்கரிக்கப்பட்ட பொது குளியல் படிக்கட்டுகள்...

பன்னிரண்டாயிரம் ஆட்கள் ஒரே வருடத்தில் கட்டி முடித்த கொலோசியம்; ஒரு இலட்சத்துப் பத்தாயிரம் பேர் அமரக்கூடிய உலகின் மிகப்பெரிய விளையாட்டுப் போட்டிக்கான அரங்கம்தான் இது. பின்பு, ஜூப்பிட்டர் தேவாலயத்தால் புகழ்பெற்ற கப்பித்தோலியன் குன்று... அப்படி ஏராளமான காட்சிகள்!

தூய குழந்தை இயேசுவின் அருளினால் புகழ்பெற்ற தூய மரியா தி அரா கொயெலி ஆலயம் (வானக பீட புனித மரியா கோவில்). அற்புதமான நோய் தீர்க்கும் சக்தியினால் புகழ்பெற்றதுதான் இந்தத் தேவாலயம். உலகத்தின் மிகப்பெரிய தூய பேதுரு ஆலயமும் இங்குதான் இருக்கிறது.

கத்தோலிக்க சபையின் தலைவரான திருத்தந்தையின் தலைமையிடமான வத்திக்கான் நகரத்தையும் பார்க்க முடிந்தது... அப்படி எத்தனை எத்தனை காட்சிகள்! எருசலேமை வென்றதன் நினைவாக டைட்டஸ் பேரரசன் கட்டிய வெற்றித் தோரணம், இன்றும் பெரிய சேதங்கள் எதுவுமின்றி நிலைகொண்டிருக்கிறது.

கிறித்துமஸ் சாயங்காலமாக இருந்ததனால், வானக பீட புனித மரியா கோவிலின் முன்னால், பழங்களும் பலகாரங்களும் அப்பமும் பொம்மைகளும் தூய குழந்தை இயேசுவின் ஓவியங்களும் நிறைந்த கடைகள் ஏராளமாக இருந்தன. மொத்தத்தில் ஒரு திருவிழாவின் ஜொலிஜொலிப்பு எல்லா இடங்களிலும் பிரகாசித்து நின்றது. இந்தியாவின் திருவிழாக்களை நினைவுபடுத்தும் காட்சிகள்...

ரோமிலிருந்து விடைபெறும்போது கவலை எதுவும் மனதைத் தீண்டவில்லை. ஏனென்றால், இந்தியாவிற்குச் செல்ல வேண்டுமென்ற பயணத்தோடு என் மனம் நெருக்கமாகி விட்டதல்லவா. அடுத்த இடம் நேப்பிள்ஸ்தான். அங்கிருந்துதான் பாரதத்திற்குச் செல்ல கப்பல் ஏறவேண்டும்.

நேப்பிள்ஸைக் குறிக்கோளாகக் கொண்டு, விசுவியசு எரிமலையைப் பார்க்க வேண்டும் என்று குழு உறுப்பினர்களுக்கு ஆசை வந்தது. அப்படி ஒருநாளை அதற்காக ஒதுக்கி வைத்தோம்.

கம்பியினால் இழுத்து மேலே ஏற்றப்படும் இரயிலின் வழியே எல்லோரும் எரிமலையின் மேல்பகுதிக்குச் சென்றோம். பயணக் குழுவினர் மலையைப் பார்த்துக் கொண்டிருக்கவே, அந்தப் பெரிய அக்னி பூதத்தின் வாயில் இருந்து ஏராளமான கற்கள் ஆகாயத்தை நோக்கித் தெறித்தன!

விசுவியசின் லாவாவில் முன்காலத்தில் மூழ்கிப்போன போம்பீ நகரத்தைப் பார்ப்பதற்கு மற்றொரு நாளைச் செலவழித்தோம். அங்கிருந்து கொஞ்ச காலத்திற்கு முன்பு தோண்டியெடுத்த வீடும், அதற்குள்ளே அதே பழைய நிலையில் நின்று கொண்டிருக்கிற சிலைகளும் சுவர்ச் சித்திரங்களும் மிகவும் கவர்ந்தன.

இறுதியில் புறப்பட வேண்டிய நாள் வந்தது.

நேப்பிள்சில் கப்பல் தயாராக இருந்தது. சதாம்டனில் இருந்து வந்த கப்பலாக இருந்தது அது: பிரின்ஸ் ரீஜன்ட் ல்யூட்போல்ட். பல நாட்கள் கப்பலில் தங்க வேண்டியதாயிருக்கிறது. இப்போது பயணம் செய்ய சலிப்பு எதுவும் இல்லை. நல்லதொரு ஓய்விற்குக் கப்பல் பயணம் உதவியாக இருக்கும்.

மத்திய தரைக்கடலில், நேப்பிள்ஸ்சிற்கும் சயீது துறைமுகத்திற்கும் இடையில் கப்பல் வந்து சேர்ந்திருந்தது. கடலின் மீது இரவு கறுத்து இருண்டது. சோர்வு காரணமாக உறக்கத்தில் வேகமாக வழுக்கி விழுந்து விட்டேன்.

சற்று நேரத்திற்குப் பிறகு நீளமாக வளர்ந்த தாடியும் முடியுமாக வயதான ஒருவர் முன்னால் வந்தார். ஒரு ரிஷியின் ஒளிவட்டமுண்டு அவருக்கு. அவர் கடலை நோக்கி விரல் நீட்டிக்கொண்டே சொன்னார்:

"நான் சுட்டிக்காட்டுகின்ற இந்த இடத்தை நீ உற்றுப் பார். நீங்கள் இப்போது கிரீட் தீவிற்கு வந்து சேர்ந்திருக்கிறீர்கள். கிறித்தவ மதம் தோன்றிய இடம் இதுதான்!"

ஆச்சரியத்தோடு பார்த்துக்கொண்டு நிற்க முதியவர் தொடர்ந்தார்:

"அங்கே வாழ்கின்ற தேராபுட்டெகளில் ஒருவன்தான் நான்"

எதுவும் புரியாமல் பார்த்துக்கொண்டு நின்றிருந்தபோது முதியவருக்கு விசயம் புரிந்துவிட்டது. அவர் சொன்னார்:

"பௌத்த பிக்குகளில் முதியவர் என்பதுதான் தேரயின் பொருள். தேரயின் 'புட்டெ' என்பது முதியவரின் மகன், அதாவது புத்த பிக்குவான முதியவரின் சீடன் என்பது பொருள். சமஸ்கிருதத்தில் ஸ்தவிரபுத்ரன் என்பதைத்தான் தேராபுட்டெ என்று புத்தமதத்தினர் சொல்கிறார்கள்."

எனக்குப் புரிந்துவிட்டது என்று தெரிந்தபோது அவர் இவ்வாறு சொல்லி முடித்தார்:

"நாங்கள் பரப்புகின்ற உண்மைகளும் சிந்தனைகளும், இயேசு கிறித்துவின் உபதேசங்களாக இன்று வெளிப்பட்டுக் கொண்டிருக்கின்றன. இந்தத் தீவைத் தோண்டிப் பார்த்தால், நான் சொன்னதைத் தெளிவுபடுத்துகின்ற பலவற்றையும் உங்களால் கண்டுபிடிக்க இயலும்..."

சட்டென்று முதியவரின் உடல் மறைந்து போனது...! திடுக்கிட்டு எழுந்தபோது மற்றவர்களெல்லாம் நன்றாக உறங்கிக்கொண்டிருந்தார்கள். படுக்கையில் இருந்து எழுந்து, கப்பலின் மேல்பகுதிக்கு ஓடினேன். கப்பல் இப்போது எங்கே வந்திருக்கிறது என்று தெரிந்தே ஆக வேண்டும்.

காவல் முடிந்து திரும்பிக்கொண்டிருந்த கப்பல் பணியாளர் ஒருவரைக் கண்டேன்.

"நேரம் என்ன ஆனது?"

அவரிடம் அவசரமாகக் கேட்டேன்.

"நடு ராத்திரி"

தூக்கக் கலக்கத்தில் கொட்டாவி விட்டுக்கொண்டே அவர் சொன்னார்.

"நாம் இப்போது எங்கே இருக்கிறோம்?"

"கிரீட்டில் இருந்து சரியாக ஏழு மைல் தூரம் கடந்திருக்கிறோம்."

வெறும் கனவு உண்மையின் வெளிப்பாடாகுமோ? நிச்சயமில்லை. இந்தக் கனவினைப் பற்றி ஏராளமான சந்தேகங்கள் எனக்கு ஏற்பட்டாலும், தூய மரியாவின் மகனோடு உள்ள அன்பில் கொஞ்சங்கூடக் குறைவு வராது.

●

நாற்பத்தி நான்கு

பிரின்ஸ் ரீஜன்ட் ல்யூட்போல்ட் இலங்கைக் கரைக்கு அருகே வந்து கொண்டிருந்தது. விடியலின் பொன்வெளிச்சத்தில், தென்னந்தோப்புகள் நிறைந்த கொழும்பு துறைமுகம் தூரமாகக் கண்ணில் தெரியத் தொடங்கியது. ஹேய் இந்தியா! தாய்நாட்டினைப் பார்த்தபோது மனதில் அபிமானமும் சந்தோசமும் நிறைந்தது.

கப்பலிலிருந்து இறங்குவதைப் பார்த்துக்கொண்டு, ஏராளமான மக்கள் துறைமுகத்தில் காத்துக்கொண்டிருந்தனர்.

இரண்டு வெள்ளை நிறக் குதிரைகள் பூட்டிய, ஓவியங்கள் தீட்டப்பட்ட வண்டி வேகமாக என் முன்னால் வந்து நின்றது.

"சுவாமிஜி இந்தக் குதிரை வண்டியில் ஏறுங்கள். நமக்குச் சினமண் கார்டனிற்குப் போகலாம்..."

வரவேற்புக் குழுவில் இருந்த நிரஞ்சனானந்தா முன்னால் வந்து சொன்னார். சக சந்நியாசியைக் கொழும்புவில் பார்த்தபோது ஆச்சரியம் தோன்றியது; கூடவே சந்தோசமும்!

குதிரைவண்டி துறைமுகத்தில் இருந்து புறப்பட்டபோது, மற்ற வண்டிகளில் கொஞ்சம்பேர் பின்னால் வந்தார்கள். ஏராளமான மக்கள் கால்நடையாகப் பின்தொடர்ந்து வந்தார்கள்.

பச்சை இலைகளாலும் குருத்தோலைகளாலும் தென்னம்பூக்களாலும் அலங்கரிக்கப்பட்ட வெற்றித் தோரணம்

அங்கே அமைக்கப்பட்டிருந்தது. வரவேற்பு பலகைகளைப் பிடித்துக்கொண்டு பார்ணஸ் தெரு முழுவதும் மக்கள் நிறைந்து நின்றார்கள்.

அலங்காரங்கள் தொடங்குகின்ற இடத்தில், வண்டிலிருந்து இறங்கினேன்.

முத்துக் குடைகளைப் பிடித்த ஊர்வலம் அங்கிருந்துதான் ஆரம்பித்தது. நாதஸ்வரமும் அதில் உண்டு. வழியோரங்களில் மக்கள் கூடிநின்று கொண்டிருந்தார்கள்.

ஊர்வலம் சினமண் கார்டனை நோக்கிச் சென்றுகொண்டிருந்தது.

இரண்டு பர்லாங் தூரமாவது நடந்திருக்க வேண்டும். சினமணில் ஏற்பாடு செய்திருந்த ஒரு பெரிய பந்தலில் காலெடுத்து வைத்ததும் அழகான, செயற்கையான ஒரு தாமரை தன் இதழ்களை விரித்தது: அதனுள் இருந்த புறா ஒன்று வானத்தை நோக்கிப் பறந்து சென்றது!

மக்களின் நெரிசலில், மனோகரமாக அலங்கரித்து வைக்கப்பட்டிருந்த அலங்காரங்கள் பலவும் அலங்கோலமாகிப் போயின. மக்களின் கண்கள் அலங்காரங்களைப் பார்க்கவில்லை; எல்லாக் கண்களும் என்னையே பார்த்துக் கொண்டிருந்தன.

இதற்கிடையே, பாடகர் குழு தமிழ்ப் பாடல்களைப் பாடத் துவங்கியது.

அரங்கின் நடுவில், சிம்மாசனத்திற்கு இணையான ஒரு இருக்கை பட்டுத்துணியால் அலங்கரிக்கப்பட்டிருந்தது.

கழுத்தில் யாரோ ஒரு பூமாலையை அணிவித்தார்கள். சிவந்த தலைப்பாகை கட்டிய ஒருவர் சட்டென்று முன்னால் வந்து வணங்கிய பிறகு பார்வையாளர்களைப் பார்த்து வரவேற்புக் கடிதத்தை வாசிக்கத் தொடங்கினார்.

கரவொலிகள் அலையடித்துக் கொண்டிருக்க, மெல்ல இருக்கையில் இருந்து எழுந்து சொற்பொழிவு மேடையை நோக்கி நடந்தேன்.

"ஒரு பிச்சைக்காரரான சந்நியாசிக்கு நீங்கள் அளித்த இந்த ராஜமரியாதை நிறைந்த வரவேற்பிலிருந்து, ஆன்மிகத்துடனான நம்முடைய நாட்டின் அனுகூலமான சூழலும் சனாதன தர்மத்தோடு உள்ள உங்களுடைய விருப்பமும்தான் வெளிப்படுகின்றன..."

"நான் ஒரு இராணுவத் தளபதி இல்லை; இளவரசனும் இல்லை; செல்வந்தனும் இல்லை; அரசியல் தலைவனும் இல்லை. அப்படியிருந்தும் உங்களுடைய வருமானத்தால், உயர்ந்தவர்களும் மதிப்பு மிக்கவர்களும் சேர்ந்து ஏதுமற்ற ஒரு சந்நியாசியை வரவேற்க இங்கே ஒன்றுகூடியிருக்கிறீர்கள்..."

பொதுக்கூட்டம் முடிந்தபிறகும் சினமண் கார்டனில் நான் தங்கியிருந்த இல்லத்தை நோக்கி மக்கள் வந்துகொண்டே இருந்தார்கள்.

"உங்களை வரவேற்க, இந்தியாவிலுள்ள ஏராளமான நகரங்கள் தயாராகி நிற்கின்றன. வரவேற்பதற்காக, கல்கத்தா மடத்தில் இருந்து சந்நியாசிகள் மதராஸிலும் மதுரையிலும், ஏன் இந்தக் கொழும்புவுக்குக்கூட வந்து சேர்ந்திருக்கிறார்கள்..."

நிரஞ்சனானந்தா சொன்னார்.

பாரதத்திலுள்ள பல விசயங்களை என்னிடம் பகிர்ந்துகொள்வதற்காக மக்கள் என்னை வந்து சந்தித்துக்கொண்டே இருந்தனர். நிரஞ்சனானந்தாவும் சேவியரும் குழுவினரும் சேர்ந்து பார்வையாளர்களை வரவேற்கவும் கட்டுப்படுத்தவும் செய்தனர்.

கொழும்பின் பொது அரங்கில், இரண்டாம் நாள் ஒன்று கூடிய வரவேற்பு மாநாட்டில் வைத்து, ஒருங்கிணைப்பாளர்களில் முக்கியமானவரான குமாரசுவாமி இரகசியமாகக் காதில் ஓதினார்:

"இந்தியப் பத்திரிகைகளில் எல்லாம் சுவாமிஜியின் புகைப்படங்களும் செய்திகளும் நிறைந்து கிடக்கின்றன! நாடு உங்களை எதிர்பார்த்துக் காத்திருக்கிறது."

அடுத்த நாள் நகரத்திலுள்ள முக்கியமான சிவன் கோவிலை வழிபடுவதற்காகச் செல்லும் வேளையில், ஏராளமான மக்கள் என்னுடன் வருவதற்காக வெளியே காத்துக் கொண்டிருந்தனர். செக்குத்தெருவின் வழியே மூன்று பர்லாங் தூரமுண்டு கோவிலுக்கு. தெருவின் இருபுறங்களிலும், வீடுகளுக்கு முன்னால் குத்துவிளக்குகளை ஏற்றி வைத்து, மரக்கால்களில் நிறை நெல்லையும் தென்னம்பூக்களையும் பழங்களையும் வைத்திருந்ததைப் பார்த்தேன்.

"என்ன இப்படி...?"

நிரஞ்சனானந்தாவிடம் கேட்டேன்.

"இலங்கையிலும் தென்னிந்தியாவிலும் விருந்தினரை வரவேற்கும் ஒருவகையான சடங்கு இதுவாம்." அவர் சொன்னார்.

நான்கு நாள் கொழும்பு சுற்றுப் பயணத்திற்குப்பிறகுதான் இலங்கையின் மற்றொரு பட்டணமான கண்டிக்குச் சென்றேன். இரயிலில்தான் பயணம்.

கண்டி இரயில்வே ஸ்டேஷனில், நாதஸ்வரத்துடனும் பட்டுக் குடைகளுடனும் பெரியதொரு ஊர்வலத்திற்கு மக்கள் தயாராக நின்றுகொண்டிருந்தார்கள்.

மனோகரமான கண்டி நகரின் காட்சிகளைக் கண்டுகொண்டே, வெற்றிகரமான ஊர்வலம் வரவேற்பு அரங்கை நோக்கி வந்தது.

கண்டியில் இருந்து யாழ்ப்பாணத்திற்கான பயணத்தைக் குதிரை வண்டிக்கு மாற்றினேன். பச்சைபசேலென்ற இயற்கை அழகை இரசித்துக்கொண்டே பயணித்தேன். இருநூறு மைல்கள் தாண்டித்தான் யாழ்ப்பாணத்திற்குச் செல்ல வேண்டும். இதுவரை 'தம்புள்ளை'க்கூட வந்து அடையவில்லை. ஆனால், திடீரென்று ஒரு ஆபத்து வந்து சேர்ந்தது.

வண்டி ஒரு மலைச்சரிவில் இறங்கிக் கொண்டிருக்கும்போது, எதிர்பாராமல் அதன் ஒரு சக்கரம் உடைந்துபோனது! குதிரைகள் அலறிக்கொண்டே வீழ்ந்தன. வண்டி சாய்ந்து நின்றது. சக்கரம் கழன்று விழாமல் இருந்ததே மிகப்பெரிய பாக்கியம்! அது கழன்றுவிழுந்திருந்தால், வண்டி மலைச்சரிவிலிருந்து கீழே விழுந்து பெரிய ஆபத்து நேர்ந்திருக்கும்.

"லெட் அஸ் ஹோப் ஃபார் தி பெஸ்ட்"

சேவியர் முணுமுணுப்பது காதுகளில் விழுந்தது. அவருடைய மனைவி கொஞ்சம் பயத்தோடு வண்டியில் சோர்ந்து உட்கார்ந்திருந்தார்.

"மூன்று நான்கு மைல் தூரத்தில் உள்ள ஒரு கிராமத்தில் காளை வண்டி இருக்கும். சுவாமிஜி இங்கே ஓய்வெடுங்கள். நாங்கள் சென்று வண்டியை ஏற்பாடு செய்து கொண்டு வருகிறோம்."

கண்டியில் இருந்து கூடவே வந்த இளைஞர்கள் உதவி செய்யத் தயாராயினர். அவர்கள் கிராமத்தை நோக்கி அவசர அவசரமாக நடந்து சென்றனர்.

மூன்று மணி நேரக் காத்திருப்பிற்குப் பிறகு, இரண்டு காளைவண்டிகளுடன் அவர்கள் திரும்பி வந்தனர்.

பெட்டியையும் பொட்டலங்களையும் புதிய வண்டிகளுக்கு மாற்றினோம். மீண்டும் பயணம் தொடர்ந்தது.

இரவு முழுவதும் காளை வண்டியில்தான் கழிந்தது... கனஹாரியும் தீன்பாணியும் கடந்து, மிகத் தாமதமாகவே என்றாலும்கூட அனுராதபுரத்திற்கு வந்து சேர முடிந்தது.

அனுராதபுரத்தில் உள்ள போதி மரத்தடியில் கொஞ்சநேரமாவது ஓய்வெடுக்க வேண்டும் என்று மனது சொன்னது. ஆனால், ஓய்வு எப்போதும் தூரமாகத்தான் இருந்தது அல்லவா? பெருங்கூட்டமாக மக்கள் போதி மரத்தடிக்கு வந்துகொண்டிருந்தால் எப்படி ஓய்வெடுக்க முடியும்?

வந்து கூடிய மக்களுக்காக ஒரு சிறிய சொற்பொழிவாவது நடத்த வேண்டும் என்று ஒருங்கிணைப்பாளர்கள் கட்டாயப்படுத்தியபோது, சிலை வழிபாட்டினைப் பற்றியும் வேறுசில விசயங்களைப் பற்றியும் அவர்களிடம் பேசினேன்...

அனுராதபுரத்தில் இருந்து யாழ்ப்பாணம் செல்லும் வழியெல்லாம் மிகுந்த துன்பம் நிறைந்ததாக இருந்தது. இங்குள்ள பாதைகள் மிகமிக ஆபத்தானவை. அதுமட்டுமன்றி வண்டியை இழுத்துச் செல்லும் குதிரைகளுக்கு ஆரோக்கியமும் குறைவாக இருந்தது. ஆனால், அழகான இயற்கைக் காட்சிகளைக் கண்டபோது, பயணத் துன்பம் எதுவும் மனதினை அதிகமாகப் பாதிக்கவில்லை.

இலங்கையையும் யாழ்ப்பாணத் தீவினையும் இணைக்கின்ற ஆனையிறவு பாலத்திற்கு மேல் குதிரை வண்டி வந்து சேர்ந்திருந்தது.

யாழ்ப்பாணப் பட்டணத்திற்குள் நுழைவதற்காக, சக பயணிகளுடன் சேர்ந்து ஒரு தபால் வண்டியில்தான் சவகரிக்கு வந்து சேர்ந்தேன். நிரஞ்சனானந்தாவோடு சேர்ந்து இரண்டு குதிரைகள் பூட்டிய வண்டியில் முன்பாகவும், மற்றவர்கள் மற்ற வண்டிகளில் பின்னாலும் ஒரு ஊர்வலமாகப் பட்டண நுழைவு ஆரம்பித்தது...

சென்ட்ரல் ரோடு வழியாகத்தான் ஊர்வலம் கடந்து சென்றது. யாழ்ப்பாணத்தை வந்தடைந்தபோது சூரியன் மறைவதற்குத் தயாராக நின்று கொண்டிருந்தது.

பட்டணத்தில் இருந்து இந்துக் கல்லூரி வரையுள்ள இரண்டு மைல் தூரமும், வாழைக்குலைகளாலும் குருத்தோலைகளாலும் வண்ண விளக்குகளாலும் அலங்கரிக்கப்பட்டிருந்தது. கிராண்ட் பஜார் பகுதிகளும் அலங்கரிக்கப்பட்டிருந்தன. மக்கள் எல்லா இடங்களிலும் கூட்டம் கூட்டமாக நின்றுகொண்டிருந்தனர். அவர்களிடம் உற்சாகமும் உணர்ச்சியும் நிறைந்து காணப்பட்டன.

இந்துக் கல்லூரியின் முன்பக்கத்தில் உள்ள மைதானத்தில், மிக அழகான ஒரு பந்தல் சிறப்பாக ஏற்பாடு செய்யப்பட்டிருந்தது. யாழ்ப்பாணத் தீவின் எல்லாப் பகுதிகளில் இருந்தும் மக்கள் இந்துக் கல்லூரியை நோக்கித் திரண்டு வந்துகொண்டிருந்தனர். ஆயிரக்கணக்கான மக்கள் கால்நடையாகத்தான் அங்கே வந்துகொண்டிருக்கிறார்கள் என்று நிரஞ்சனானந்தா சொன்னார்.

யாழ்ப்பாணத்தின் தெருக்களில் உள்ள வீடுகளின் முன்னால், மரக்காலில் நிறை நெல்லும் குத்துவிளக்குகளும் கொண்ட நீண்டதொரு கண்கொள்ளாக் காட்சி கண்முன்னால் ஒளிர்ந்தது. ஒரு சந்நியாசிக்குக் கொடுக்கக்கூடியதிலேயே மிக உயர்ந்த வரவேற்பின் காட்சி யாழ்ப்பாணத்தில் தென்பட்டது.

வரவேற்புப் பொதுக்கூட்டம் நடைபெறுகின்ற பந்தலில் மக்கள் அலையெனத் திரண்டிருந்தார்கள். பந்தலின் உள்ளே நுழைய முடியாமல் வெளியேயும் பாதைகளிலுமாக மக்கள் நெருக்கமாக நின்றுகொண்டிருந்தார்கள். புத்த மத விசுவாசிகளும், கிறித்தவர்களும், இஸ்லாமியர்களும் எல்லாம் மக்கள் கூட்டங்களில் இடம்பிடித்திருந்தார்கள்.

வரவேற்பு அறிக்கை வாசித்து முடிந்தபோது சொற்பொழிவிற்காக எழுந்தேன். நீண்ட கரவொலிகளுக்குப் பின், ஏறக்குறைய ஒரு மணிநேரம் அவர்களோடு பேசினேன். மக்கள் மௌனமாக, ஒவ்வொரு வார்த்தைகளுக்காகவும் காத்துக்கொண்டிருக்கின்றார்கள் என்று தோன்றியது...

"என்னைத் தாய்நாட்டிற்கு அனுப்புவதற்கான ஏற்பாடுகளை விரைந்து செய்யுங்கள்..."

நிகழ்ச்சி ஒருங்கிணைப்பாளர்களிடம் இறுதியில் கேட்கவேண்டி வந்தது.

யாழ்ப்பாணத்திலிருந்து கிளம்பும்போது சேவியர் சொன்னார்:

"நீங்கள் அதிக நாட்கள் சிலோனில் தங்கியிருந்திருந்தீர்கள் என்றால் மக்கள் உங்களை அன்பினால் நிறைத்துக் கொன்றிருப்பார்கள்!"

ஐம்பது மைல்களுக்கு அப்பால் உள்ள பாரதத்தின் பெரிய கரையை நோக்கிக் கப்பல் நகரத்தொடங்கியது. பாம்பன் சாலையை இலட்சியமிட்டுதான் கப்பலின் பயணம்...

பாம்பனில் கப்பல் நெருங்கியபோது, அங்கே காத்துக்கிடந்த ராஜகம்பீரம் நிறைந்த படகில், இராமநாதபுர மன்னர் பொறுமையில்லாமல் காத்துக்கொண்டிருந்தார்.

மேற்கத்திய நாடுகளுக்கு நான் வேதாந்தப் பிரச்சாரத்திற்காகச் செல்லவேண்டும் என்று சொன்னவர்களில் முக்கியமானவர் பாஸ்கர சேதுபதி. பாரத பூமியில் காலெடுத்து வைத்தபோது முதலில் பார்த்ததும் இராமநாதபுர ராஜாவான அவரைத்தான்!

ராஜகம்பீரமான படகு கரையை அடைந்தது...

பாம்பனில் என்னை வரவேற்பதற்காக மக்கள் கூட்டம் பக்தியோடு காத்து நிற்பதைக் கண்டேன்.

வரவேற்புச் சடங்குகளுக்கு இடையில், பாஸ்கர சேதுபதிக்கு 'ராஜரிஷி' என்ற பட்டத்தை வழங்கும்போது அவர் சொன்னார்:

"உங்களுடைய கைகளில் இருந்து கிடைக்கக்கூடிய இந்த விருது என்னை மிகவும் சந்தோசப்படுத்துகிறது."

இராமநாதபுர வரவேற்பு முடிந்தபிறகு நேராகச் சென்றது மகாகோவிலுக்குத்தான். ஐந்து ஆண்டுகளுக்குப் பிறகு, மீண்டும் இராமேஸ்வரக் கோவில் தரிசனம்!

மதராஸ் செல்லும் பயணத்தின் இடையே மதுரையிலும், சிவகங்கையிலும், திருச்சிராப்பள்ளியிலும் ஏற்பாடு செய்திருந்த வரவேற்பிலும் விழாக்களிலும் மாட்டிக்கொண்டு மீண்டும் மூச்சடைக்கத் தொடங்கியது. மக்கள் என்னை விடுவதுபோலத் தெரியவில்லை.

மூன்று வாரங்கள் தொடர்ச்சியாக நடத்திய பயணங்களும் வரவேற்புக் கூட்டங்களும் சொற்பொழிவுகளும் கலந்துரையாடல்களும் எல்லாமுமாக மொத்தத்தில் தளர்ந்து போய்விட்டேன். என்றாலும் மனதில் உற்சாகம் அலையடித்துக் கொண்டுதான் இருந்தது. ஆனால், உடம்போ ஓய்வினைத்தேடி அலைந்து கொண்டிருந்தது...

தாய்நாட்டிலுள்ள மக்களின் இத்தனை அதிக தர்ம சிந்தனைகளையும் மதநம்பிக்கையையும் உற்சாகத்தையும் பார்த்தபோது இதயம் சந்தோசத்தால் பூரித்தது. மதராஸின் வரவேற்புகளும் கொண்டாட்டங்களும் சேர்ந்தபோது உண்மையில் முழுமையாகவே தளர்ந்து போய்விட்டேன்...

"கல்கத்தாவிற்குச் செல்வதற்கு நமக்குக் கப்பல் போதும். இரயிலாக இருந்தால் ஒவ்வொரு ஸ்டேசனிலும் மக்கள் வந்து கூடுவார்கள். பின், அவர்களுடைய உணர்ச்சிக்கொந்தளிப்புக்கு இரையாக இருந்தே ஆகவேண்டும். அத்தோடு என்னுடைய கதையும் முடிவுக்கு வந்துவிடும்!"

சேவியரிடமும் அவரது மனைவியிடமும் மற்ற குழு உறுப்பினர்களிடமுமாகத் தொடர்ந்து சொன்னேன்:

"மனதில் எல்லாவற்றினோடும் ஒருவித அலட்சிய உணர்வு. எதனோடும் விருப்பமில்லை. வரவேற்புகளும் ஆள்கூட்டங்களும் சலிப்பை உண்டாக்கத் தொடங்கியிருக்கின்றன. அதுமட்டுமல்ல, இதையெல்லாம் தாங்குவதற்கான சக்தி இந்த உடம்பில் இல்லை. கங்கைக்கரையில் நிம்மதியாக இனியுள்ள காலம் ஓய்வெடுக்க வேண்டும்."

கல்கத்தாவிற்குச் செல்லும் கப்பல் மதராஸ் துறைமுகத்தில் தயாராக நின்று கொண்டிருந்தது.

மதராஸில் ஒருங்கிணைப்பாளர்களும் ஆதரவாளர்களும் அன்போடு நல்கிய நான்கைந்து இளநீர் குலைகளுடன் பயணக்குழுவோடு சேர்ந்து கப்பலில் ஏறினேன். அதைப் பார்த்த சேவியர் சிரித்துக் கொண்டே கேட்டார்:

"இவ்வளவு இளநீர் நமக்கு எதற்கு?"

"இதைக் குடித்துத் தீர்க்க வேண்டிய களைப்பையும் அவர்கள் நமக்குத் தந்திருக்கிறார்கள் என்று அவர்களுக்கே தெரியும்"

நகைச்சுவையாகச் சொன்னேன்.

கப்பலின் பெரிய மணி முழங்கியது.

கப்பல் வங்காள ஆழ்கடலிற்குள் பயணிக்கத் தொடங்கியது...

எல்லாவற்றையும் விட்டுவிட்டு, என்னோடு புறப்பட்டுவந்த மேற்கத்திய சிஷ்யர்களிடம் சொன்னேன்:

"இமாலயத்திலும் கல்கத்தாவிலும் மதராஸிலும் எதிர்காலச் செயல்பாடுகளுக்காக மடங்களை நிறுவும்போது, இமாலய மடத்தின் பொறுப்பு சேவியருக்கும் அவர் மனைவிக்கும் உரியது. மற்ற மடங்களைச் சக சந்நியாசிகளும் மற்ற சிஷ்யர்களும் சேர்ந்து கவனித்துக்கொள்ள வேண்டும்."

சேவியருடைய முகத்திலும் அவரது மனைவியினுடைய முகத்திலும் பிரகாசம் நிறைந்திருந்தது.

நாற்பத்தி ஐந்து

பூங்காவனத்தில் ஸ்ரீராமகிருஷ்ண மடத்திலுள்ள என்னுடைய ஓய்வு அறை கங்கை நதிக்கு முன்பாக நிலைகொண்டிருக்கிறது. அறையின் ஏகாந்தத்தில் கொஞ்ச நேரம் கண்மூடி அமர்ந்திருந்தேன். கங்கையைத் தழுவி வரும் இளங்காற்றைப் பெற்றுக்கொண்டே நீண்டதொரு தியானத்திற்குச் செல்ல உடலும் மனமும் வெதும்பிக் கொண்டிருக்கின்றன...

தியானத்தில் இருந்து எழுந்தபோது மேற்கத்திய சிஷ்யர்களின் குரல்கள் வெளியே கேட்டன. அவர்கள் எல்லோரையும் அழைத்துக்கொண்டு, குருவினுடைய தியானப் பீடத்தையும், சமாதி இடமான யோக பூங்காவையும் பார்ப்பதற்காகக் கங்கைக்கரையின் வழியே மெல்ல நடந்தேன். முடிவில்லாத அறிவின் நிறைவில் கங்கை பரந்து விரிந்து ஓடிக்கொண்டிருந்தது.

ஒரு குளிர்க்காற்று உடலைத் தழுவிக் கடந்துசென்றது. கங்கைத்தாயின் மென்மையான வருடலாக இருந்தது அது. நிரஞ்சனானந்தா சுவாமியுடனும் சரத்சந்திர சக்கரவர்த்தியுடனும் சேர்ந்து ஆலம்பஸார் மடத்திற்கு உடனே செல்லவேண்டும். மேற்கத்திய சிஷ்யர்களும் உடன் வரட்டும்.

"மதத்தின் உள்ளார்ந்த தத்துவங்களை உட்கொள்ள இயலாத சாதாரண மக்களுக்கு, திருவிழாக்களும் தெய்வக் கீர்த்தனைகளும் சொற்பொழிவுகளும் மிகவும் அத்தியாவசியமானவை."

பயணத்திற்கு இடையே சரத்சந்திர சக்கரவர்த்தியிடம் தொடர்ந்து சொன்னேன்:

"மதம் என்பது வெறும் நம்பிக்கை அல்ல; பயிற்சியும் அனுபூதியும்தான் அது. உடலையும் மனதினையும் சமநிலையில் கொண்டு செல்வதற்கான யோக முறைகளையும் ஆன்மிகச் சாதனா'க்களையும் தொடர்ச்சியாகக் கற்றுக்கொள்ள வேண்டும். சாதனா'வில் வெற்றியைக் கைக்கொள்ள முற்றிலும் பரிசுத்தமான வாழ்க்கையும், எளிமையும், எளிய உணவும் அத்தியாவசியமானவை."

நிரஞ்சனானந்த சுவாமிக்கு நேராகத் திரும்பி சொன்னேன்:

"பலம், பலம் என்ற ஒற்றைச் சொல்லைத்தான் உபநிடதத்தின் ஒவ்வொரு வரியும் என்னோடு சொல்லிக் கொண்டிருக்கின்றன. ஒவ்வொரு மனிதனிலும் இரண்டறக் கலந்திருக்கும் முடிவில்லாத சக்தியைப் பற்றி எல்லா பாரத மக்களும் அறிந்துகொள்ள வேண்டியதுண்டு!"

பசுக்களைக் காப்பாற்றுவதற்காக ஒரு இயக்கம் தொடங்கப்பட்டிருக்கிறதாம். வழியிடையே, கோபால லாலசீலனின் பூங்காவன வீட்டில் வைத்து இயக்கத்தின் தலைவர் ஒருவர் உதவி வேண்டிக்கொண்டு என் முன்னால் வந்து நின்றார். அப்போது சூரியன் மறையத் தயாராக வானத்தில் சிவப்பைப் பூசிக்கொண்டிருந்தது.

"உங்களுடைய சமாஜத்தின் நோக்கம் என்ன?"

முதலில் கனிவாகத்தான் அவனுடன் பேச ஆரம்பித்தேன்.

"நாங்கள் கோமாதாக்களைக் கசாப்புக்காரர்களின் கைகளில் இருந்து வாங்கி அவற்றைப் பாதுகாக்கிறோம். இயலாமையை

அனுபவிக்கின்ற பசுக்களுக்காகப் பாதுகாப்புக் கூடங்களைக் கட்டியிருக்கிறோம். மார்வாடிகள்தான் சமாஜத்திற்கான முக்கிய நிர்வாகிகளும் பண உதவியைச் செய்பவர்களும். அவர்கள் இதற்காக அதிக பணம் தருகிறார்கள். உங்களைப் போன்றவர்களின் உதவியும் தேவைப்படுகிறது.”

பட்டினியாலும் கஷ்டங்களாலும் துன்பத்தை அனுபவித்துக் கொண்டிருக்கும் மனித ஜென்மங்களை மறந்துபோன அவனிடம் சொன்னேன்:

“பாருங்கள் நண்பரே, மத்திய பாரதத்தில் கொடுமையானதொரு பஞ்சம் படர்ந்து பிடித்திருக்கிறது. ஏறக்குறைய ஒன்பது இலட்சம் மக்கள் பட்டினியால் மரணமடைந்திருப்பதாக அரசு வெளியிட்ட அறிவிப்பில் காண முடிகிறது. இந்தப் பாவப்பட்ட மனிதர்களை மரணத்தில் இருந்து காப்பாற்றுவதற்கு உங்களுடைய சமாஜம் ஏதாவது செய்திருக்கிறதா?”

ஒரு கூச்சமுமில்லாமல் அவனிடம் இருந்து பதில் வந்தது:

“நாங்கள் பஞ்ச நிவாரணத்திற்கெல்லாம் உதவி செய்யமாட்டோம். கோமாதாக்களைக் காப்பாற்றுவது மட்டும்தான் எங்களுடைய இலட்சியம். பஞ்சம் வந்து சேர்ந்து அவர்கள் மரணமடைந்தது, அவர்களுடைய கர்ம பலனாகத்தான்.”

கர்மபலனாம்! அவனை உற்றுப் பார்த்தேன்.

நரைத்த தாடி உரோமங்களில் விரல்களை ஓடவிட்டுக் கொண்டு, வலது கால்பாதத்தை நிலத்தில் வைத்துத் தாளமடித்துக் கொண்டிருக்கின்ற அவனுடைய முகத்தில் எந்தக் கூச்சமும் இல்லை. மனதில் பொங்கிவந்த உணர்வுகளையெல்லாம் கட்டுப்படுத்திக்கொண்டு சொன்னேன்:

“ஆயிரக்கணக்கான மக்கள் பட்டினியால், கண்முன் இறப்பதைக் கண்டுகொண்டிருக்க, அவர்களைக்

காப்பாற்றுவதற்காக ஒருபிடி உணவுகூடக் கொடுக்காமல், பசுக்களையும் பறவைகளையும் நாய்களையும் உணவளித்துக் காப்பாற்ற, கோடிக்கணக்கான பணம் செலவழிக்கின்ற மனித சினேகமில்லாத இத்தகைய இயக்கங்களோடு எனக்கு எந்த விதத்திலும் மதிப்பில்லை. 'மனிதன் பட்டினியால் இறப்பது அவனுடைய கர்மபலன், அதனால் அவன் இறக்கட்டும்' என்றெல்லாம் சொல்வதற்கு உங்களுக்கு வெட்கமாக இல்லையா?"

அவன் எதுவும் பேசவில்லை.

"கர்ம சித்தாந்தத்திற்கு இப்படியெல்லாம் விளக்கமளிக்கும்போது மற்றவர்களுக்கு உதவிசெய்ய வேண்டிய எந்தவொரு முயற்சியின் தேவையும் ஏற்படவில்லை அல்லவா. பசுக்கள் கசாப்புக்காரர்களின் கையில் சென்று சேர்வதும் கொல்லப்படுவதும் அவற்றின் கர்ம பலனாக இருக்கக்கூடாதா?"

அப்போது அவனிடமிருந்து கேள்வி வந்தது:

"பசு நம்முடைய தாய் என்றல்லவா சாஸ்திரங்கள் சொல்கின்றன?"

இதைக்கேட்டுச் சிரிப்புத்தான் வந்தது.

"ஆமாம். உண்மையில், பசு நம்முடைய அம்மாதான் என்ற விசயம் இப்போதுதான் எனக்கு முழுமையாகப் புரிந்துவிட்டது. இல்லையென்றால் உங்களைப் போன்ற கெட்டிக்கார மக்களுக்கு யார் ஜென்மம் கொடுத்திருப்பார்கள்!"

அவன் எதுவும் பேசாமல் நகர்ந்து விட்டான். நாங்கள் ஆலம்பஸாரிற்குப் புறப்பட்டோம்...

மேற்கத்திய நாடுகளில் இருந்து நான் திரும்பி வந்ததை அறிந்த ஆலம்பஸாரிலுள்ள சகோதர சந்நியாசிகள், சந்தோசத்தால் என்னைச் சுற்றி ஒரு அன்பு வளையத்தை

உருவாக்கிக் கொண்டார்கள். ஸ்ரீராமகிருஷ்ண தேவரோடு சேர்ந்து வாழ்ந்த ஆனந்தம் நிறைந்த நாட்களைப் பற்றியும், துறவுக் காலத்தின் அனுபவங்களைப் பற்றியும் அவர்கள் பரஸ்பரம் சொல்லி இரசிக்கத் தொடங்கினார்கள். குருதேவரின் பக்தர்களையும் சிஷ்யர்களையும் மேற்கத்திய சிஷ்ய குழுவிற்கு அறிமுகம் செய்துவைத்தேன்; அப்படியே அவர்களுக்கு இவர்களையும். ஆனால், மேற்கில் இருந்து வந்தவர்களோடு உடனே இணக்கமாகிவிட இங்கிருப்பவர்கள் தயாராகவில்லை. அதைப் பார்த்து அவர்களிடம் சொல்லவேண்டி வந்தது:

"இலண்டனில் இருந்து சகோதரி நிவேதிதா தாமதியாமல் பாரதத்திற்கு வந்துவிடுவார். நம்முடைய முன்நோக்கிய செயல்பாடுகளுக்கு அவர் தரும் உற்சாகம் உங்களை ஆச்சரியமடையச் செய்யும். பாரதத்திலுள்ள ஒரு சந்நியாசி பரம்பரையின் அங்கமாக, மேலைநாட்டுப் பெண் ஒருவரை நாம் முதன்முதலாக அங்கிகரிப்போம்."

அடுத்தநாளே பூங்காவனத்திற்குத் திரும்பினேன். ஆலம்பஸாரில் வாழ்ந்துகொண்டிருந்த பெரும்பாலானவர்களும் உற்சாகமாக என்னோடு வந்துசேர்ந்து கொண்டனர்...

கங்கை நதிக்கரையின் மணல்பரப்பில் ஒரு அந்திசாயும் வேளையில் சொற்பொழிவிற்காக, சிஷ்யர்களும் பக்தர்களும் சேர்ந்து புல்பாய்களையும் விரிப்புகளையும் விரிக்கத் தொடங்கினர்... பக்திப் பரவசமான பஜனைகளின் இறுதியில் உள்ள, கேள்வி - பதில் நேரத்தில் குருவின் முக்கியப் பக்தையான மீரானந்தாவின் கேள்வி வந்தது:

"அமெரிக்காவிலும் இலண்டனிலும் உள்ள பெண்களைப் பற்றிய உங்களுடைய கருத்து என்ன?"

அதைக் கேட்டவுடன் எல்லாக் கண்களும் மீராவின் முகத்தையே பார்த்தன. அவர் தலைமுடியைக் கிராப்

செய்திருக்கிறார். புடவை நுனியால் தலையை மறைத்திருக்கிறார்.

"வீடு அல்ல வீடாகுவது; வீட்டுக்காரிதான் வீடு! இப்படி ஒரு சமஸ்கிருதக் கவிஞர் சொல்லியிருக்கிறார். 'ந க்ருஹம் க்ருஹமித்யாஹுர் க்ருஹிணீ க்ருஹமுச்யதே.' அது எவ்வளவு சரியாக இருக்கிறது. வெயிலில் இருந்தும் குளிரில் இருந்தும் மழையில் இருந்தும் பாதுகாப்புத் தருகின்ற வீட்டின் விலையைத் தீர்மானிப்பது, அதைத் தாங்கும் தூண்களின் எண்ணிக்கையைப் பார்த்தல்ல. எவ்வளவு அழகான, நவீன கட்டடக் கலைகளால் அழகுபடுத்தப்பட்ட தூண்களாக இருந்தாலும், அதனுடைய உண்மையான மதிப்பு அங்கே செயல்பட்டுக் கொண்டிருக்கின்ற தூணான வீட்டுக்காரியில்தான் இருக்கிறது! அப்படிப்பார்த்தால் அமெரிக்க வீடுகள், உலகத்தின் மற்றெந்த இடங்களில் உள்ள வீடுகளை விடவும் கீழானவை அல்ல."

சொற்பொழிவு அரங்கில் இருந்த ஆதரவாளர்களிடம் பொதுவாக ஒரு கோரிக்கை வைத்தேன்:

"கல்கத்தா நகரத்தின் கங்கைக் கரையில் பெண்களுக்காக, சாரதா தேவியை மையமாகக் கொண்ட ஒரு மடத்தை நிறுவ வேண்டும். நதியின் கிழக்குக் கரையில் அம்மாவின் தலைமையில் பிரம்மச்சரிகளான பெண்களுக்கும் சாதுக்களுக்கும் பயிற்சி கொடுக்கவேண்டும். நம்முடைய பிரம்மச்சரிகளுக்கும் சாதுக்களுக்கும் பயிற்சி கொடுப்பதைப்போல. பெண்கள் ஞானத்திற்கும் பக்திக்கும் உரியவர்கள் அல்ல என்று எந்தச் சாஸ்திரத்தில் குறிப்பிடப்பட்டிருக்கிறது? பாரதம் சரிவை நோக்கிச் சென்றுகொண்டிருந்த காலத்தில் புரோகித வர்க்கம், பிராமணர் அல்லாத சாதியைச் சேர்ந்த மக்கள் வேதங்களைப் படிப்பதற்கு உரியவர்கள் அல்ல என்று விதித்த காலம் முதல் அவர்கள் பெண்களுடைய உரிமைகளையும் மறுத்தனர். பெண்களை வணங்காத தேசமும் மக்களும் ஒருபோதும் முன்னேறியதில்லை."

எல்லோரும் இரவு உணவிற்காகப் பிரிந்து சென்றபோது பேலூர் மடத்தின் பூஜை அறையை நோக்கி மெல்ல நடந்தேன்... இந்த அறையில் ஸ்ரீராமகிருஷ்ணரின் சான்னித்தியம் இப்போதும் உண்டா? குருவினுடைய சாம்பலைப் பாதுகாத்து வைத்திருக்கின்ற பாத்திரத்தில் அவருடைய நித்திய சான்னித்தியம் உண்டு என்றுதான் பக்தர்கள் எல்லோரும் நம்பிக் கொண்டிருக்கின்றனர். ஆத்மவீரரின் இரத்தினம் இது! ஸ்ரீராமகிருஷ்ணரின் சான்னித்தியம் உண்மையிலே இந்தச் செப்பில் உண்டோ? உண்டாக வேண்டும்.

ஆத்மவீரரின் இரத்தினத்தை வணங்கினேன்; மூன்று முறை.

ஒருமுறை கூட காசிக்கும், புத்த கயாவிற்கும் புனிதப் பயணம் செல்ல வேண்டும். அத்தோடு பயணங்களை நிறுத்திக் கொள்ளவேண்டும். கயாவாக இருந்ததல்லவா என்னுடைய முதல் புனிதப் பயண இடம். இறுதியான புனிதப் பயண இடமும் கயாதான்.

வாழ்க்கையின் இந்த ஓய்வுக் காலத்திலும் அடக்கமுடியாத உற்சாகத்தை மனதினுள்ளே உணர்ந்து கொண்டேன். உடலின் வேதனைகளை எல்லாம் புறந்தள்ளிக்கொண்டு பிரம்மச்சரிகளுக்குச் சமஸ்கிருத இலக்கணத்தைப் பற்றியும் யோக தரிசனங்களைப் பற்றியும் வகுப்புகள் எடுத்தேன்...

இரவிலும் கங்கையின் அரவணைப்பைத் திறந்து போடப்பட்ட ஜன்னல்களின் வழியே அறிய முடிந்தது. தாய்ப்பாசம் நிறைந்த புண்ணிய நதி அமைதியாக ஓடிக்கொண்டிருப்பதைப் பார்த்துக் கொண்டிருந்தேன்... மெல்ல மெல்லக் கண்கள் மூடிக் கொண்டிருந்தன...

தியானத்தின் உச்சத்திற்கு உடலையும் அழைத்துக் கொண்டு மனது பயணித்துக் கொண்டிருந்தது.

பாரத பூமியின் வழியேயான துறவறக் காலமும், மேற்கத்திய நாடுகளின் வழியேயான சுற்றுப்பயணக் காலமும் மனதின் திரைச்சீலையில் ஓடிக்கொண்டிருந்தன... எல்லாம் இறுதியில் மனதில்தான் அடங்குகின்றன. இதுவரை கண்ட எல்லாக் காட்சிகளும் சம்பவங்களும் அனுபவங்களும், அவற்றின் பிறப்பிடமான உண்மையில் அபயம் பெற்றிருக்கின்றன.